இந்தியா

ஓர் இந்துத்துவக் கட்டமைப்பு

நலங்கிள்ளி

நூலாசிரியர் நலங்கிள்ளி 1969 மே 28ஆம் நாள் சென்னை தாம்பரத்தில் பிறந்தார். தாய்: மீனாட்சி கோபாலன்; தந்தை: எஸ். கோபாலன். இயற்பெயர்: கோ. கணேஷ் ராம். குடும்பத்தில் நலங்கிள்ளி மூத்தவர். அவருக்கு ஒரு தம்பி, ஒரு தங்கை. பாரத ஸ்டேட் வங்கியில் வேலை பார்த்து வந்த தந்தை தமிழகத்தில் கரூர், கோவில்பட்டி, கோயம்புத்தூர், இராமநாதபுரம் எனப் பல ஊர்களுக்கும் மாற்றலாகிச் சென்றதால், நலங்கிள்ளியும் பல ஊர்களைச் சேர்ந்த பள்ளிகளில் படித்தார். 10ஆம், 12ஆம் வகுப்புகளை மதுரையில் முடித்தார். பள்ளிப் படிப்பு முழுதும் தமிழ்வழியிலேயே படித்தார். மதுரை சரஸ்வதி நாராயணன் கல்லூரியில் இளநிலை அறிவியல் (B.Sc.,) படிப்பில் தாவரவியலில் பட்டம் பெற்றார்.

தமிழ்வழிக் கல்வியின் தீவிர ஆதரவாளர். சமூக நீதிக் கல்வியாளர். தமிழியச் சிந்தனையாளர். சாதி மறுப்பு தமிழர். பல ஆங்கில நூல்களையும் கட்டுரைகளையும் தமிழுக்கு மொழி பெயர்த்திருக்கிறார். குறிப்பாக அறிவியல் தமிழில் ஆழ்ந்த ஈடுபாடு கொண்டு உலகின் முக்கிய அறிவியல் நூல்களைத் தமிழாக்கித் தந்துள்ளார். மொழிபெயர்ப்பு அறிவின் துணையுடன் ஆங்கிலப் பயிற்சி வகுப்புகளைச் செம்மையாக எடுக்கத் தொடங்கினார். வேலூரைச் சேர்ந்த செல்வியைச் சாதி மறுப்புத் திருமணம் செய்தார். மூத்த மகள் ஈரோடை தமிழ்வழியில் 8ஆம் வகுப்பு படிக்கிறார். இளைய மகள் பறை வயது 4.

நூலாசிரியரின் பிற படைப்புகள்

இடஒதுக்கீடு - தொடரும் விவாதம்

ஆங்கில மாயை

ஏ! கல்வியில் தாழ்ந்த தமிழகமே!

ஆங்கில ஆசான்

சல்லிக்கட்டு - இன்றைய தேவை என்ன?

நூலாசிரியரின் தமிழாக்கங்கள்

காலம் - ஒரு வரலாற்றுச் சுருக்கம் - ஸ்டீஃபன் ஹாக்கிங் எழுதிய *A Brief History of Time*

இயந்திர அண்டம் - அமெரிக்கக் கால்டெக் பல்கலைக் கழகம் இரு பெரும் தொகுதிகளில் வெளியிட்ட *The Mechanical Universe*

இந்திய இழிவு - அருந்ததி ராய் எழுதிய *India's Shame* என்னும் ஆங்கிலப் பெருங்கட்டுரை

இந்தியா

ஓர் இந்துத்துவக் கட்டமைப்பு

நலங்கிள்ளி

இந்தியா: ஓர் இந்துத்துவக் கட்டமைப்பு
India : Orr Inthuthuva Kattamaippu

First Edition: December 2017
256 Pages
Printed in India.

ISBN 978-81-8493-900-2
Kizhakku - 1079

Kizhakku Pathippagam
177/103, First Floor, Ambal's Building,
Lloyds Road, Royapettah, Chennai 600 014.
Ph: +91-44-4200-9603
Email : support@nhm.in | Website : www.nhm.in

kizhakkupathippagam kizhakku_nhm

Author's Email: enalankilli@gmail.com
Cover Image : Prem DaVinci

Kizhakku Pathippagam is an imprint of New Horizon Media Private Limited

என்னுள்
பெரியாரை
விதைத்த
அழகர்சாமிக்கு...

உள்ளே

அமைப்பற்ற அமைப்பாளர்!

பெயரைப் போலவே நலங்கிள்ளி - நலங்கிள்ளி! என் இனிய நண்பர். தமிழக அறிவுச் சூழலில் இருக்கும் கயமையே இவர் போன்ற தெள்ளிய சிந்தனையாளர்களை முன்னெடுத்து வரவிடாமல் செய்து நிற்கிறது. 'குணம் நாடி குற்றமும் நாடும்' இவர் தன்மையே இவருக்குத் தோழர்களையும் அதிகப்படுத்தியது. எதிரிகளையும் கூட்டி நிற்கிறது. அவர் எதற்காகவும் தான் வரித்துக்கொண்ட கொள்கையை விட்டுத்தருவது இல்லை. அறிவுப் பரப்பில் அருகிவிட்ட இந்தத் தன்மைக்காகவே நலங்கிள்ளியைப் பாராட்டியாக வேண்டும்.

நலங்கிள்ளி, நாட்டு நடப்புகள் அனைத்துக்குமே கருத்துச் சொல்லும் அறிவுத் திறன் படைத்தவர். ஆனால் அனைத்துக்குமே கருத்துச் சொல்வது இல்லை. அறிவு ஜீவிகளாக அடையாளம் காட்டிக் கொள்பவர்கள் எந்தப் பிரச்சினைகளுக்கு எல்லாம் கருத்துச் சொல்லத் தயங்குகிறார்களோ, பயப்படுகிறார்களோ அதற்கெல்லாம் நலங்கிள்ளியிடம் இருந்து கட்டுரைகள் பிறக்கும். இந்தக் கட்டுரைகள் நேருக்கு நேர் நின்று பேசும். தனக்கு எதிரான கருத்துக்களை நெற்றியில் அடித்து வீழ்த்த முயற்சிக்கும். வார்த்தை சாமர்த்தியத்துக்குள் நுழைந்து தப்பிக்கவோ, தன்னை விடுவித்துக் கொள்ளவோ மாட்டார். அவரே சில இடங்களில் வலியப் போய் வம்பும் இழுப்பார். இவை அனைத்திலும் பொதுநல நோக்கமே இருக்கும். தன்னை நிரூபிப்பது, தான் சொல்வதே சரி என அடம்பிடிப்பது அவரது எழுத்தில் இருக்காது.

இணையத்திலோ, இதழ்களிலோ நலங்கிள்ளியின் எழுத்தை விட்டு விட்டோ, அவ்வப்போதோ வாசித்திருக்கிறேன். இதனை மொத்தமாக வாசிக்கும் வாய்ப்பை, வாசகனுக்கு முன்பாக எனக்கு வழங்கி இருப்பதற்குக் காரணம், அன்பு மட்டுமே. என்னைக்

கல்லூரிக் காலத்தில் இருந்தே நலங்கிள்ளி அறிவார். நானும் அவரை அறிவேன். ஒருவர் மற்றொருவரை அறிதலே அறிவு. அந்த வகையில் நலங்கிள்ளிக்கு நன்றியும் வணக்கமும்!

2

ஹெச்.ராஜாயிசம், சுசுவாமியிசம், தமிழிசையிசம் இன்று நாடு முழுவதும் பரவி வருகிறது. இந்தப் பார்வைப்படி பார்த்தால் இவை அனைத்துமே தேச விரோதக் கட்டுரைகள். இந்திய அரசியலமைப்புச் சட்டத்தில் இருக்கும் 370ஆவது பிரிவு பற்றி பேசினாலே நீங்களும் தேச விரோதி. எந்த நாட்டிலாவது அந்த நாட்டின் கூட்டத்தை ஆதரித்துப் பேசினால் தேச விரோதிப் பட்டம் கிடைக்குமா? இந்தியாவில், குறிப்பாகத் தமிழகத்தில் கிடைக்கும். 'உறுப்பு 370; காஷ்மீரத்தின் உரிமை முறியா? அடிமைப் பொறியா?' என்ற முதல் கட்டுரையிலேயே நலங் கிள்ளியின் பாய்ச்சல் தொடங்குகிறது. காஷ்மீர் விவகாரத்தில் பாரதிய ஜனதா கட்சியை மட்டுமல்ல, காங்கிரஸையும் கடுமையாக விமர்சிக்கிறார். நேற்று முளைத்த ஆம் ஆத்மியும் தப்பவில்லை. காஷ்மீர் விவகாரத்தில் இடதுசாரி இயக்கங்களின் பலவீனத்தையும் சொல்வதில்தான் கட்டுரையாளரின் நேர்மை இருக்கிறது. அதாவது, காஷ்மீரிகள் தவிர அனைவருமே விமர்சிக்கப்படுகிறார்கள்.

- 'ஆரிய சமஸ்கிருதக் குடும்பத்தின் இந்தியைத் திணிப்பதே இந்தியம் என்றால், அதனை எதிர்ப்பதே சரியான இந்துத்துவ எதிர்ப்புக் கொள்கை. சாரத்தில் உண்மையான இடதுசாரிக் கொள்கை.'

- 'தமிழர் வரலாற்றில் ஆங்கிலேயர் வருகைக்கு முன்பு இந்தியாவுக்கோ இந்தியர்களுக்கோ கிஞ்சிற்றும் இடமிருந்த தில்லை.'

- 'அமெரிக்காவும் ஐரோப்பிய நாடுகளும் செல்லமாக இலங்கையைக் கண்டிப்பது கூட தத்தமது புவிசார் அரசியல் நலன் கருதியே. தங்களின் புவிசார் அரசியல் நலன் சார்ந்து இந்த நாடுகள் நடத்தும் நாடகங்களே அடுத்தடுத்த ஆண்டு களிலும் ஐநா மனித உரிமை மன்றக் கூட்டங்களில் அரங்கேறின.'

- 'ஆதிக்க வெறிபிடித்த ஒரு நாட்டைப் பல நிலைகளிலும் ஒதுக்கி வைப்பது என்பது அந்நாட்டின் வெகுமக்களை

ஒதுக்கி வைப்பதாகாது. மாறாக இந்தப் புறக்கணிப்புகள் அம்மக்களிடம் அழுத்தத்தை ஏற்படுத்தி ஆதிக்கச் சிந்தனை களை எரித்துப் பொசுக்கத் துணை செய்கின்றன.'

- 'இந்துத்துவம் பேசுவோரின் இந்துக்களும், மதச்சார்பின்மை பேசுவோரின் இந்தியர்களும் ஒன்றே!'

- 'தமிழனிடம் இந்திப் பூச்சாண்டி காட்டி ஆங்கிலம் புகட்டியதன் விளைவு? அது இன்று தமிழன்னையைச் சிறைப் படுத்தும் பூதமாய் உருப்பெருத்து நிற்கிறது. இந்திப்பகை தடுக்கும் கேடயமெனத் திமுக ஏந்திய ஆங்கிலம் இன்று தமிழ்க் கழுத்தறுக்கும் கொலை வாளாகிப் போயிற்று.'

இவை எல்லாம் நலங்கிள்ளியின் தெறிப்புகள்.

தமிழ்த்தேசியம், இந்தியம், திராவிடம், சமூக நீதி, தமிழ், தமிழர், தமிழ்நாடு, இந்துத்துவம், இந்தி, உலகமயம் - ஆகிய கருத்தியல்கள் வழியாக காஷ்மீர் பிரச்னை, தமிழ்வழிக்கல்வி, தமிழகத்தில் பாரதிய ஜனதா கட்சியின் காலூன்றல், ராஜீவ் காந்தி கொலை வழக்கு, விடுதலைப்புலிகள் அமைப்பு, தி.மு.க., அ.தி.மு.க., பொதுவுடைமை இயக்கங்கள், தமிழ் தேசிய இயக்கங்கள், மார்க்சிய லெனினிய அமைப்புகள் எனப் பலதரப் பட்டவர் நிலைப்பாடுகளையும் விமர்சித்து எழுதப்பட்ட இந்தக் கட்டுரைகளைப் படிக்கும்போது, தனியொருவனாக இருந்து தனது சிந்தனைக்காகப் போராடிய போராளியாக நலங்கிள்ளியைக் கணிக்க வேண்டியுள்ளது. அவர் எந்த அமைப்பைச் சேர்ந்தவர் எனத் தெரியவில்லை. அது உண்மையானால் அமைப்பற்ற ஓர் அமைப்பாளராக நலங்கிள்ளி எழுந்து நிற்கிறார்.

3

இவ்விரு கட்டுரைகள் உன்னிப்பாகக் கவனிக்கத்தக்கவை. 'தந்தை பெரியார்; தமிழ்த் தேசிய அறிவியலர்' என்பது ஒன்று. 'யார் தமிழர்?' என்பது மற்றொன்று. இந்த இரண்டு கட்டுரை களுக்காகத்தான் அணிந்துரைக்கான வாய்ப்பை எனக்குக் கொடுத் திருப்பாரோ நலங்கிள்ளி என்றும் நினைக்கிறேன்.

தமிழ்த் தேசியவாதிகள் என்று சொல்லிக் கொள்பவர்களுக்கு இந்தியத் தேசியத்தை விட எட்டிக்காயாகக் கசப்பது ஈ.வெ.ராதான். தந்தை பெரியாரைத் தமிழ்த் தேசியத்துக்கு எதிரியாக உருவகப் படுத்தும் முயற்சி இந்தியத் தேசியத்தையே வெற்றி பெறச்

செய்யும். இராஜாஜி ஆதரவை ஒரு பக்கமும், ஈவெரா எதிர்ப்பை மறுபக்கமும் வைத்திருந்த ம.பொ.சி.யை அடையாளம் காண்பது அவ்வளவு சிரமம் அல்ல. அவரின் தமிழரசுக் கழகம் 1967 தேர்தலில் திராவிட முன்னேற்றக் கழகத்துக்குத் தொங்கு சதையாக மாறிப் போனதும், இரண்டே இரண்டு சட்டமன்ற உறுப்புக்காக நின்றதும் அண்ணாதுரையும் கருணாநிதியும் கடவுளாய்த் தெரிந்ததும், இறுதிக்காலத்தில் எம்.ஜி.ஆர். ஆண்டவனாகவே மாறிப் போனதும் தமிழ்த் தேசிய வரலாற்றில் பொன்னெழுத்துகளால் பொறிக்கத்தக்கவை.

நாம் தமிழர் இயக்கம் கண்டு தமிழ்நாட்டைப் பிரிப்பது மட்டுமல்ல, ஈழத்தையும் சேர்த்துத் தமிழரசுப் பேரரசு உருவாக்கத் திட்டமிட்டார் சி. பா. ஆதித்தனார். அவரின் இயக்கம் என்ன ஆனது? அவருக்குச் சட்டப் பேரவைத் தலைவர் பதவி தந்தவர் 'தெலுங்கர்' அண்ணாதுரை. கூட்டுறவு அமைச்சர் பதவி தந்தவர் 'தெலுங்கர்' கருணாநிதி. இதுவும் தமிழ்த் தேசிய வரலாற்றில் பொன்னெழுத்துகளால் பொறிக்கத்தக்கது. ம.பொ.சி. யிடமிருந்து மீசையையும், சி.பா.ஆ.விடமிருந்து தாடியையும் இரவலாய்ப் பெற்றவர்கள் தந்தை பெரியாருக்கு ஆசிட் டெஸ்ட் நடத்திக் கொண்டிருக்கிறார்கள். இந்த ஆவண கோவணங் களுக்கான பதில் கட்டுரையாக நலங்கிள்ளி எழுதி இருக்கும் 20 பக்கங்கள் மிக முக்கியமானது. 'சாதியம் என்னும் புற்றுடைத்து தலித்தியத் தேரைத் தமிழ்த் தேசியப் பாட்டையில் தங்கு தடையின்றி முடுக்கி விட்டவர் பெரியார்' என்று வரையறுக்கும் நலங்கிள்ளி - 'பெரியார் கன்னடர் ஆதலால் தெலுங்கர்களுக்கும் மலையாளிகளுக்கும் கன்னடர்களுக்கும் தமிழர்களைக் காட்டிக் கொடுத்து விட்டார் என்று அபாண்டமாய்ப் பேசும் கூட்டமும் இன்று பெரிதாய்க் கிளம்பியுள்ளது. இந்த அடாத செயல் இந்துத்துவம் இன்னும் கொழுத்து வளரவே துணை செய்யும். ஆனால் பெரியாரிடம் எந்தக் குழப்பமும் இல்லை. ஆம் அவர் வடவருக்கு மட்டுமல்ல, தமிழர் தவிர்த்த மற்ற தென்னிந்தியர் களுக்கும் அதே இடத்தையே கொடுத்தார்' என்பதைப் பல்வேறு ஆதாரங்களுடன் விளக்குகிறார்.

வடவர் சுரண்டலற்ற, சாதி ஆதிக்கமற்ற தமிழ்நாட்டுக்கு முழு விடுதலை கோரி நின்றார் பெரியார். 1938 முதல் இறப்பு வரை சொன்னது 'தமிழ்நாடு தமிழருக்கே' என்பதுதான். இதுவே அவரது 'விடுதலை' நாளிதழின் முகப்புச் சொல். இவற்றை எல்லாம் பட்டியலிடும் நலங்கிள்ளி, 'பெரியாரைத் தேச விரோதி

என்போரிடம் உரக்கச் சொல்வோம், ஆம், உங்களின் இந்தியத் தேசியத்துக்கு அவர் பெரும் விரோதியே. எங்களின் தமிழ்த் தேசியத்துக்கோ அவர் பெரும் அறிவியலர்' என்று முடிக்கிறார். இந்த இரண்டு வரிக்காகவே அவர் தமிழ்த் தேசியர்களிடம் வாங்கிக்கட்டிக் கொள்ளப் போகிறார். ஆனால் அவர் அதற்காகக் கவலைப்படும் மனிதர் இல்லை.

பெரியாரைத் தமிழ்த்தேசிய அறிவியலராகவே அடையாளம் கண்ட நலங்கிள்ளி, 'யார் தமிழர்?' என்ற கட்டுரையில் திராவிடர் என்ற அடையாளச் சொல்லுக்காகப் பெரியாரை விமர்சிக்கிறார். இந்தியர் என்பது எப்படி பொய் அடையாளமோ அப்படித்தான் திராவிடர் என்பதும் பொய் அடையாளம்தான் என்கிறார் நலங்கிள்ளி. தமிழர் என்றே சொல்லி இருக்கவேண்டும், திராவிடன் என்பது செயற்கை அடையாளம் என்கிறார். இது மிக நீண்ட கட்டுரை. வரிக்கு வரி பதில் அளிப்பது தனி நூலாகத்தான் ஆகும்.

பெரியார் ஏன் 'திராவிடன்' என்ற சொல்லைத் தேர்ந்தெடுத்தார்? திட்டமிட்டுத்தான் தேர்வு செய்தார். எந்த வார்த்தையைச் சொன்னால் அவரது எதிரி உள்ளே நுழைய முடியாதோ, அந்த வார்த்தையைத் தேர்வு செய்தார். பார்ப்பனரல்லாதோர் என்பதில் பார்ப்பனர் வரமுடியாது, திராவிடரில் ஆரியர் வர முடியாது, அவ்வளவுதான். அதற்காக எந்த இடத்திலும் 'தமிழன்' என்று சொல்லாதே என்று பெரியார் சொல்லி இருக்கிறாரா? அவரே தமிழன் என்ற சொல்லைத்தான் அதிகம் பயன்படுத்தினார். கட்சிப் பெயர்தான் திராவிடர் கழகம். பேசியது எல்லாமே தமிழன், தமிழர்களே என்றுதான். திராவிடன், தமிழன் என்ற இரண்டு சொல்லுமே ஒரே பொருள் குறிப்பன என்றுதான் பெரியார் நினைத்தார். 'திராவிடர்' என்று எழுதிவிட்டு அடைப்புக்குறிக்குள் 'தமிழர்' என்று எழுதினார்.

திராவிடர் என்று சொன்னதால் நாங்களும் திராவிடர்கள் என்று பார்ப்பனர்கள் உள்ளே நுழையவில்லை. திராவிடர் என்று இவர் சொன்னதால் கன்னடர், தெலுங்கர், மலையாளிகள் இவரைத் தலைவராக ஏற்றுக்கொண்டார்களா? பிறகு ஏன் தமிழ்த் தேசியர்கள் பதற வேண்டும்.

பெரியார் கூற்றுகள் சிலவற்றைக் காண்போம்.

'சென்னை நகரத்தை ஆந்திரர்கள் தங்கள் மாகாணத்தோடு சேர்த்துக்கொள்ள வேண்டும் என்கிற முயற்சியை இம்மாநாடு

கண்டிப்பதுடன் அது சம்பந்தமாக மத்திய அரசாங்கம் ஆந்திரர்களுக்கு ஏதாவது செவி சாய்க்குமானால் என்ன காரியம் செய்தாவது சென்னையைத் தமிழர்களுக்கு ஆக்கிக்கொள்வது என்று இம்மாநாடு தீர்மானிக்கிறது.'

- தஞ்சை மாவட்ட திருவாரூர் மாநாடு தீர்மானம், விடுதலை *3.10.1949.*

'.... இப்போது எஞ்சியிருப்பது தமிழ்மொழியை மாத்திரம் பேசும் தமிழ் மக்களைக் கொண்ட தனித்தமிழ் நாடாகவே இருக்கிறது என்றாலும் தமிழ்நாடு என்பதும் அப்போதும் இப்போதும் திராவிட நாடே ஆகியதால் . . .'

'தமிழ்நாடு மாத்திரம் கொண்ட திராவிட நாட்டை அடைந்த பிறகு...'

- திருச்சியில் *21.07.1956*ல் நடந்த திராவிடர் கழகச் செயற்குழுக் கூட்டத்தில் நிறைவேற்றப்பட்ட திராவிட நாடு பிரிவினைத் தீர்மானம் - விடுதலை *25.7.1956.*

'அக்டோபர் மாதம் முதல் தனித் தமிழ்நாடாக ஆகப்போகின்ற சென்னை இராஜ்யத்தை இனிமேலாவது 'தமிழ்நாடு' என்றே வழங்க வேண்டுமென்றும், தமிழை உடனடியாக ஆட்சி மொழியாக ஆக்க வேண்டுமென்றும் ஆட்சியாளரை இம்மாநாடு கேட்டுக் கொள்கிறது.'

- இராமநாதபுரம் மாவட்ட திராவிடர் கழக 3ஆவது மாநாடு, விடுதலை *25.7.1956*

'மானமுள்ள தமிழர்களை இம்மாநாடு கேட்டுக் கொள்வதுடன்...'

- விடுதலை *28.11.1956*

'திராவிட மக்களால் (தமிழர்களால்) நடத்தப்படும் . . .'

- தஞ்சை தாலுகா ஜாதி ஒழிப்பு மாநாடு, விடுதலை *13.6.1958*

'தமிழர் சமுதாயத்தின் சுயமரியாதையை முன்னிட்டு...'

-சென்னை திராவிடர் கழக மாநில மாநாடு, விடுதலை *7.1.1962*

'தமிழர்களை நாலாஞ்சாதியாக்குகிற கடவுள்களையும் ....'

'தமிழ்ப் பெரும்மக்கள்...'

-பெரியார் கலந்து கொண்ட இறுதி மாநாட்டு தீர்மானம்

இப்படி சொல்லிக்கொண்டே போகலாம். இவை அனைத்திலுமே 'தமிழர்' என்ற சொல்லே இருக்கும். பெரியார் சூட்டிய இன அடையாளம் 'திராவிடன்' என்றால் உணர்ச்சி அடையாளம் தமிழன்தான். மேலும் 'திராவிடன்' என்பதை அவர் சூட்டி விடவில்லை. 'சாதி பேதமற்ற திராவிடர்களால்' என்றவர் அயோத்திதாசப் பண்டிதர். திராவிட மகாசபை, ஆதி திராவிடர் மகாசபை என்பதெல்லாம் பட்டியலின மக்கள் தலைவர்களது கருத்துகள். பெரியார் தெலுங்கர் என்பதால் 'திராவிடன்' என்று சூட்டிக்கொண்டார் என்று சொல்பவர்கள் அயோத்தி தாசரையும், தாத்தா ரெட்டமலையையும் தமிழர்களாகச் சேர்ப்பார்களா அல்லது இனநீக்கம் செய்வார்களா?

மனு சொன்ன இழிவுச் சொல் திராவிடன் என்றால் அந்த இழி சொல்லையே புனிதச் சொல்லாக ஏன் ஆக்கிக் கொள்ளக்கூடாது? 'சூத்திரன்' எனத்திட்டித் திட்டி உணர்ச்சி வசப்படுத்தியது போல, 'திராவிடன்' எனச் சொல்லி உணர்ச்சியூட்டியதில் என்ன தவறு? அப்படியே போனால் தாழ்த்தப்பட்ட, பிற்படுத்தப்பட்ட, அடக்கப் பட்ட, ஒடுக்கப்பட்ட என்ற சொற்களையும்தான் பயன்படுத்த முடியாது. இழிசொற்கள் அல்லவா அவை?

தமிழ்த் தேசியத்தின் எந்தக் கூறுகளுக்கு எதிராகப் பெரியார் இருந்தார் என்ற அறிவு நாணய விவாதங்களில் தமிழ்த் தேசியர்கள் இறங்கவேண்டும். தமிழ்த் தேசியத்தின் எதற்கும் பெரியார் எதிராக இருந்ததில்லை. இத்தகைய விவாதத்தை நிகழ்த்துவதற்கு விரிவான களத்தை நலங்கிள்ளி அமைத்துத் தந்துள்ளார்.

இவர் எல்லோரையும் விமர்சிக்கிறார். அவரது கணையில் இருந்து எவரும் தப்பவில்லை. அதே நேரத்தில் எந்த இடத்திலும் நலங்கிள்ளியின் எழுத்தில் கண்ணியம் குறையவில்லை. அந்த நல்குணத்துக்காகவே இப்புத்தகத்துக்கு அணிந்துரை எழுதுவதைப் பெருமையாகக் கருதுகிறேன்.

நலங்கிள்ளிக்கும், நான் பெரிதும் மதிக்கின்ற எழுத்தாளர், வரலாற்றாசிரியர் மருதனுக்கும் வணக்கமும் நன்றியும்.

ப. திருமாவேலன்
27-12-2017

அறிவியலுக்கு அச்சமில்லை

தமிழ்நாட்டு இளைஞர்கள்-மாணவர்களிடையே அரசியல் விழிப்புணர்வு முகிழ்த்துவரும் காலமிது. 2017இல் மெரினாவில் தமிழ் வசந்தமாக வெளிப்பட்ட சல்லிக்கட்டுப் போராட்டம் இதன் வெளிப்பாடே ஆகும். அதேபோது இந்த விழிப்புணர்வு வெறும் ஆர்வமாகவே நின்று காலவோட்டத்தில் கரைந்து போய் விடக் கூடாது, மெய்யான மாற்றம் காண்பதற்கான அறிவுத் தெளிவு மிக்க அணித்திரட்டலாகவும் வளர வேண்டும் என்ற தேவை உள்ளது. இத்தேவையை நிறைவு செய்யும் ஒரு முயற்சிதான் தோழர் நலங்கிள்ளியின் கட்டுரைகளைத் தொகுத்தளிக்கும் இந்நூல்.

பிற்போக்காளர்களுக்குப் பெரிதும் வசதியாக அமைந்துவிடுவது நம் மறதிதான். வரலாற்று நிகழ்வுகள் இருக்கட்டும், அண்மைக் கால நிகழ்வுகளையேகூட மறந்தோ மறைத்தோ பேசும் போக்கு காணப்படுகிறது. நடந்த நிகழ்வுகளை நினைவுக்குக் கொண்டு வருவதோடு அவற்றை எவ்வாறு புரிந்து கொள்ளவேண்டும் என்பதற்கு உதவும் சமூக அறவியல் பகுப்பாய்வுகளாகவும் நலங்கிள்ளியின் கட்டுரைகள் அமைகின்றன.

குழாய்க் கிணற்றில் விழுந்துவிட்ட குழந்தையை உயிரோடு மீட்டு எடுத்து வரும் கவனத்தோடு புதைந்த உண்மைகள் பலவற்றையும் தோண்டி வெளிக்கொணரும் புதிய ஆய்வுகளாக இந்தக் கட்டுரைகள் உள்ளன. பிற்போக்காளர்களின் பொய்யுரைகளாக மட்டுமல்லாமல் பொதுமக்களின் மூட நம்பிக்கைகளாகவும் நிலைத்துவிட்ட பலவற்றையும் நேர்மையாகவும் கூர்மையாகவும் கேள்விக்குள்ளாக்குகிறார் நலங்கிள்ளி. உவத்தல் காய்தலற்ற முறையில் மெய்க்கூறுகளிலிருந்து புறப்பட்டு தேடிச் செல்லும் பயணப்பாதையில் படிக்கிற நம்மையும் விரல் பிடித்து அழைத்துச் செல்கிறார்.

அரசமைப்புச் சட்ட உறுப்பு 370 என்பதை மையமாகக் கொண்டு இந்திய அரசியல் கட்சிகள் பொய்ச் சண்டை போடுவதை முதல் கட்டுரையில் அம்பலமாக்குகிறார். இவர்கள் யாரும் பேசத் துணியாத காசுமீர் வரலாற்றைத் தெளிவாகப் பிட்டுப்பிட்டு வைக்கிறார். அறிவியல் ஆய்வில் எந்தப் பசுவும் புனிதமில்லை என்பதை இந்நூல் முழுக்க அழுத்தமாக நிறுவுகிறார்.

தமிழர் உரிமை பேசும் தமிழ்நாட்டு அரசியல் தலைவர்கள் பலரும் இடையிடையே இந்திய ஒற்றுமைக்கும் இந்திய இறைமைக்கும் ஒரு 'சலாம்' போட்டுக் கொள்வது வாடிக்கை. இதிலிருந்து மாறு பட்டு, தமிழர்தம் வேலியா இந்திய ஒற்றுமை? என்ற கட்டுரையில் இந்திய ஒருமைப்பாடு தமிழர்க்கு வெறுமைப்பாடே என்பதை, உரிமையும் சமத்துவமும் இல்லாத ஒற்றுமையால் தமிழகத்துக்கும் தமிழ் மக்களுக்கும் தீங்கே என்பதை ஆணித்தரமாக நிறுவுகிறார். எளிய வினா விடை வடிவில் அவர் எழுதும் பாங்கு கேட்டார்ப் பிணிக்கும் தகையவாய் கேளாரும் வேட்ப மொழிவதாய் உள்ளது.

ஒவ்வொரு தேர்தலின் போதும் மாறி மாறிக் கூட்டமைப்பதும் அதற்கு விதவிதமாய் கொள்கை விளக்கம் தருவதும் நமக்குப் பழகிப்போய்விட்டன. பாசக, காங்கிரசு, திமுக, அதிமுக மட்டுமல்ல, இடதுசாரிக் கட்சிகளும் கூட எப்படிக் கொள்கை யின்றித் தேர்தலைச் சந்திக்கின்றன என்பதை 2014 மக்களவைத் தேர்தலின் பின்னணியில் தோலுரித்துக் காட்டுகின்றார். புதுமுகமாக அறிமுகமாகும் கெஜ்ரிவால் கூட நலங்கிள்ளியின் குற்றாய்வுக்குத் தப்பவில்லை. இந்தியத்தை எதிர்க்காத இந்துத்துவ எதிர்ப்பு எப்படி இந்துத்துவத்துக்கு சப்பைக்கட்டு ஆகிப் போகிறது என்பதை – இந்நூலின் அடிநாதமான இக்கருத்தை – நிறுவுவதற்கு இந்த விவாதம் உதவுகிறது.

தமிழ்மண் தவழா மோடி அலை என்ற அழகான தலைப்பில் 2014 மக்களவைத் தேர்தல் முடிவுகளை அலசும் நலங்கிள்ளி மோதி எதிர்ப்பின் பின்னால் பதுங்கிக் கொள்ளும் இந்தியத் தேசியத்தை வெளியே இழுத்து வந்து இந்தியம் என்பதே இந்துத்துவம்தான் என்பதை மெய்ப்பிக்கிறார். தமிழ் மக்களிடம் வேரோடிய இந்துத்துவ எதிர்ப்பு அரசியலும் பண்பாடும்தான் இங்கு மோடி வித்தை எடுபடாமல் தடுத்துவிட்டது என்ற அழுத்தமான முடிவுக்கு வருகிறார்.

தமிழீழ மக்களுக்கு நீதி கோரித் தமிழக மாணவர்கள் முன்னெடுத்த எழுச்சிமிக்க போராட்டத்தை மதிப்பீடு செய்யும் நலங்கிள்ளி அது

தமிழினத்தின் வருங்காலத்துக்கு விதைத்திருக்கும் நம்பிக்கையை எடுத்துக் காட்டுகிறார்.

கொழும்புக் கொழுப்பைக் கரைக்கும் அரசியல் எது? என்று வினா தொடுத்து சிங்களப் பேரினவாத சிறிலங்காவைப் புறக்கணிக்க வேண்டியதன் தேவையை ஏரணம் குன்றாமல் எடுத்துரைத்து, நண்பர் மருதனுக்கு விளக்கமளிக்கு முகத்தான் உலகளாவிய முறையில் புறக்கணிப்பு அரசியல் எவ்வாறு பயனளித்துள்ளது என்பதை எடுத்துக்காட்டவும் செய்கிறார். டான் பிராட்மனை கிரிக்கெட் மட்டைவீச்சுத் திலகமாகவும் மர்லன் பிராண்டோவை ஆலிவுட் வெள்ளித்திரை விண்மீனாகவும் மட்டுமே அறிந்துள்ள நமக்கு அவர்கள் வெள்ளை நிறவெறிக்கு எதிராக வகித்த பங்கு என்பது சுவையான செய்தி.

யாருக்கு ஆதரவு யாரோ? எவரது சந்தர்ப்பவாதத்தையும் எள்ளல் சுவையோடு வெளிப்படுத்தி, அவரவரும் வசதியாக மறந்து போக விரும்பும் செய்திகளைப் பொருத்தமாக நினைவூட்டுவது நலங்கிள்ளிக்குக் கைவந்த கலையாக உள்ளது.

நலங்கிள்ளி இந்தியத் தேசியத்தின் இந்துத்துவ உள்ளடக்கத்தை வெளிப்படுத்திக் குற்றாய்வு செய்கிறவராக மட்டுமல்லாமல், நேர்வகையாகவே தமிழ்த் தேசியத்தின் சிறப்பைப் பறைசாற்றும் தமிழியச் சிந்தனையாளராகவும் இந்தக் கட்டுரைகளில் வெளிப்படுகிறார்.

தந்தை பெரியார்: தமிழ்த் தேசிய அறிவியலர் என்ற கட்டுரை பெரியாரின் வரலாற்றுப் பங்களிப்பை - பெரியார் பேர் சொல்வோரே மலைக்கும் விதத்தில் - வெளிப்படுத்தி நிற்கிறது. பெரியார் குறித்து உருப்படியாக நடைபெறக்கூடிய விவாதங் களில் தோழர் நலங்கிள்ளியின் இந்தக் கட்டுரையை யாரும் அவ்வளவு எளிதில் கடந்து செல்ல முடியாது.

யார் தமிழர்? இந்தக் கட்டுரைத் தொகுப்பில் முதன்மையான வற்றுள் தலையாயது என்றால் இந்தக் கட்டுரையைத்தான் சொல்லவேண்டும். தோழர் நலங்கிள்ளி இந்தத் தொகுப்புக் கென்றே இதனைப் புதிதாக எழுதியுள்ளார். தமிழ்த் தேசிய அரசியலை ஆக்கவழிப்பட்ட உரிமை அரசியலாக முன்னெடுத்துச் செல்ல இந்த வினாவிற்குச் சரியாக விடைகண்டாக வேண்டும். இது வெறும் சொற்பொருளியல் சார்ந்த வினாவன்று, வரலாற்று இயங்கியல் நோக்கில் இதற்கு விடை காண வேண்டும்.

அறிவியல் மேலெழுந்து வரும்போதெல்லாம் நாட்பட்ட உணர்வுகளுக்கும் நம்பிக்கைகளுக்கும் விடைகொடுக்கும் இடுக்கண் இயல்புதான். அகநோக்கில் விருப்புவெறுப்பு அடிப்படையிலோ, நிகழ்வதே நிலைபேறுடையது என்ற அடிப்படையிலோ அல்லாமல், இருப்பதையும் இருக்க வேண்டியதையும் இணைத்துப் பார்த்து இயங்கியல் பார்வையோடு யார் தமிழர்? என்ற வினாவை, குறிப்பாகப் பார்ப்பனர் தமிழரா? என்ற கேள்வியைக் கருதிப் பார்க்க வேண்டும். நலங்கிள்ளி நன்முயற்சி செய்துள்ளார். இது குறித்து உண்மையான அக்கறையுள்ள விவாதங்களை அவர் வரவேற்பார் என்பதில் ஐயமில்லை.

தமிழ்நாட்டிற்கு ஏற்ற கல்விக் கொள்கை என்ன என்பதில் முகாமைத்துவம் வாய்ந்த ஒரு சிக்கல் கல்விமொழி தொடர்பானது. குறிப்பாகப் பயிற்றுமொழிக்கும் பயில்மொழிக்குமான உறவு குறித்துத் தமிழ் உணர்வாளர்களே குழம்பிப் போயிருக்கக் காண்கிறோம். முதல் பயில் மொழிக்கும் இரண்டாம் பயில் மொழிக்குமான வேறுபாடு என்ன? மொழிக் கல்வியின் அறிவியல் எத்தகையது? கல்வித்துறையில் ஒருமொழிக் கொள்கை எவ்வாறு செயல்பட வேண்டும்? தோழர் மணியரசனுக்கு எழுதியுள்ள மடலில் இந்த வினாக்களை எல்லாம் ஒரு கல்வியாளருக்குரிய தேர்ச்சியோடும் தெளிவோடும் அவர் கையாண்டுள்ளார்.

உணர்வூட்டி அறிவூட்டித் தமிழ் மக்களை அணிதிரட்டும் அரும்பணியில் தோழர் நலங்கிள்ளியின் இந்நூல் ஒரு தெளிவான கருத்துக் கலன்.

தியாகு
27-12-2017

கைக்கொள்ள வேண்டிய கருத்துப் பெட்டகம்!

தோழர் நலங்கிள்ளி எழுதியுள்ள ‘இந்தியா - ஓர் இந்துத்துவக் கட்டமைப்பு’ என்னும் இந்நூல் அது வெளிவர வேண்டிய காலக்கட்டத்தின் தேவையை நிறைவு செய்யும் வகையில் வெளிவருகிறது. பயங்கரவாத இந்துத்துவம் இந்தியமாக சனநாயக முகமூடி அணிந்து அரசியல் வடிவெடுத்து, இந்தியத் துணைக்கண்டத்தில் பன்மைப் பண்பாடுகளை மென்று, சீரணிக்கும் காலக்கட்டம் இது. ஒற்றை அடையாளத்தை மட்டுமே முன்னிறுத்தி ஆரிய, வேத, சமஸ்கிருத, பார்ப்பனியப் பண்பாட்டு மேலாதிக்கத்தை மீண்டும் நிறுவிக் கொண்டிருக்கும் காலம் இது. இந்து மதவாதத்தையும், பார்ப்பனியத்தையும் கடுமையாக எதிர்த்துப் போராட வேண்டிய தேசிய இன அரசியல் கட்சிகள் பதவிப் பலன்களுக்காக இந்துத்துவத்துடன் இணக்கக் கூட்டாளி களாக மாறிப் போனார்கள். தமிழகத்தில் அப்படி மொழியின அரசியலுக்கு அப்பாற்பட்டு பார்ப்பனியத்தை எதிர்த்துப் பெரியார் முன்னெடுத்த திராவிட சமூக விடுதலைத் திசைவழி அரசியலால் மொழியின எழுச்சி தடைபட்டதாகக் கருதி, பெரியார் என்ற வலிய கருவியைக் கை நழுவவிடும் காலம் இது. சமூக அக்கறை யாளர்களும், திராவிட அரசியலாளர்களும், பொதுவுடைமை யாளர்களும் ‘இந்தியம்’ என்ற ஆரிய பார்ப்பனிய உள்ளீட்டை உணராமல், அதைச் சமயச் சார்பற்ற பொதுத் தேசியக் கருத்தியலாகக் கருதி, உயர்த்திப் பிடித்து, இந்திய ஒற்றுமைக்கு உரத்துக் குரல் கொடுத்து இந்துத்துவ சேவை செய்யும் காலம் இது.

இந்நிலையில்தான் தோழர் நலங்கிள்ளியின் இந்நூல் வெளி வருகிறது. இந்நூலில் உள்ள 17 கட்டுரைகளில் ஒன்றைத் தவிர மற்றவை பல்வேறு காலகட்டங்களில் பல இதழ்களுக்கு எழுதப்பட்டவை. கடந்த ஒரு நூற்றாண்டாகத் தமிழகத்தில்

தவிர்க்கமுடியாத அரசியல் சக்தியாகவும், சமூக இயக்கமாகவும் விளங்கிவரும் திராவிட இயக்கங்கள் மற்றும் திராவிடக் கட்சிகள் கடந்த கால வரலாற்றைத் தங்கள் தொண்டர்களுக்கு எள்ளளவு கூட கற்பிக்கவில்லை. இயக்கங்கள் ஓரளவு கற்பித்திருக்கின்றன. வரலாறு அறியாத தொண்டர்களுக்குக் கட்சிகளுக்குள் வேறுபாடு ஒன்றும் தெரிவதில்லை. தங்கள் மூலாதாரக் கொள்கைகளைத் தலைமுழுகிய நிலையில், சாதாரணத் தொண்டனின் பார்வையில் திராவிடக் கட்சிக்கும், இந்துத்துவக் கட்சிக்கும் எந்த வேறுபாடும் இல்லை. இந்நிலையில், ஆட்சியதிகாரத்தைக் கைக்கொண்டு விட்ட இந்துத்துவ பா.ஜ.க.வும், சங்பரிவார் அமைப்புகளும் தங்கள் இலக்கான ஆரிய பார்ப்பனிய வல்லாதிக்கத்தை முழுமை யாக நிறுவிவிடும் நோக்கில், பம்பரமாகச் சுழன்று வேலை செய்து கொண்டிருக்கின்றன. பல கட்சிகள் இவர்களுக்குத் தூதர்களாக இருந்து பிழைப்புவாத அரசியல் நடத்திக் கொண்டிருக்கின்றன.

இந்நிலையில், வரலாறு பேசவேண்டிய தேவை இருக்கிறது. கடந்த காலத்தின் நிகழ்வுகளைச் சரியான புரிதலுடன், தேவையான விளக்கங்களுடன் அளிக்க வேண்டியது உடனடித் தேவையாகும். இத்தேவையை ஓரளவேனும் நிறைவு செய்யும் வகையில் தோழர் நலங்கிள்ளியின் இந்நூல் வெளிவருகிறது.

தேசியஇன உரிமைகளை இந்துத்துவம் என்ற பெயரில் அழித்தால் என்ன? இந்தியம் என்ற பெயரில் அழித்தால் என்ன? இரண்டும் ஒன்றுதான். காங்கிரஸ், பாஜக. சி.பி.ஐ.எம். ஆகிய கட்சிகள் காஷ்மீரிகளை அழிப்பதில் எப்படிக் கைகோர்த்து நிற்கிறார்கள் என்பதை '370: உரிமை முறியா? அடிமைப் பொறியா?' என்ற முதலாவது அத்தியாயத்தில் நூலாசிரியர் பதிவு செய்கிறார். காஷ்மீருக்குத் தனித் தகுதி தரும் அரசியல் சட்ட உறுப்பு 370ஐ நீக்க வேண்டாம் என்ற அளவில் மட்டுமே மதவாதக் கட்சிகளிட மிருந்து மதவாத எதிர்ப்பாளர்கள் மாறுபடுகின்றனர். அரசியல் சட்டக் கூறு 370ஐ மறுப்போரும், ஆதரிப்போரும் காஷ்மீரில் பொது வாக்கெடுப்பு எடுப்பதை மறுப்பதில் ஒன்றாகவே இருக்கின்றனர். காஷ்மீர மக்களிடையே பொதுவாக்கெடுப்பு நடத்தி, காஷ்மீரிகளின் எதிர்கால அரசியல் நிலை நிர்ணயிக்கப்பட வேண்டும் என்ற சரியான பார்வையை இந்நூல் முன்வைக்கிறது.

'தமிழர்தம் வேலியா இந்திய ஒற்றுமை?' என்ற கேள்வியை முன்வைத்துப் பேசும் நூலாசிரியர் பாகிஸ்தானை இழந்து விட்டதாக ஒப்பாரி வைக்கிறார்களே, ஆனால் 1947 இந்திய

விடுதலையின் போது காஷ்மீரும் நாகாலாந்தும் மணிப்பூரும் கோவாவும் சிக்கிமும் இந்தியத் தொடர்பற்று இருந்ததையும், அவற்றை பாரமாதா வன்சூதில் கைப்பற்றிக் கொண்டதையும் சுட்டிக்காட்டுகிறார்.

தமிழகத்தை இந்திய அரசு சுரண்டிக் கொண்டிருப்பதை இந்நூல் விளக்குகிறது. ஆற்றுநீர் மறுப்பதிலும், இந்தி, ஆங்கிலம் மூலம் வேலைவாய்ப்புகளைப் பறிப்பதிலும், வரிவருவாயைக் களவாடிச் செல்வதிலும் இந்தியா எப்படிச் செயல்படுகிறது என்பதையும் இந்நூல் சுட்டுகிறது.

'எவருக்கும் வாக்கில்லை, ஏன்?' என்ற மூன்றாவது அத்தியாயத்தில், திமுகவும், அதிமுகவும் இந்துத்துவ பா.ஜ.க.வுக்கு எப்படித் துணைநின்றன என்பதும், கலைஞர் கருணாநிதி, ஜெ. ஜெயலலிதா, வைகோ, பா.ம.க. தலைவர் எஸ். இராமதாஸ் ஆகியோரின் இந்துத்துவ உறவுகளும் பேசப்பட்டுள்ளன. தமிழக உரிமைகளை மீட்கத் தேர்தலுக்கு வெளியே வழி திறந்திருப்பதைச் சுட்டிக் காட்டுகிறது.

'தமிழ் மண் தவழா மோடி அலை' என்ற அத்தியாயம் 'இந்தியம் என்பதே இந்துத்துவம்தான். இந்தியத்தை ஆதரிப்பதும் இந்துத்துவத்தை ஆதரிப்பதும் ஒன்றே' என்பதை விளக்குகிறது. நினைவில் நிறுத்த வேண்டிய ஏராளமான வரலாற்றுப்பதிவு களையும் இந்த அத்தியாயம் தருகிறது.

ஈழத்தமிழர் படுகொலையை நிகழ்த்திய சிங்களப் பேரினவாத அரசுக்கு இந்தியா துணைநின்ற விதத்தை இந்நூல்பதிவு செய்கிறது. ஈழத்தமிழர்படுகொலையைக் கண்டித்துஇலயோலா கல்லூரிமாணவர் தொடங்கிய உண்ணாநிலைப் போராட்டம், இந்தியாவுக்கு எதிரான வரிகொடா இயக்கம் நடத்தவேண்டும் என்ற மாணவர்க் கோரிக்கை என நிகழ்கால வரலாற்றுத் திருப்பங்கள் பதிவு செய்யப்பட்டுள்ளன. 'மாணவர்கள் தமிழக நாற்காலி அரசியல் தலைவர்களுக்குப் பாடம் நடத்தும் ஆசான்கள் ஆகிவிட்டனர்' என்பதை நூலாசிரியர் சுட்டிக் காட்டுகிறார்.

இந்தியப் பெருங்கடல் பகுதியில் இந்தியாவின் புவிசார் அரசியல் நலனுக்காக, ஈழத் தமிழர்களைப் பெருமளவில் சிங்களப்படை யும், கடற்படையும் கொன்றொழித்ததைச் சுட்டிக்காட்டி, 'இனி தமிழர்களுக்கென்று ஒருபுவிசார் அரசியல் வேண்டும், அது அவர்களின் விடுதலை நலனோடு இணைந்திட வேண்டும். ஈழத்

தமிழருக்குக் கொழும்பு பகை என்றால், தமிழகத் தமிழருக்கு தில்லி பகை என்பதை உணர வேண்டும்' என்று இந்நூல் வலியுறுத்துகிறது.

ஈழத் தமிழரைப் படுகொலை செய்த இலங்கையின் கால்பந்தாட்டக் குழுவைத் தமிழக அரசு 2012இல் வெளியேற்றியது சரியான செயல்தான் என்பதற்கு உலக அளவில் பல நாடுகளில் மேற்கொள்ளப்பட்ட இத்தகைய நடவடிக்கைகளைத் தொகுத்தளிக்கிறது இந்நூல்.

'யாருக்கு ஆதரவு யாரோ?' என்னும் கட்டுரை ஈழத் தமிழர்களுக்கு எதிரான கலைஞர் கருணாநிதியின் போக்கினையும், ஜெயலலிதாவே உண்மையில் விடுதலைப் புலிகளின் ஆதரவாளர் என உடன்பிறப்புக்கு அவர் எழுதியதையும் பதிவு செய்கிறது. ஈழப் பிரச்னையில் கலைஞர் கருணாநிதியின் போக்கைத் தமிழின எதிரிகள் போற்றியுள்ளதையும் பதிவு செய்கிறது.

பாரதிய தர்மமும் தமிழிய அறமும் எதிரானவை என்பதைச் சுட்டிக்காட்டும் நூலாசிரியர், 'இந்துத்துவ ராஜ்ஜியத்தில் ஒரு சாதாரண ஐந்து நட்சத்திர விடுதியைத் தாக்கிய அஜ்மல் கசப் ஊரறியாது தூக்கிலிடப்பட வேண்டும்; ஆனால் வரலாற்று வழிவந்த பாபர் மசூதியைத் தாக்கிய ஒருவரையும் ஊரறியச் சிறையில் கூட அடைக்க வேண்டியதில்லை' என்ற இந்துத்துவ ஆதரவுப் போக்கைச் சுட்டிக்காட்டுகிறார். இந்துத்துவ எதிர்ப்புக்குத் தமிழ்த்தேசியக் கருத்தியலைத் தக்க கருவியாக அடையாளம் காணும் இந்நூல் தமிழ்த் தேசிய மரபில் சமஸ்கிருத வர்ண தர்ம எதிர்ப்பு ஊடும் பாவுமாய் பின்னியிருக்கிறது என்றும், 'வர்ண ஒழிப்பும் சமஸ்கிருத மறுப்புமே பெரியார் எழுப்பிய 'தமிழ்நாடு தமிழருக்கே' முழக்கத்தின் அடிப்படை' என்றும் குறிப்பிடுகிறது.

இன்றைக்கு இந்தியாஎன்று அறியப்படும் இந்தியாஎன்றைக்கும் இருந்ததில்லை. ஆனால் தமிழ்நாடு சங்ககாலம் தொட்டு இருந்தது என்பதை இலக்கியச் சான்றுகள் மூலம் தெளிவு படுத்துகிறார்.

இந்திய ஒற்றுமையை வெவ்வேறு காரணங்களுக்காக வலியுறுத்திய ஆர்எஸ்எஸ்ஸின் ஹெட்கேவர், தலித் விடுதலை கோரிய அம்பேத்கர், பாரத கம்யூனிஸ்டுகள் ஆகியோருக்கு இந்தி-இந்து-இந்தியா-பாரதம்-இந்துஸ்தானம் என்ற சொல்லாடல்களில்

முரணில்லை. ஆனால் ஒடுக்குமுறைக்கும் அடிமைத்தனத்துக்கும் இந்திய ஒற்றுமையே அடிப்படைக் காரணம் என்று தந்தை பெரியார் அறிவித்தார் என்பதை இந்நூல் பதிவுசெய்கிறது.

'தேசிய இன உரிமைகளுக்காகப் போராடி வரும் காஷ்மீர் இஸ்லாமியரை, பஞ்சாப் சீக்கியர்களை, ஈழத் தமிழரை ஒடுக்குவதில் ஆகட்டும், சமூகநீதிக்கு அடிப்படையான கல்வி, வேலைவாய்ப்பு இட ஒதுக்கீட்டை ஒடுக்கப்பட்டோருக்கு, இசுலாமியருக்குத் தர மறுப்பதில் ஆகட்டும், இறுதியாகப் பார்க்குமிடத்து காங்கிரஸ், பாஜக, கம்யூனிஸ்டு உள்ளிட்ட பாரதக் கட்சிகள் அன்றுமுதல் இன்றுவரை ஓரணியில் நிற்பதை இந்தியக் காலங்காட்டி படம்பிடித்துக் காட்டுகிறது. இந்தியத்தின் உயிர் நாடி இந்துத்துவமே! சமூக அறிவியல் நோக்கில் இந்தியமும் இந்துத்துவமும் ஒன்றே' என்று இந்தியத்தை இந்நூல் தோலுரிக்கிறது.

'தந்தை பெரியர்: தமிழ்த் தேசிய அறிவியலர்' என்னும் அத்தியாயம் தமிழ்த் தேசியத்துக்குத் தந்தை பெரியாரின் பங்களிப்பைப் பேசுகிறது. பிற்படுத்தப்பட்டோருக்கும் தலித்துகளுக்குமான ஒற்றுமையை வலியுறுத்தி தமிழர் ஓர்மைக்குப் பெரியார் அடித் தளமிட்டதை இந்நூல் சரியாகச் சுட்டிக்காட்டுகிறது.

இந்த நூலுக்காகவே எழுதப்பட்ட 'யார் தமிழர்'என்ற கட்டுரை விவாதத்துக்குரியது.

இந்நூலுக்காக எழுதப்படும் அணிந்துரை முழுமையான மதிப்பீட்டுரை அல்ல. மேலும், அணிந்துரை வழங்குபவர் நூலாசிரியருடன் வரிக்கு வரி ஒத்துப்போகிறார் என்றும் பொருளல்ல. ஏற்பளிப்பு தரத்தக்க கருத்துகளும், ஆய்வுக்கும் விவாதத்துக்கும் உட்படுத்த வேண்டிய கருத்துகளும் இந்நூலில் உள்ளன. மறுக்கத்தக்க கருத்துக்களும் உள்ளன என்பதற்காக, இந்நூலின் அறிவார்ந்த பங்களிப்பை ஒதுக்கிவிட முடியாது. அடுத்த தலைமுறைக்கு அளிக்கவேண்டிய, அறிவுறுத்தவேண்டிய கருத்துகளும், செய்திகளும் இதில் ஏராளமாக உள்ளன.

'நீங்கள் மனிதன் என்பதில் பெருமைப்படுவீர்களா? தமிழன் என்பதில் பெருமைப்படுவீர்களா?' என்று கேட்டால் 'மனிதன்' என்று கூறிக்கொள்வதுதான் பெருமைக்குரியது என்று பலரும் சொல்வர். 'நான் முதலில் மனிதன்' என்று கூறுவது வழக்கம். 'மனிதன்' என்ற பகுப்பு இயற்கை அறிவியலில் வரும் சமூகமாக வாழும் மனிதர்கள் கூட்டம் ஆகும். சமூக அறிவியலில் வரும்

'தமிழர்' என்பது சமூகப் பரிணாம வளர்ச்சி நிலை என்பதை நூலாசிரியர் சுட்டிக் காட்டுகிறார்.

இந்தியனா? தமிழனா? என்ற கேள்விக்கு நூலாசிரியர் இந்தியச் சமூகம் என்று ஒன்று இல்லை, எனவே இந்தியர் என்றொரு தேசிய இனமும் இல்லை, இரண்டும் கற்பிதங்களே என்று சரியாகப் பதிவு செய்கிறார்.

திராவிடனா? தமிழனா? என்ற கேள்வியை முன்வைத்து, பார்பனரல்லாத தமிழர்களைக் குறிப்பதற்குத் திராவிடம் என்ற சொல்லைப் பெரியார் பயன்படுத்தியது சரியா? என்று கேள்வி எழுப்புகிறார் நூலாசிரியர்.

'திராவிடர்' என்ற பழைய சொல்லுக்கு 1856இல் புதிய பொருளை வழங்கியவர் இராபர்ட் கால்டுவெல். 1856இல் தென்னிந்திய மொழிக் குடும்பத்துக்கு திராவிட மொழிகள் என்று பெயரிட்டார் கால்டுவெல். பிராமணர் என்ற சொல்லை ஆரியர் என்பதற்கு இணையாகக் கருதினார். திராவிடர்கள் மத்தியில் குடியேறிய பிராமணர்கள் ஆளும் வகுப்பினர் தவிர மற்றவர்களுக்குச் சூத்திரர் என்று பெயரிட்டனர் என்று கால்டுவெல் கருதினார். பார்ப்பனர் அல்லாத தென்னிந்திய மக்களைக் குறிக்கும் சொல்லாக திராவிடர் என்ற சொல் கால்டுவெல்லால் பயன்படுத்தப்பட்டு, அது பிற மொழியியலாளர்கள், மாந்தவியலாளர்கள், வரலாற்றாளர்களால் ஏற்கப்பட்டு பயன்பாட்டுக்கு வந்தது. தென்னிந்திய மக்களையும், அவர்கள் மொழிகளையும் குறிக்க பழங்கால சமஸ்கிருத மொழியியலாளர்கள் பயன்படுத்திய பொதுப்பெயர் 'திராவிட' என்பது என்றும், ஆகவே அச்சொல்லையே தாம் ஏற்றுக் கொண்டதாகவும் கால்டுவெல் குறிப்பிட்டார். இவ்வாறு பயன்பாட்டுக்கு வந்த திராவிடர் என்ற சொல் 1891இல் மக்கள் தொகைக் கணக்கெடுப்பின்போது ஏற்றுப்பதியப்பட்டது. 20ஆம் நூற்றாண்டில் பார்பனிய எதிர்ப்புப் போரில் பார்ப்பனர் அல்லாதாரைக் குறிக்கும் சொல்லாகப் பயன்பாட்டுக்கு வந்தது. (த.செயராமன்).

'திராவிடர்' போன்ற செயற்கையான புனை சொற்கள் மெய்யான தமிழர் என்ற சொல்லின் இயற்கைப் பண்பின் முனை மழுங்கச் செய்துவிடாதா? என்று கேள்வி எழுப்பும் நூலாசிரியர் சமூக அறிவியல் நோக்கில், நாம் மனிதர் அல்ல, இந்தியர் அல்ல. திராவிடர் அல்ல, தமிழர் என உணர்வோம் என்கிறார். இந்தக் கட்டுரையில் நூலாசிரியர் முன்வைக்கும் வாதங்கள் விவாதப் பொருளாக வேண்டியவை.

பார்ப்பனர்கள் தமிழர்களா? என்ற கேள்வியை முன்வைத்து விவாதிக்கும் நூலாசிரியர் பின்வரும் கருத்துகளை முன்வைக்கிறார்: 'பெரியாரும், பெரியாரைப் பின்பற்றுபவர்களும் ஆரியர்கள் அல்லது பார்ப்பனர்கள் கைபர் போலன் கணவாய் வழியே நுழைந்த வந்தேறிகள் எனக் கூறிவருவது இன்று ஓர் அறிவியல் உண்மையே என்றாலும், திராவிடர்களும்கூட கைபர் போலன் கணவாய் வழியே நுழைந்த வந்தேறிகளே என இன்றைய மரபணுவியல் ஆராய்ச்சிகள் தெள்ளத்தெளிவாக மெய்ப்பித்து விட்டன. அப்படியானால் யார் முதல் வந்தேறி? யார் இரண்டாம் வந்தேறி? எனப் பார்ப்பதுதான் இனவியல் ஆராய்ச்சியா?'

கிமு 1500க்குப் பிறகு வடமேற்கு இந்தியாவுக்குள் புகுந்த ஆரியர் களையும், தொல்குடியினரான திராவிடர்களையும் (தமிழர்) வந்தேறிகள் என்று ஒரு நிலையில் வைப்பதே தவறான பார்வை. குமரிக் கண்டம் அழிந்ததால் மாந்த இனம் சிதறி ஆப்பிரிக்க, ஆஸ்திரேலிய, இந்தியப் பகுதிகளுக்கு இடம் பெயர்ந்தது. மாந்த இனம் தோன்றிய பகுதியிலிருந்தே சிதறிப் பரவிய முதலாவது மனிதக் கூட்டத்தின் மரபணுக் குறியீடு எம்-130. தென்னிந்தியர் களின் மரபணு அந்தமான் பழங்குடியினருடன் ஒத்துப் போகிறது. ஆஸ்திரேலிய ஆதிக் குடிகளின் மரபணுவும், அந்தமான் மற்றும் தமிழ்நாட்டில் செய்யப்பட்ட ஆய்வு முடிவுகளின்படிக் கண்டறியப்பட்ட எம்-130 என்ற மரபணுவும் இவர்களிடையே தொடர்பை ஏற்படுத்துவதால், இவர்கள் லெமூரியாவில் 70,000 ஆண்டுகளுக்கு முன்பு வாழ்ந்த தொல்மனிதனின் வழிவந்தோர் என்று நம்பலாம். 70,000 ஆண்டுகளுக்கு முன் வாழ்ந்த மனிதர் களின் எம்-130 குடியீட்டைக் கொண்ட மரபணுக்களை உடைய தமிழர்களை மதுரையின் அருகே ஜோதிமாணிக்கம் என்ற கிராமத்தில் ஆய்வாளர்கள் கண்டறிந்தது அனைவரும் அறிந்த செய்தி.

மேலும், பார்ப்னர்களைத் தமிழர்கள் என்று ஏற்க வேண்டும் என வலியுறுத்தி நூலாசிரியர் இவ்வாறு குறிப்பிடுகிறார் : 'பார்ப்பனர் களைத் தமிழர் அல்லர் என எந்த மாற்றமுமின்றி கூறி வந்தது பெரும் தவறாகும் . . . தமிழில் மட்டுமே உரையாடி வாழ்ந்துவரும் பார்ப்பனரைத் தமிழர் அல்லர் எனச் சொன்னதன் மூலம் இனவாதக் கருத்தியலுக்கு வித்திட்ட தவறைச் செய்தவர் ஆகிறார் பெரியார் . . . தமிழைத் தூற்றும் சோ, குருமூர்த்தி வகையறாக்களாக இருந்தாலும் சரி, நீண்ட காலமாகத் தமிழகத்தில் வாழ்ந்து வருபவர்கள் தமிழர்கள்தான்.'

'ஒருவரின் தேசிய இன அடையாளத்தைப் பற்றி என்ன நினைத்துக் கொண்டிருக்கிறார் போன்ற அகக் காரணி அவருடைய தேசிய இனத்தைத் தீர்மானிக்காது, அவர் ஒரே நிலப் பரப்பில் பலகாலம் வாழ்ந்து வருபவரா, ஒரே மொழி பேசி வருபவரா என்பன போன்ற புறக்காரணிகளே தீர்மானிக்கும்.'

'அறிவியலற்ற தேசிய இனப் பார்வையைத்தான் பெரியார் முன்வைத்தார். பார்ப்பனர்கள் தமிழரில்லை எனக் காட்ட, அவர்கள் சாதிய ஆதரவாளர்கள், சமஸ்கிருத ஆதரவாளர்கள், தமிழ் விரோதிகள் போன்ற அகக் காரணங்களையே சான்றாகப் பயன்படுத்தினார். ஆனால் பார்ப்பனர்கள் ஒரே நிலப்பரப்பில் தமிழ்மொழியை மட்டுமே மக்கள் கூட்டத்துடன் பல நூறு ஆண்டாய் வாழ்ந்து வருகிற, மற்றவர்களுடன் உரையாட தமிழ் மொழியை மட்டுமே பயன்படுத்தி வருவோர் ஆவர். இந்தப் புறக்காரணிகளே பார்ப்பனர்கள் தமிழர்களே என மெய்ப்பிக்கப் போதுமானவை' என்கிறார்.

நேஷன் என்ற ஆங்கிலச் சொல் தேசம், தேசிய இனம் ஆகிய இரண்டையும் குறிக்கும். மார்க்சியரான ஜே. வி. ஸ்டாலின் ஒரு தேசம் என்பது நான்கு அடிப்படைக் கூறுகளைக் கொண்டிருக்கும் ஒரு மக்கள் சமூகம் என வரையறுத்தார்.

1. ஒரு பொதுமொழி
2. ஒரு தொடர்ச்சியான வரையறுக்கப்பட்ட நிலப்பகுதி
3. ஒரு பொதுவான பொருளதார வாழ்வு
4. பொதுப்பண்பாட்டில் வெளிப்படும் 'தாம் ஓரினம்' என்ற உளவியல், இவற்றைக் கொண்டிருக்கும் வரலாற்றுப் போக்கில் உருவான மக்கள் சமுதாயமே தேசமாகும்.

தேசிய இனத்தைத் தீர்மானிக்க அகக் காரணியைக் கருத்தில் கொள்ளமுடியாது என்று நூலாசிரியர் நலங்கிள்ளி கூறுகிறார். தேசிய இனம் குறித்த மிகச் சிறந்த வரையறுப்பைத் தந்த ஜே. வி. ஸ்டாலின் 'உளவியல் உருவாக்கம்' என்ற அகக்காரணியையும் சேர்த்துள்ளதை நூலாசிரியர் மறந்து போனதாகத் தோன்றுகிறது.

பார்ப்பனர்களில் தங்களைத் தமிழர்களாக உணர்பவர்கள் இல்லாமல் இல்லை. அவர்கள் விதிவிலக்கானவர்களாக உள்ளனர். இந்த விதிவிலக்கையே பொதுவிதியாகக் கொள்ள முடியவில்லை. அதனால்தான் பார்ப்பனர்கள் தமிழர்களா? என்ற விவாதம்

தொடர்கிறது. பார்ப்பனர்களைக் கேட்டால் தங்களை தமிழ் பிராமணர்கள், கன்னட பிரமாணர்கள், தெலுங்கு பிராமணர்கள், சித்பவன் பிராமணர்கள், கூர்ஜரப் பிராமணர்கள் என்று, முதலில் தங்கள்அடையாளமாகப் பிராமணர்கள் என்பதையும், அடுத்துத் தங்கள் வாழ்விடத்தைக் குறிப்பிட்டும் அடையாளப்படுத்திக் கொள்ளும் போக்கு பெரும்பான்மை பிராமணர்களிடம் இன்றளவும் உள்ளது.

சாதியே தங்கள் அடையாளமாகக் கருதுவதும், தாங்கள் ஏக இந்தியச் சாதி என்று பெருமை கொள்ளுவதுமான போக்கு அவர்களிடம் தொடர்வதால்தான் தமிழர்கள் என்ற வரையறைக்குள் பிராமணர்களைக் கொண்டு வருவதில் சிக்கல் எழுகிறது.

தமிழ் மட்டுமே பேசுவதாலும், தமிழ்நாட்டிலேயே வாழ்வதாலும் மட்டுமே தமிழர்கள் என்று பார்ப்பனர்களை அடையாளப்படுத்த முடியாமல் போகிறது. இங்கிலாந்தில் குடியேறிய தமிழர்களின் குழந்தைகளுக்கு இன்று ஆங்கிலம் மட்டுமே தெரியும். அவர்கள் இங்கிலாந்தின் குடிமக்கள் ஆக முடியுமேயொழிய 'ஆங்கிலேயர்' ஆக முடியாது. பல நூறு ஆண்டுகளாக அமெரிக்காவில் வாழும் நீக்ரோக்கள் அமெரிக்கக் குடியுரிமை பெற்ற குடிமக்கள் என்பதில் சந்தேகமில்லை. ஆனால், அவர்கள் ஆங்கிலேயர் ஆக முடியாது.

தமிழத்தில் உள்ள சில பார்ப்பனர்கள் திராவிட இயக்கத்துடன் உறுப்பினர் ஆகாமலே இணைந்து செயல்பட்டனர். அனைவரும் அறிந்த சின்னக் குத்தூசி பிறப்பால் பார்ப்பனர். அவர் 'திராவிடர் இல்லை' என்பதால் திராவிடர் கழகத்தில் உறுப்பினர் ஆகாமலே இணைந்து செயல்பட்டார்.

தமிழர்களாகப் பார்ப்பனர் கருதப்பட வேண்டும் என்ற கருத்து வரவேற்கத்தக்கது. ஆனால் முதலில் பார்ப்பனர்கள் தங்களைத் தமிழர்களாகக் கருதுகிறார்களா? என்பது முக்கியம். மனித நீதி மறுப்பு, தீண்டாமை ஆதரவு, தமிழ் மொழிப் புறக்கணிப்பு, சமஸ்கிருத ஆதரவு, ஆரிய இன உணர்வு ஆகியவற்றைக் கைவிட்டு விட்டார்களா? பூணூலை அறுத்து, சாதி துறந்து விட்டார்களா? இதை எல்லாம் கைவிடும் போது பார்ப்பனர்கள் இயல்பாகவே தமிழர்களாகக் கருதப்படுவார்கள். சாதியத்தில் திளைக்கும் பிற தமிழர்களின் பிற சாதிப் பிரிவுகள் தமிழகத்துக்குள்ளேயே இருப்பதால் சாதிகளை எதிர்ப்பவர்களும் ஏற்பவர்களும் தமிழர்களாகவே அடையாளப்பட்டு விடுவார்கள்.

நூலாசிரியரின் விருப்பப்படியே பார்ப்பனர்கள் தமிழர்களாக ஏற்கப்படும் காலம் வர வேண்டும். அதற்குப் பார்ப்பனர்கள் பெரும் உளவியல் மாற்றத்துக்கு உள்ளாகி இருக்க வேண்டும்.

நூலின் இந்தப் பகுதி வாசகர்களால் விவாதத்துக்கும் ஆய்வுக்கும் உட்படுத்தப்படும் என்று நம்புகிறேன்.

செம்மொழித் தமிழே எப்போதும் வேண்டும் என்ற கட்டுரையில் இந்தியைக் காக்க நேருவும், ஆங்கிலம் காக்க அண்ணாவும் நடத்திய செயற்பாடுகளை விவரிக்கிறார். இந்தியை எதிர்த்த திமுக பதவிக்கு வந்த பின்னர் இந்தியில் விளம்பரம் செய்து வாக்குக் கேட்கும் இழி நிலையைச் சுட்டிக்காட்டுகிறார். தமிழகக் கல்வி நிலையங்களில் இந்தித் திணிப்பு மட்டுமல்ல, ஆங்கிலத் திணிப்பும் கூடாது என்ற கருத்து வலியுறுத்தப்படுகிறது.

தமிழ்த் தேசியத்தின் வரலாற்றுத் தேவை குறித்துப் பேசும் கட்டுரை தாங்கள் இந்தியர் இல்லை என்பதைத் தமிழர்களுக்குத் தெளிவாக உணர்த்தியது பெரியார்தான் என்பதைக் குறிப்பிடுகிறது.

தமிழ்வழிக்கல்வியும் சமூகநீதியும் என்ற கட்டுரை ஆங்கிலேய ஒடுக்குமுறையின் கீழ் கல்வியிலும் வேலைவாய்ப்பிலும் இடம் பிடிக்கப் பார்ப்பனர்கள் தங்களை அணியப்படுத்திக் கொண்டதைப் பார்த்து, சமூகநீதிப் போராட்டத் தலைவர்களும், ஒடுக்கப் பட்டவர்களும் அப்படியே தங்கள் மக்களை அணியப்படுத்திக் கொள்ளக் கூறியதிலிருந்தே கோளாறு தொடங்குகிறது: தமிழில் படிப்பதால் அறிவுச் செல்வத்தைக் கைக்கொள்ள முடியும். தாய்மொழிப் பெருமிதமூட்டி, அவர்களிடம் உள்ள (தமிழ்) தேசிய உணர்வையும் தூண்டிவிட வேண்டும் என்று கூறி நூலை நிறைவு செய்கிறார் நூலாசிரியர் நலங்கிள்ளி.

ஏராளமான தகவல்கள், ஏற்கத்தக்க கருத்துக்கள், விவாதிக்கப்பட வேண்டிய சிந்தனைகள், தமிழ்ச் சமூகத்திற்கான வழிகாட்டு தல்கள், அடுத்த தலைமுறைக்கான வரலாற்றுப் பதிவுகள், தமிழ்த் தேசிய உணர்வை வளர்த்தெடுக்கும் நோக்குடன் முன்வைக்கப்பட்ட வாதங்கள் – இவற்றை நடைமுறைக்கு ஏற்ற நல்ல தமிழில், ஆற்றொழுக்கான நடையில் நூலாக வடித்துத் தந்திருக்கும் நூலாசிரியர் தோழர் நலங்கிள்ளி பாராட்டுக்குரியவர். தமிழ்வழிக் கல்விக்கும், இந்தி-ஆங்கில எதிர்ப்புக்கும், தமிழ்த்தேசியக் கருத்தியலுக்கும், காஷ்மீர் போன்ற தேசிய இன உரிமைப் போருக்கும் குறிப்பிடத்தக்க அளவில் இந்நூல் பங்களிக்கிறது. தமிழ்ச் சமூகத்தின் சமூக, அரசியல் மேம்பாட்டுக்குப் பங்களிக்கும் பயனுள்ள நூல் என இந்நூல் கருதப்படும் என்று உறுதியாகக் கூறலாம்.

பேராசிரியர் த. செயராமன்

27-12-2017

என்னுரை

குஜராத் 2017 சட்டமன்றப் பொதுத் தேர்தலில் பாஜகவுக்குப் பெரு வெற்றி, மோடிக்குப் பெரு வெற்றி.

மோடியின் வளர்ச்சி மாயாஜாலங்களை நம்பித்தான் நாங்கள் தேர்தலைச் சந்தித்தோம், வெற்றியும் பெற்றுக் காட்டி விட்டோம் என்று மார்தட்டுகிறது பாஜக. ஆனால் தேர்தல் சூட்டில் மோடி இந்துத்துவச் சீற்றத்துடன் காங்கிரசைப் பார்த்துக் கேட்ட அதிமுக்கியக் கேள்வி என்ன? 'இராமர் கோயிலா? மசூதியா? உங்களின் ஆதரவு எதற்கு?'

'இந்தியர்களுக்குத் தேவை கோயிலோ மசூதியோ இல்லை, வளர்ச்சிதான், சமூகநீதிதான், மதச்சார்பின்மைதான்'என ராகுல் காந்தி பதிலுக்குத் தேர்தல் வசனம் கூட பேசவில்லை.

இந்துக் கோயில் ஒன்றுக்குள் வழிபாடு செய்து விட்டு வந்தவர், 'நான் இந்து பிராமணன்' என்றார்.

மோடியின் இந்துவெறி அறைகூவலுக்கு ராகுல் தந்த இந்துத்துவப் பதிலடி இது.

இந்த ராகுலின் மதச்சார்பின்மையை நம்பித்தான் இந்துத்துவ மோடியை வீழ்த்திக் காட்ட நினைக்கிறார்கள் பாரதிய இடதுசாரிகள்.

இதைத்தான் இந்தப் புத்தகம் பேசுகிறது. இந்தப் புத்தகம் பற்பல சூழல்களில் நடைபெற்ற இந்திய அரசியல் நிகழ்வுகளைத் தமிழ்த் தேசிய நோக்கில் ஆய்கிறது. இந்த ஆய்வு இன்றைய அரசியல் சூழலுக்கும் நன்கு பொருந்துகிறது.

நான் தமிழ்த் தேசியத்தை அடிப்படையாகக் கொண்டு எழுதிய கட்டுரைகளின் தொகுப்பாக வெளியாகும் இந்தப் புத்தகம்

இந்தியக் கட்சிகள் அனைத்தையும் ஒரே தட்டில் வைத்துப் பார்க்கிறது. இந்தியம் = இந்துத்துவம் என்கிறது, காங்கிரஸ் = பாஜக = சிபிஐ (எம்) என்கிறது.

காங்கிரசைக் கொண்டு போய் பாஜகவுடன் ஒப்பிடுவதா? அதுவும் சிபிஐ (எம்) கட்சியையும் பாஜகவுடன் சேர்ப்பது நியாயந்தானா? எனப் பல தோழர்களுக்கும் வருத்தமும் கோபமும் ஏற்படக் கூடும். நியாயமே எனக் காட்டும் ஏரணங்களை என் கட்டுரைகள் வழங்கும் என நம்புகிறேன்.

பாரதமாதா சந்நிதியில் சபதம் செய்து மூவரும் அமைத்துள்ள கொள்கைக் கூட்டணி ஒருமித்துச் சொல்லும் கருத்துகள் சில -

- தமிழீழம் ஒரு தேசமல்ல
- தமிழீழத்தில் நடைபெறுவது இனப்படுகொலை அல்ல
- தமிழ்நாட்டுக்குக் காவிரி இல்லை, முல்லைப் பெரியாறு இல்லை
- தமிழ்நாட்டுக்கு அணுஉலை உண்டு, ஒஎன்ஜிசி உண்டு
- பேரறிவாளன் உள்ளிட்ட ஏழு தமிழர்க்கு ஆயுள்சிறை உண்டு
- இந்தியாவுக்கு நீட் உண்டு
- இடஒதுக்கீட்டில் க்ரீமி லேயர் உண்டு
- இஸ்லாமியர்க்கு, தலித் கிறிஸ்தவர்க்கு இடஒதுக்கீடு இல்லை

இதுதான் பாரதிய இந்துத்துவ அரசியல் என்கிறது இந்தப் புத்தகம்.

நானும் ஒருகாலத்தில் இந்தியத்தில் கரைந்து போன பாரத பக்தன், ஆர்எஸ்எஸ் அமைப்பில் தீவிர உறுப்பினன். சொல்லப் போனால் பாபர் மசூதி இடிக்கச் சென்ற சங் பரிவார் கூட்டத்துடன் பங்கேற்க விரும்பியவன். பார்ப்பனியத்தை நெஞ்சில் ஏந்தி வாழ்ந்தவன். இடஒதுக்கீட்டின் தீவிர எதிர்ப்பாளனாக இருந்தவன்.

பெரியார்தான் எந்நெஞ்சை விட்டு பார்ப்பனிய நஞ்சை உறிஞ்சி எடுத்தார். அந்தப் பார்ப்பனியம் காக்கும் கோட்டையாக இந்தியா திகழ்வதாக எனக்குப் புரிய வைத்தார். இந்திய எதிர்ப்பே உண்மையான பார்ப்பனிய எதிர்ப்பு, இந்திய ஒழிப்பே சாதி ஒழிப்பு, எனவே தமிழ்நாடு விடுதலையே சாதிய விடுதலை என்ற மிகக் கடினமான ஏரண முடிவை மிக எளிதாக ஆனால் அழுத்தம்

திருத்தமாக என் நெஞ்சில் நிறுத்தினார். இந்த அடிப்படையில் ஆர்எஸ்எஸ், காங்கிரஸ், பாரத கம்யூனிஸ்டுகள் என இந்திய பஜனை பாடுற எல்லாப் பயலுவலும் ஒண்ணுதான் என இந்திய அரிச்சுவடியைக் கற்றுக் கொடுத்தவர் பெரியார். 1940களில் இதைத் தெள்ளத் தெளிவாகச் சொன்ன ஒரே இந்தியத் தலைவர் பெரியார்தான்.

எனவேதான் நான் பெரியாரைச் சாதியறுக்கும் தமிழ்த் தேசிய அறிவியலராகப் பார்க்கிறேன், அதனையே நான் 'தந்தை பெரியார்: தமிழ்த் தேசிய அறிவியலர்' என்ற கட்டுரையில் நிறுவியுள்ளேன். காங்கிரஸ் ஆதரவு, ஆங்கில ஆதரவு, தமிழ்வழிக் கல்வி எதிர்ப்பு, திராவிடம் எனப் பல குறைகள் பெரியாரிடம் இருப்பினும், அவர் பேரறிவின் அடி ஆழத்தில் புதைந்திருப்பது எது எனத் தோண்டி எடுத்து என் கட்டுரையில் தர முயன்றுள்ளேன்.

இன்றைய தமிழ்த் தேசியத் தேவை கருதி இந்தப் புத்தகத்துக் காகவே எழுதியதே யார் தமிழர்? பலரும் பல விதமாக அவரவர்க்குத் தெரிந்த வரையறுப்புடன் எழுப்புகிற இந்தக் கேள்வி தமிழகத்தைக் குழப்பி வருவதுடன், தமிழர் ஓர்மைக்கே வேட்டு வைக்கும் சாதியவாத, இனவாத முயற்சியாக முளை விட்டுள்ளது. இது இந்துத்துவம் கிளை விட்டு வளரவும் துணை செய்கிறது. எனவே இந்தச் சிக்கலை முளையிலேயே கிள்ளி எறிய யார் தமிழர்? கட்டுரை முயல்கிறது.

இந்தக் கட்டுரை ஒரு திருப்புமுனைக் கருத்தை முன்வைக்கிறது. இந்த இந்தியப் பெருநிலப் பரப்பில் 'ஆரியர்' மட்டும் வந்தேறிகள் அல்ல, 'திராவிடர்', தமிழர் என அனைவரும் வந்தேறிகளே.இதைத்தான் அண்மைய மரபணுவியல் ஆய்வுகள் மெய்ப்பிக்கின்றன.

பிஎம்சி எவல்யூஷனரி பயாலஜி (பிஎம்சி பரிணாம உயிரியல்) எனப்படும் இதழில் ஆறு மாதம் முன்பு இங்கிலாந்து ஹட்டர்ஸ்ஃபீல்ட் பல்கலைக்கழகத்தைச் சேர்ந்த பேராசிரியர் மார்ட்டின் பி. ரிச்சர்ட்ஸ் தலைமையிலான 16 அறிவியலர்கள் 'இந்தியத் துணைக் கண்டத்துக்கான மரபியல் காலவரிசை வலுவான பாலினச் சார்புப் பெயர்வுகளைக் குறிக்கிறது' என்ற தலைப்பில் ஓர் ஆய்வுத்தாளை வெளியிட்டனர். மேலும், ஸ்டான்ஃபோர்டு பல்கலைக்கழகத்தின் டேவிட் போஸ்னிக் என்பவரை முதன்மை ஆசிரியராகக் கொண்டு 'உலகளாவிய ஒய்-குரோமோசோம்களின்

1,244 வரிசைத் தொடர்களின் உதவியுடன் மாந்த ஆண் தொகையினரிடத்தில் ஊகித்தறிந்த இடையீட்டு எழுச்சிகள்' (Punctuated bursts in human male demography inferred from 1,244 worldwide Y-chromosome sequences) என்ற ஆய்வுத்தாள் சென்ற ஆண்டு (2016) வெளியானது. இவ்விரு ஆய்வுத் தாள்களையும் அடிப்படையாகக் கொண்டு டோனி ஜோசஃப் 2017 ஜூன் 16ஆம் நாள் ஆங்கில இந்து நாளிதழில் கட்டுரை ஒன்றை வெளியிட்டார். 'ஆரியப் புலப்பெயர்வு விவாதத்தை மரபணுவியல் எப்படி முடித்து வைக்கிறது?' என்ற பெயரில் அக் கட்டுரை வெளியானவுடன், பலரும் ஆரியரின் இந்திய நுழைவு அறிவியல் அடிப்படையில் மெய்ப்பிக்கப்பட்டது குறித்துச் சமூக வலைதளங்களில் மகிழ்ச்சியை வெளிப்படுத்தினர். 'திராவிடர்', தமிழர் உள்ளிட்ட அனைவரும் வந்தேறிகளே என அக்கட்டுரை கூறியிருந்த கருத்தை எவரும் கவனித்தார்களா தெரியவில்லை.

இது மட்டுமல்ல, இன்று வந்து குவிந்து கொண்டிருக்கும் மரபணுவியல் ஆய்வுகள் எல்லாம் உள்ளபடியே தெற்கு ஆப்பிரிக்கப் பகுதி மக்களே உலகின் ஆதி மனிதர்கள் என்றும், இந்த மனிதர்கள் ஆப்பிரிக்காவிலிருந்து நடத்திய புலப்பெயர்வே உலகெங்கும் மனித இனத்தைக் கொண்டு சேர்த்தது என்றும் மெய்ப்பித்து வருகின்றன. இந்த உலகில் மண்ணின் மைந்தர்கள் எனக் கூறிக் கொள்ளும் தகுதி எவருக்கும் இருக்குமானால் அது ஆப்பிரிக்கக் கருப்பின மக்களுக்கு மட்டுமே உரித்தானது ஆகும்.

குமரிக் கண்டம் கருதுகோளை வைத்தும், பல தமிழறிஞர்களும் தமிழ்த் தேசியர்களும் தமிழர்களை உலகின் மூத்த குடி எனக் கூறுகின்றனர். ஆனால் குமரிக் கண்டம் இன்று பாட்டிக் கதை ஆகிப் போன கோட்பாடு எனப் பலரும் உணர்வதில்லை. நிலவியல் ஆராய்ச்சிகளின் அடிப்படையில் 1910களில் வெளியான **கண்ட நகர்வியல் கோட்பாடு** (Theory of continental drift), பின்னர் 1950களில் வெளியான **புவித்தட்டு நகர்வியல் கோட்பாடு** (Theory of plate tectonics) ஆகியவை குமரிக் கண்டக் கருதுகோளுக்கு முற்றுப் புள்ளி வைத்து விட்டன.

எல்லாவற்றுக்கும் மேலாக, தமிழர்களே உலகின் மூத்தகுடி எனக் காட்டும் ஓர் அறிவியல் தரவு கூட இதுவரை வெளிவரவில்லை. உலகின் ஆதிக்குடிகள் ஆப்பிரிக்கர்கள் என்ற கருத்து நோக்கியே மரபணுவியல் சாய்கிறது.

நாம் அறிவியலின் பக்கம் நின்று ஆய்வது யார் தமிழர்? என்னும் கருத்தியலை இன்னும் உறுதிப்படுத்தும் என்பதால், நான் அந்த அறிவியல் முன்வைக்கும் கோட்பாடுகளின் அடிப்படையில் இந்தக் கட்டுரையை எழுதியுள்ளேன். இதனால் பலருக்கும் வருத்தமும், கோபமும் ஏற்படும் என்பதை நான் அறிவேன். அறிவியல் அடிப்படையில் என் கருத்துக்கு எதிராகச் சான்றுகள் தரப்படுமானால் நான் மாற்றிக் கொள்ள அணியம்.

நான் ஏற்கெனவே கூறியபடி, நான் எழுதியுள்ள கட்டுரைகள் பெரும்பாலும் இந்தியக் கட்சிகளை ஓர் நிறையில், இந்தியம் இந்துத்துவம் இரண்டையும் ஓர் நிலையில் வைக்கக் காணலாம், இந்தக் கருத்தைப் பெரியாரிடம் கற்றேன். இதே கருத்தைத் தோழர் தியாகு முன்வைத்த, 'தமிழர் விடுதலைப் போர் முழக்கம், சமூகநீதித் தமிழ்த் தேசம்' என்ற முழக்கத்தில் கண்டேன். எனவே அவருடன் இணைந்து தமிழ்த் தேசியப் பணியாற்றினேன். தமிழ்த் தேசியக் கச்சா கருத்தியலுடன் வந்து சேர்ந்த என் அறிவைச் செதுக்கிச் சீராக்கியவர் தோழர் தியாகு. நான் தமிழ்த் தேசியம் சார்ந்து தோழமை அமைப்புகளுடன் கலந்து பழகியதில் தோழர் பெ. மணியரசன் என் மீது பெரும் தாக்கம் செலுத்தியவர். அவர்களிடம் நான் கற்றுத் தேர்ந்த தமிழ்த் தேசிய அரசியல் அறிவு என் அனைத்துக் கட்டுரைகளிலும் வெளிப்படக் காணலாம். அவர்களுக்கு என் நன்றிகள்.

மற்றபடி, நான் அறிவியல் மொழிபெயர்ப்பாளன் என்ற வகையில், என்னுள் ஆழ்ந்துள்ள அறிவியல் அறிவும் இந்நூலாக்கத்தில் துணைபுரிந்தது.

இந்தியத்தைக் கட்டிக் காப்பதில் காங்கிரஸ், பாஜக, சிபிஐ (எம்) கட்சிகளின் உறுதியான கொள்கைக் கூட்டணியை வெளிப்படுத்தும் வகையில் ஒரு நல்ல சித்திரத்தை உருவகித்து ஓவியர் பிரேம் டாவின்சியிடம் கூறினேன். அதை மிகச் சரியாக அவர் கை வண்ணத்தில் வடித்துக் கொடுத்தார். அவருக்கு என் நன்றி.

இந்நூலுக்குச் சிறப்பான அணிந்துரைகள் வழங்கி என்னைப் பெருமைப்படுத்திய ப. திருமாவேலன், தோழர் தியாகு, த. செயராமன் ஆகிய மூவருக்கும் என் நன்றி.

பத்ரி சேஷாத்ரி என் கருத்துகளுக்கு நேர் எதிரானவர். நான் இந்தியத்துக்கு எதிராக மிகக் கடுமையாக விமர்சித்து எழுதிய காஷ்மீர் தொடர்பான கட்டுரையை அவர் நடத்திய ஆழம்

இதழுக்கு எழுதினேன். அதை அவர் வெளியிடுவாரா என நெருங்கிய தோழர்கள் ஐயுற்றனர். காட்டாக, 'உண்மையில் காஷ்மீர் என்னும் தலை இல்லா முண்டமாகத்தான் பாரத மாதா பிறந்தாள்' என்று நான் எழுதியிருந்தேன். இந்த வரியைக் கூட வெட்டவில்லை பத்ரி.

ஜெயலலிதா சிங்களக் கால்பந்துக் குழுவுக்கு, சென்னை ஐபிஎல் போட்டிகளில் பங்கேற்க சிங்களக் கிரிக்கெட்டர்களுக்கு நடுவர் களுக்குத் தடை விதித்தபோது, அதனைக் கடுமையாகச் சாடி கிழக்கு பதிப்பகம் ஆசிரியர் மருதன் அவரது வலைப்பூவில் எழுதியிருந்தார். அவரது கட்டுரையை நான் எல்லாக் கோணங் களிலும் விமர்சித்து 'கொழும்புக் கொழுப்பைக் கரைக்கும் அரசியல் எது?' என்ற தலைப்பில் *கீற்று* இணைய இதழில் கட்டுரை எழுதினேன். அது மட்டுமல்ல, அந்தக் கட்டுரையில் கிழக்கு பதிப்பகத்தின் நிறுவனர் பத்ரியையும் விமர்சனம் செய்திருந்தேன். இப்போது அந்தக் கட்டுரை இந்தக் கிழக்கு பதிப்பக வெளியீட்டில் இடம்பெறுகிறது. நண்பர்கள் பத்ரி, மருதன் இருவரும் கடைப்பிடிக்கும் கருத்துரிமைப் பண்புக்கு என் பாராட்டுக்கள். என் தமிழ்த் தேசியச் சிந்தனைகளை நூலாக வெளியிட முன்வந்ததற்கு நன்றிகள்.

என்னை எப்போதும் எந்தத் தடையுமின்றி சிந்தனைக் கனவுகளில் மூழ்க இசைவளிக்கும் காதல் மனைவி செல்வி, அன்பு மகள் ஈரோடை, செல்ல மகள் பறை மூவருக்கும் என் தித்திக்கும் முத்தங்கள்.

நலங்கிள்ளி

27-12-2017

1

உறுப்பு 370 : காஷ்மீரத்தின் உரிமை முறியா? அடிமைப் பொறியா?

அண்மையில் புது தில்லியில் நடைபெற்ற **மனித உரிமைகள் பாதுகாவலர்களின் தேசிய மாநாடு** (நேஷனல் கன்வென்ஷன் ஆஃப் ஹியூமன் ரைட்ஸ் டிஃபென்டெர்ஸ்)நடத்திய கருத்தரங்கில் கலந்து கொண்டவர்களில் ஒருவர் காஷ்மீர் தேசத்து ஊடகராகிய நஜீப் என்ற 25 வயது இளைஞர். அவர் அங்கு மனம் வெதும்பிப் பேசினாலும் மிகத் தெளிவான கருத்துகளை முன்வைத்தார். அவர் சொல்கிறார், உங்கள் வீட்டின் நட்ட நடுவில் ஒரு பெரிய யானை நின்று கொண்டு இருக்கிறது. ஆனால் அந்த வீட்டில் நடமாடுவோர் அந்த யானையைக் கண்டுகொள்ளாது வேறேதோ அன்றாட வீட்டுப் பிரச்னைகளைப் பற்றிப் பேசிக் கொண்டிருந்தால், எவ்வளவு பெரிய வேடிக்கையாக இருக்கும். ஆனால் தோழர்களே, இன்று இந்தியாவில் அதுதான் நடைபெற்றுக் கொண்டிருக்கிறது. காஷ்மீர் சிக்கல் பன்னெடுங்காலமாய் பூதாகரமாய் இந்தியாவில் நின்று கொண்டிருக்கிறது. இந்தியம் எவ்வளவு கொடுமையானது என்பதை காஷ்மீரத்தில்தான் தெரிந்துகொள்ள முடியும். இங்கு பேசியவர்களோ பாஜகவின் இந்துத்துவ வெறிக்கு காங்கிரஸ் பரவாயில்லை, காங்கிரசை விட இடதுசாரிகள் பரவாயில்லை, இடதுசாரிகளிடம் எவ்வளவு குறைகள் இருந்தாலும் இந்துத்துவ சக்திகளை வீழ்த்த நாம் அவர்களைத்தான் நம்பியுள்ளோம் என்றெல்லாம் கூறினீர்கள். காஷ்மீர் வந்து பாருங்கள், அங்கு எங்களை வீழ்த்தி அழிப்பதில்

காங்கிரஸ், பாஜக, சிபிஐ (எம்), சிபிஐ என அனைவரும் கைகோத்து இணைந்து செயல்படக் காண்பீர்கள்.

ஆம், இந்தியாவில் அரசியல் செய்வதாய்க் கூறிக் கொள்ளும் எந்தக் கட்சியாகட்டும், அது மதச்சார்பற்ற கட்சிதானா என்பதை உரசிப் பார்ப்பதற்குள்ள உரைகல் காஷ்மீரமே. இந்தியாவில் இடதுசாரிகள் என்ற பெயரில் அறியப்படும் சிபிஐ (எம்), சிபிஐ ஆகட்டும், பண்டித நேரு வகுத்துக் கொடுத்த மதச்சார்பின்மை வழியில் பயணம் செய்வதாகக் கூறிக் கொள்ளும் காங்கிரஸ், இன்னும் சொன்னால், வடஇந்தியக் கட்சிகளான மாயாவதியின் பகுஜன் சமாஜ், முலாயமின் சமாஜ்வாதி, லல்லுவின் ராஷ்ட்ரீய ஜனதா என இந்தியக் கட்சிகள் ஆகட்டும், அவை அனைத்தும், ஏன், நேற்று முளைத்த ஆம் ஆத்மி கூட காஷ்மீரின் ஒரு பிடி மண்ணையும் விட்டுக் கொடுக்க மாட்டோம் என ஒன்றே போல் கோரஸ் பாடுகின்றனர்.

என்னய்யா, நீங்கள் எல்லாம் மதச்சார்பின்மைக்காகவே கட்சி நடத்துவதாகக் கூறிக் கொள்கிறீர்களே, எப்பாடு பட்டேனும் காஷ்மீர பயங்கரவாதிகளை ஒடுக்கி இந்தியக் காஷ்மீரைச் சிந்தாமல் சிதறாமல் காப்போம் என்று வேறு அவ்வப்போது முழக்கமிடுகிறீர்களே, ஆனால் இதைத்தானே சங் பரிவாரக் கட்சிகளும் கூறுகின்றன. அப்படியானால் உங்களுக்கும் அவர்களுக்கும் என்னங்க வேறுபாடு எனக் கேட்டால், காஷ்மீரத்து உரிமை காக்கும் முந்நூற்று எழுபதைக் குழி தோண்டிப் புதைப்பதையே குறிக்கோளாகக் கொண்டு கட்சி நடத்தும் பாஜவையும், அந்த முந்நூற்று எழுபதைக் காப்பாற்றுவது ஒன்றையே இலட்சியமாகக் கொண்டு செயல்படும் எங்களையும் ஒப்பிட்டுப் பேசுவது நியாயந்தானா என அவர்கள் ஒருசேர பஜனை பாடுவார்கள். இந்த 370 பஜனைகளை இந்திய, தமிழ் ஊடங்களில் பல முறை கேட்டிருக்கலாம்.

> **இந்தியாவில் அரசியல் செய்வதாய்க் கூறிக் கொள்ளும் எந்தக் கட்சியாகட்டும், அது மதச்சார்பற்ற கட்சிதானா என்பதை உரசிப் பார்ப்பதற்குள்ள உரைகல் காஷ்மீரமே.**

ஒரு தமிழன் குஜராத்தில் சொத்து வாங்கலாம், ஒரு வங்காளி மராத்தியத்தில் சொத்து வாங்கலாம், ஆனால் எந்த இந்தியனும் காஷ்மீரத்தில் குண்டூசி முனைச் சொத்தையும் வாங்கத்

தடைவிதிக்கும் 370ஆவது உறுப்பை ஒழித்துக் கட்டுவதுதானே நியாயமென ஊடகங்களில் தொண்டை புடைக்கப் பேசுவார்கள் பாஜக தலைவர்கள். இந்த நியாயத்தைத் தட்டிக் கேட்கத் திராணியற்ற போலி மதர்சார்பின்மைவாதிகளின் சந்தர்ப்பவாதம் பாரீர் எனக் கேலி பேசுவர். 370 வேண்டும் என்போர் தேசத் துரோகிகள் எனத் தூற்றுவர்.

370 பிரிவை நீக்கி காஷ்மீர் இஸ்லாமியர்களை ஒழிக்க நினைக்கிறது பாஜக, தங்களின் இந்துத்துவ இந்தியாவைக் கட்டமைக்க நினைக்கிறது சங்கப் பரிவாரம் எனப் பதில் கொடுப்பர் மதச் சார்பின்மை பேசுவோர்.

ஆனால் உணர்ச்சி பொங்கச் சண்டையிட்டுக் கொள்ளும் இந்த அரசியல் பங்காளிகள் சங்கமித்துக் கொள்ளும் இடம் ஒன்றே. 370ஐ நீக்கத் துடிக்கும் சங்கப் பரிவாரம், 370ஐ நீக்க மறுக்கும் மதச்சார்பின்மைப் பரிவாரம் ஆகிய இரண்டின் புனிதக் குறிக்கோளும் ஒன்றே – பாரத மாதா சிரம் காத்தல்.

இந்திய ஒற்றுமையின் குறியீடாக்கப்படும் இந்த முந்நூற்று எழுபதுதான் என்ன? எந்த இந்தியனும் எங்கும் சொத்து வாங்கலாம், ஆனால் இது காஷ்மீருக்கு ஆகாதென 370 தடைபோடுவது சனநாயகமாகுமா? 370 நீங்கினால் காஷ்மீரம் தனிநாடாகும் என்றெல்லாம் கூறுவது பிரிவினைவாதமில்லையா? இப்படி ஒரு மாநிலத்துக்கு மட்டும் சிறப்புத் தகுதி வழங்குவது காஷ்மீரி பயங்கரவாதிகளையும் எல்லை தாண்டிய பயங்கரவாதத்தையும் ஊக்கப்படுத்துவது ஆகாதா? ஆக, 370 நீங்குவதால் காஷ்மீரி களுக்கு அப்படி என்ன பெரிய இழப்பு? இப்படிப் பல வினாக்கள் நம் தமிழ் இளைஞர்கள் உள்ளிட்ட பலரிடமும் எழாமல் இல்லை.

உள்ளபடியே இந்திய அரசமைப்புச் சட்டத்தின் உறுப்பு 370 என்பது காஷ்மீரத்துக்கென இயற்றப்பட்டதே என்றாலும், அது இந்தச் சொத்துரிமை பற்றியெல்லாம் பேசவே இல்லை. அப்படியானால் இந்தச் சொத்துரிமைக் கதை வெறும் புரளியா எனக் கேட்கலாம். உள்ளபடியே இன்னொரு மூலக்கதையின் கிளைக்கதையே உறுப்பு 370. மூலக் கதை புரிந்தால் கிளைக்கதை தன்னால் விளங்கும்.

காஷ்மீரம் இந்தியாவின் பிரிக்க முடியாத பகுதி என நேற்று முளைத்த ஆம் ஆத்மிகள் கூட முழங்குகிறார்களே! உண்மையில் காஷ்மீர் என்னும் தலை இல்லா முண்டமாகத்தான் 1947 ஆகஸ்டு 15 அன்று பாரத மாதா பிறந்தாள்! அவளுக்கு 20 நாள் முன்பாக ஜூலை 25 அன்றே பிறந்து விடுதலைக் காற்றை சுவாசிக்கத்

தொடங்கினாள் காஷ்மீரத் தாய்! இந்தியாவுக்கு முன்பே விடுதலைத் தேசமாகத் திகழ்ந்த காஷ்மீரத்தைத்தான் இந்தியாவின் பிரிக்க முடியாத பகுதி என்கின்றனர் இன்றைய பாரதப் புதல்வர்கள்.

> **உண்மையில் காஷ்மீர் என்னும் தலை இல்லா முண்டமாகத்தான் 1947 ஆகஸ்டு 15 அன்று பாரத மாதா பிறந்தாள்!**

அப்படியானால் சுதந்தரக் காஷ்மீரத்துக்கு இந்தக் கதி ஏற்பட்டது எப்படி? அதற்கு நீங்கள் கொஞ்சம் காஷ்மீர வரலாற்றைச் சற்றே பின்னோக்கிப் பார்க்க வேண்டும்.

குலாப் சிங் என்னும் டோக்ரா வம்சத்து இந்து மன்னர் ஜம்மு, லடாக் பகுதியை மட்டும் ஆண்டு வந்தார். அவர் கிழக்கிந்தியக் கம்பெனியிடம் **அமிர்த்சர் உடன்படிக்கை** என்னும் வரலாற்று முக்கியத்துவம் வாய்ந்த ஒப்பந்தம் ஒன்றை 1846இல் செய்து கொண்டார். அதன்படி அவர் கிழக்கிந்தியக் கம்பெனியின் வசமிருந்த காஷ்மீர் பள்ளத்தாக்கை 75 லட்சம் ரூபாய்க்கு வாங்கினார். இஸ்லாமியர் பெரும்பான்மையாக வசிக்கும் இந்தப் பள்ளத்தாக்கைத் தாம் ஏற்கெனவே ஆண்டு வந்த பகுதியுடன் இணைத்து ஜம்மு காஷ்மீர் அரசை உருவாக்கினார். இந்த இந்து மன்னனின் ஆட்சி காஷ்மீர மக்களின் பண்பாட்டையும் அரசுரிமையையும் பறிப்பதாகவே அமைந்தது.

அடுத்தடுத்து வந்த ரன்பிர் சிங், பிரதாப் சிங் ஆகியோரும் காஷ்மீர மக்கள் மீது கடும் ஒடுக்குமுறைகள் செலுத்தினர்.

இந்த வழியில் டோக்ரா வம்சத்தின் கடைசி மன்னராக 1925இல் வந்தார் அரி சிங். அவரும் ஒடுக்குமுறைகளைத் தொடர்ந்தார். அவர் கடும் வரிகள் விதித்து மக்களைக் கசக்கிப் பிழியும் மிகக் கொடுங்கோன்மையான ஆட்சியை நடத்தி வந்தார். அரசுப் பதவிகளில் இஸ்லாமியர்களுக்குரிய பங்கைத் தர மறுத்தார். அவருக்கு எதிராகக் காஷ்மீரிகள் 1931 தொடங்கி பெரும் போராட்டங்கள் நடத்தி வந்தனர். இந்தப் போராட்டங்களின் வாயிலாகப் பெரும்பான்மை இஸ்லாமியருக்கு மட்டுமல்லாது சிறுபான்மை இந்துக்கள் உள்ளிட்ட காஷ்மீரிகளின் பெருந்தலைவராக ஷேக் முகம்மது அப்துல்லா எழுந்தார். அவர்

மன்னருக்கு எதிராகக் காஷ்மீரிகளின் விடுதலையை முன்வைத்து **அனைத்து ஜம்மு காஷ்மீர் முஸ்லீம் மாநாட்டுக் கட்சி** (ஆல் ஜம்மு அண்ட் காஷ்மீர் முஸ்லிம் கான்ஃபரன்ஸ்) என்ற அமைப்பை 1932 இல் தொடங்கினார். அதுவே பின்னர் 1939முதல் **தேசிய மாநாட்டுக் கட்சி** (நேஷனல் கான்ஃபரன்ஸ்) என்னும் அமைப்பாக உருவெடுத்தது.

தேசிய மாநாட்டுக் கட்சி 1946இல் அமிர்தசரஸ் உடன்படிக்கையை ஒழித்துக் கட்டக் கோரியும், காஷ்மீரிகளின் இறைமையை (சாவர்னிட்டி) மீட்டெடுக்கும் நோக்குடனும் அரி சிங் ஆட்சியை முடிவுக்குக் கொண்டு வரும் வகையில் 'அந்நியனே காஷ்மீரி லிருந்து வெளியேறு' (குவிட் காஷ்மீர்)என்னும் இயக்கத்தை முன்னெடுத்தது. ஷேக் அப்துல்லா கைது செய்யப்படவே போராட்டம் மென்மேலும் தீவிரமடைந்தது.

இந்திய, பாகிஸ்தானிய விடுதலைகள் நெருங்கிக் கொண்டிருந்த நிலையில், அன்றைய ஆங்கிலேயர்களின் நேரடி ஆளுகையில் அடங்காத ஐதராபாத், மைசூர், ஜுனாகத், புதுக்கோட்டை, காஷ்மீர் போன்ற சமஸ்தானங்களின் விடுதலை ஒப்பந்தங்கள் நிறைவேறின. அவற்றின்படி, இந்த சமஸ்தானங்கள் அவர்கள் விருப்பப்படியோ, அல்லது ஏதும் சிக்கல் எழுந்தால் அம்மக்களிடம் பொதுவாக்கெடுப்பு (ரெஃபரெண்டம்) நடத்தி அதன் அடிப்படையிலோ சுதந்தரமாக இயங்கலாம், அல்லது இந்தியாவுடனோ பாகிஸ்தானுடனோ சேர்ந்து கொள்ளலாம்.

எந்த நிலப் பரப்பை யார் கொத்திச் செல்வது என்ற மண்ணாசையில் இந்திய, பாகிஸ்தானிய நாக்குகளில் எச்சில் ஒழுகத் தொடங்கியது. இந்தப் பின்னணியில் மன்னன் அரி சிங் தற்காலிகமாகப் பாதுகாப்பு கருதி **மாறாநிலை ஒப்பந்தம்** (ஸ்டாண்ட்ஸ்டில் அக்ரிமெண்ட்) ஒன்றை இந்திய விடுதலை நாளன்று பாகிஸ்தானுடன் செய்து கெண்டார். இதன்படி காஷ்மீரம் குறித்த ஓர் உறுதியான நிலை ஏற்படும் வரை, எந்த நடவடிக்கையிலும் பாகிஸ்தான் இறங்கக்கூடாது. இருப்பினும் பாகிஸ்தான் காஷ்மீரத்தை விழுங்க நேரம் பார்த்துக் கொண்டிருந்தது. ஷேக் அப்துல்லாவின் போராட்டத்தில் அரி சிங் எப்போது கவிழ்வார், நாம் எப்போது புகுந்து மேயலாம் எனக் காத்திருந்தது இந்தியா.

இந்தியா அடிப்படையில் எல்லை பிடிப்பதையே கொள்கையாகக் கொண்ட நாடு. இந்திய அரசமைப்பின் முதல் உறுப்பே எந்த நிலப்

அரி சிங் கோல்வால்கர்

பரப்பையும் பாரத மாதா ஆசைப்படி சேர்த்துக் கொள்ளலாம் என அதன் களவாணித்தனத்தைக் கூச்சநாச்சமில்லாமல் பிரகடனப் படுத்துகிறது. இந்த மண்ணாசை பிடித்த ஓர் அரசமைப்பின் கீழ் இயங்கும் தலைவர் களிடம் நாம் எந்த ஒழுக்கத்தை எதிர்பார்க்க முடியும்? நேரு, படேல் கூட்டம் இடம் பொருள் ஏவல் பார்த்து, தடி எடுத்தும், கிள்ளி விட்டும், தட்டிக் கொடுத்தும் தெலங்கானா, திருவிதாங்கூர் என ஒவ்வொரு சமஸ்தானமாகச் சுருட்டிக் கொண்டிருந்தது. இடதுசாரி களாலேயே மதச்சார்பின்மைக் காவலனாகச் சித்திரிக்கப்பட்ட நேரு இந்தச் சுருட்டலுக்குச் சொன்ன காரணம் தெரியுமா? அவை எல்லாம் இந்துப் பெரும்பான்மைப் பகுதிகளாம்!

> **மண்ணாசை பிடித்த ஓர் அரசமைப்பின் கீழ் இயங்கும் தலைவர்களிடம் நாம் எந்த ஒழுக்கத்தை எதிர்பார்க்க முடியும்?**

நாத்திகராக அறியப்பட்ட இந்த இந்துத்துவவாதி நேரு சற்றேனும் அறிவு நாணயத்துடன் நடந்து கொண்டாரா? தமது தருக்கத்தை இன்னும் நீட்டி, பெரும்பான்மை இஸ்லாமியர் வாழும் காஷ்மீரம் பாகிஸ்தானுக்கே சொந்தம் என நேர்மையாக அறிவித்தாரா? இல்லை, அதனையும் பாரத மாதா கக்கத்தில் அடக்கத் துணிந்தார். அதற்குச் சரியான நேரம் காலம் பார்த்துக் காத்திருந்தார்.

1947 செப்டெம்பரில் அரி சிங் விதித்திருந்த கடுமையான வரிகளை எதிர்த்து காஷ்மீரத்தில், குறிப்பாக பூஞ்ச் பகுதியில் பெரும் போராட்டங்கள் வெடித்தன. அரசு பெருமளவில் போராட்டக் காரர்களையும் அப்பாவி மக்களையும் சுட்டு வீழ்த்தியது. இதனால் அறுபதாயிரத்துக்கு மேற்பட்டோர் நாட்டை விட்டு வெளியேறினர். அக்டோபர் 24இல் போராளிகள் ஆசாத் காஷ்மீரை (சுதந்தரக் காஷ்மீரை) பிரகடனப்படுத்தினர். மேலும்,

எக்காரணம் கொண்டும் இந்தியாவுடன் காஷ்மீரை இணைக்கக் கூடாதென அரி சிங்கிடம் கோரிக்கை வைத்தனர். ஆனால் அப்போது சிறையில் அடைக்கப்பட்டிருந்த ஷேக் அப்துல்லா இக்கோரிக்கையை ஏற்க மறுத்து சிறையிலிருந்து அறிக்கை விட்டார். சிறையிலிருந்து வெளியே வந்தவர் காஷ்மீர் விடுதலைக்குப் பின்னரே இந்திய இணைப்புப் பற்றிப் பேச முடியுமெனத் தெளிவாக அறிவித்தார்.

எந்நிலையிலும் இந்திய இணைப்பு கூடவே கூடாது எனக் கருதிய சில போராளிக் குழுக்கள் பாகிஸ்தானைச் சேர்ந்த பதான் பழங்குடிகளுடன் இணைந்து பாகிஸ்தான் உயர் இராணுவ அதிகாரிகளின் துணையுடன் பெரும் ஆயுதத் தாக்குதல் நடத்தினர். காஷ்மீரப் பரப்பைக் கொஞ்சம் கொஞ்சமாகக் கைப்பற்றி முன்னேறினர். வேறுவழியின்றி இந்தியாவின் உதவியை நாடினார் அரி சிங். இப்படி ஒரு சந்தர்ப்பத்துக்குக் காத்திருந்த நேரு சும்மா விடுவாரா? காமக் கயவர்களால் துரத்தப்பட்டு தஞ்சமடைந்து நிற்கும் ஒருத்திக்கு உதவ, அவள் கற்பை விலையாய்க் கேட்பவன் எப்படிப்பட்ட கயவனாக இருப்பான்? ஆனால் அதைத்தான் நேரு செய்தார். ஆம், உதவி கேட்டு நின்ற அரி சிங்கிடம் இந்திய இணைப்பை நிபந்தனையாக்கினார் நேரு. இந்த வேலையைச் செவ்வனே நிறைவேற்றித் தர நேருவுக்குக் கிடைத்த ஆள் யார் தெரியுமா? அன்று ஆர்எஸ்எஸ் அமைப்பின் தலைவராக இருந்த கோல்வால்கர்! மதச்சார்பற்ற நேரு இட்ட கட்டளையை ஏற்று அரி சிங்கிடம் சமரசம் பேசினார் இந்துத்துவ கோல்வால்கர்! அதன்படி, அக்டோபர் 26 அன்று **இணைப்பு உடன்படிக்கை** (இன்ஸ்ட்ருமெண்ட் ஆஃப் அசெஷன்) ஒன்றில் கையொப்பமிட்டார் அரி சிங். ஏ. ஜி. நுரானி வர்ணனையின்படி, தப்பியோடிக் கொண்டிருந்த மன்னன் செய்து கொண்ட ஒப்பந்தமது. இது தங்களுடன் செய்து கொண்ட மாறாநிலை ஒப்பந்ததுக்குச் செய்யும் துரோகம் என பாகிஸ்தான் சினந்தது. இந்தப் பின்னணியில் இந்தியா இராணுவத்தை அனுப்பி பூஞ்ச் போராளிகளின் முன்னேற்றத்தைத் தடுத்துப் பின்னுக்குத் தள்ளியது.

அதேபோது இந்தியா வெள்ளை அறிக்கை ஒன்றையும் வெளியிட்டது. காஷ்மீர மக்களிடம் பொதுவாக்கெடுப்பு நடத்தி அவர்களிடம் இந்திய இணைப்புக்கு ஒப்புதல் பெற்ற பின்னரே இணைப்பு உடன்படிக்கை செயலுக்கு வரும் என அந்த அறிக்கை சொன்னது. இந்த இணைப்பைத் தாற்காலிகமாக ஏற்றுக்கொள்வதாக

அறிவித்த ஷேக் அப்துல்லா எதையும் பொது வாக்கெடுப்புக்குக்குப் பிறகே முடிவெடுக்க முடியும் என்றும் தெளிவுபடுத்தினார்.

முதலில் காஷ்மீரில் பாகிஸ்தானிய ஆக்கிரமிப்பு அகன்ற பிறகே பொதுவாக்கெடுப்பு நடத்த முடியும் என்றது இந்தியா. இந்திய இராணுவ ஊடுருவல் அகலும் வரை பொதுவாக்கெடுப்பு சாத்தியமில்லை என்றது பாகிஸ்தான். இதன் விளைவாக காஷ்மீரை வைத்து முதல் இந்திய-பாகிஸ்தான் போர் வெடித்தது.

இந்தப் பூசலை 1948 சனவரி 1 அன்று ஐநா பாதுகாப்பு அவைக்கு எடுத்துச் சென்றது இந்தியா. இதன் தொடர்விளைவாக 1949 சனவரி 1 அன்று போர்நிறுத்தம் செயலுக்கு வந்தது. **இந்தியா பாகிஸ்தானுக்கான ஐக்கிய நாடுகள் ஆணையம்** (யுனைடெட் நேஷன் கமிஷன் ஃபார் இந்தியா அண்ட் பாகிஸ்தான்-யுஎன்சிஐபி) 1949 சனவரி 5 அன்று வெளியிட்ட தீர்மானத்தின்படி, ஜம்மு காஷ்மீர் அரசை இந்தியாவுடனோ பாகிஸ்தானுடனோ இணைக்கும் சிக்கலுக்குச் சுதந்தரமாகவும் பக்கச்சார்பற்றும் நடைபெறும் பொதுவாக்கெடுப்பு வாயிலாகத் தீர்வு காண வேண்டும். அன்றைய தேதியில் இந்தியா தன் இராணுவக் கட்டுப் பாட்டில் வைத்திருந்த பகுதியை ஜம்மு காஷ்மீர் என்றும், பாகிஸ்தான் வசமிருந்த பகுதியை பாகிஸ்தான் ஆக்கிரமிப்புக் காஷ்மீர் என்றும் கூறியது. இதற்கு நேர்மாறாக பாகிஸ்தான் தன் பகுதியை ஆசாத் காஷ்மீர் (சுதந்தர காஷ்மீர்) என்றும், இந்தியப் பகுதியை இந்திய ஆக்கிரமிப்புக் காஷ்மீர் என்றும் வர்ணித்தது. காஷ்மீரிகளின் நோக்கில் இரண்டுமே ஆக்கிரமிப்புக் காஷ்மீர்களே! இரு நாடுகளும் கொத்தி பங்கு போட்டுக் கொண்ட இரு காஷ்மீர நிலப் பரப்புகளையும் பிரிக்கும் கோடே **கட்டுப்பாட்டுக் கோடு** (லைன் ஆஃப் கண்ட்ரோல்) எனப்படுகிறது.

கதையின் இந்தக் கட்டத்தில்தான் 370 அறிமுகமாகிறது. அரி சிங் இந்தியாவுடன் இணைப்பு உடன்படிக்கை செய்து கொண்டதாகப் பார்த்தோம் அல்லவா? அந்த ஒப்பந்தத்தில் கிளைத்ததே 370. எப்படி எனப் பார்ப்போம்.

இந்திய இணைப்பு உடன்படிக்கையின்படி, பாதுகாப்பு, வெளியுறவு, தொலைத்தொடர்பு தவிர்த்து வேறெந்த வகையிலும் இந்தியா காஷ்மீரில் தலையிடலாகாது. முறைப்படியான இணைப்பு நடக்கும் வரை, மன்னராட்சிக் காலச் சட்ட விதிகளே செல்லு படியாகும். இந்த விதிகளில் ஒன்றுதான் இந்தியர்கள் காஷ்மீரில்

நிலம் வாங்குவதைத் தடுக்கிறது. இன்னும் தேவைப்படுகிற சட்ட திட்டங்களை காஷ்மீர மக்களே தங்களுக்கான அரசியல் நிர்ணய சபையைக் கூட்டி முடிவு செய்து கொள்வார்கள் என்றும் அப்போது முடிவானது.

அந்த இணைப்பு உடன்படிக்கைக் கூறுகளை ஏற்கும் வகையில் தான் இந்திய அரசமைப்புச் சட்டத்தில் 1949 அக்டோபர் 17ஆம் நாள் உறுப்பு 370 சேர்க்கப்பட்டது.

370 சாரமாகச் சொல்லும் கருத்து இதுதான்:

1. ஜம்மு காஷ்மீர் அரசியல் நிர்ணய சபை ஏற்றுக் கொள்ளும் வரை இந்திய அரசமைப்புச் சட்டம் அங்கு செல்லு படியாகாது.

2. இந்திய நாடாளுமன்றம் இயற்றுகிற சட்டங்கள் இறுதியாக ஜம்மு காஷ்மீருக்குப் பொருந்துவதற்கு ஜம்மு காஷ்மீர் அரசியல் நிர்ணய சபையின் இசைவு தேவை.

3. இந்திய அரசமைப்பு உறுப்பு 1இன் வழிவகைகள் ஜம்மு காஷ்மீருக்குப் பொருந்துமாறு செய்யப்பட்டுள்ளது.

4. பொதுப் பட்டியலின் கீழ் இயற்றப்படும் சட்டங்களுக்கு ஜம்மு காஷ்மீர் அரசின் இசைவு தேவை. இணைப்பு ஒப்பந்தத்தில் குறிப்பிடப்பட்டுள்ள பொருட்பாடுகள் தொடர்பான எந்த ஆணையையும் மாநில அரசைக் கலந்து கொள்ளாமல் பிறப்பிக்கக் கூடாது.

5. இந்த உறுப்பு 370 ஆனது குறித்த நாளிலிருந்து செல்லு படியாகாது என்றோ, அல்லது விதிவிலக்குகள் திருத்தங் களோடு மட்டுமே செயல்படும் என்றோ குடியரசுத் தலைவர் பொது அறிவிக்கை வாயிலாகப் பறைசாற்றலாம்.

6. ஆனால் குடியரசுத் தலைவர் இப்படி அறிவிக்கை செய்யுமுன் மாநில அரசியல் நிர்ணய சபையின் பரிந்துரை அவசியமாகும்.

மேலே 370இல் 3ஆவது கூறுதான் காஷ்மீர விடுதலைக் கனவுகளுக்கு நேரு வைத்த பொறி. இந்தியாவில் அடங்கும் மாநிலங்களைப் பட்டியலிடும் உறுப்பு 1இல் காஷ்மீரையும் சேர்த்த செயல் இணைப்பு உடன்படிக்கையின் போது அளிக்கப் பட்ட வாக்குறுதிகளுக்கு முற்றிலும் எதிரானது ஆகும். இதுவே பின்னர் காஷ்மீரை இந்தியா ஏப்பமிடுவதற்குக் காரணமாயிற்று.

நேருவுடன் ஷேக் அப்துல்லா

இணைப்பு உடன்படிக்கையின்படி 1949 அக்டோபர் 17 அன்று கூடிய காஷ்மீர் அரசியல் நிர்ணய சபை 1956 நவம்பர் 17 அன்று தனது பணியை முடித்துக் கொண்டது. இதன்படி, காஷ்மீரிகள் தங்கள் தேசத்துக்குரிய சட்ட திட்டங்களைத் தங்களுக்குத் தாங்களே இயற்றிக் கொண்டனர். தாங்கள் தேர்ந்தெடுக்கும் அவையை நாடாளுமன்றம் என்றும், பெரும்பான்மை நாடாளுமன்ற உறுப்பினர்கள் தேர்ந்தெடுக்கும் தலைவரைப் பிரதமர் என்றும் அழைத்தனர். இந்தியக் கொடி மறுத்துத் தங்களுக்கென்ற ஒரு தேசியக் கொடியையும் அறிவித்தனர். இந்நிலை பொது வாக்கெடுப்பு நடைபெறும் வரை தொடருமெனத் தெளிவு படுத்தினர்.

இந்தக் காலக்கட்டங்களில் நேருவும் படேலும் பாகிஸ்தானுக்கும் காஷ்மீரத்துக்குக்கும் ஐநாவுக்கும் அள்ளித் தெளித்த வாக்குறுதிகள் கொஞ்ச நஞ்சமல்ல.1947 அக்டோபர் 27 அன்று பாகிஸ்தான் தலைமையமைச்சருக்கு அனுப்பிய தந்தியில் நேரு குறிப்பிட்டார்:

''நான் ஒன்றைத் தெளிவுபடுத்த விரும்புகிறேன், இந்த நெருக்கடிக் காலத்தில் காஷ்மீருக்குச் செய்யும் உதவி என்பது அவ்வரசு மீது ஆதிக்கம் செலுத்தி இந்தியாவுடன் இணைத்துக் கொள்வதற்காகத் திட்டமிடப்படவில்லை. நாம் வெளிப்படையாகத் திரும்பத் திரும்பக் கூறி வரும் நமது கருத்து என்னவென்றால், சச்சரவான எந்த ஆட்சி எல்லையையும் அல்லது அரசையும் இணைத்துக் கொள்ளும் வினாவை மக்களின் விருப்பமறிந்தே தீர்க்க வேண்டும். நாமும் அந்தக் கருத்தைப் பின்பற்றியே நடக்க வேண்டும்.''

1947 நவம்பர் 2, 3 தேதிகளில் நிகழ்த்திய வானொலி உரைகளில் நேரு குறிப்பிட்டார்:

''பொது வாக்கெடுப்புக்குப் பிறகு காஷ்மீரத்தை இணைத்துக் கொள்வதே நமது கொள்கை. அவர்கள் விதியை அவர்களே தீர்மானித்துக் கொள்வார்கள்.''

இதே போன்ற வாக்குறுதிகளை 1948 மார்ச் 5 அன்று இந்திய அரசியல் நிர்ணய சபையில் ஆற்றிய உரையிலும் குறிப்பிட்டார்.

1951 ஜூலை 6 அன்று அகில இந்திய காங்கிரஸ் கமிட்டிக்கு அளித்த அறிக்கையில் குறிப்பிட்டார்:

''காஷ்மீர் பிரதேசம் இந்தியாவுக்கோ பாகிஸ்தானுக்கோ அளிக்கப் பட்ட பரிசாகவே அனைவராலும் தவறாகக் கருதப்படுகிறது. ஆனால் காஷ்மீர் விற்பனைப் பண்டமன்று என்பதை மக்கள் மறந்து விடுகிறார்கள்.''

1952 ஆகஸ்டு 7 அன்று இந்திய நாடாளுமன்றத்தில் நேரு உரையாற்றினார்:

''காஷ்மீரத்தில் நம் விருப்பங்கள் எதையும் திணிக்கப் பார்ப்பது நமது நாடாளுமன்றம் கடைப்பிடிக்கும் கொள்கைகளுக்கு முரணானது. அவர்கள் இந்தியாவை விட்டுப் போக விரும்பினால் அவர்களை அனுப்பி வைப்பதே நியாயமானது. அது நமக்கு எவ்வளவு கசப்பாக இருந்தாலும் நாம் அதனை நிறைவேற்றித் தர வேண்டும்.''

1955 மார்ச் 31ஆம் நாள் நாடாளுமன்ற உரையில் நேரு கூறினார்:

''இந்தியா-பாகிஸ்தான் இடையிலான சிக்கல்களிலேயே அருஞ்சிக்கலானது காஷ்மீராகத்தான் இருக்க முடியும். இந்தியாவுக்கும் பாகிஸ்தானுக்கும் இடையே இழுத்துக் கட்டப்பட வேண்டிய ஒன்றல்ல காஷ்மீரம். காஷ்மீரத்துக்கு அதற்கேயுரிய ஆன்மா உண்டு, அதற்கேயான தனித்துவம் உண்டு. காஷ்மீரிகளின் நல்லெண்ணத்துக்கும் இசைவுக்கும் மாறாக எதுவும் செய்யமுடியாது.''

காஷ்மீர் இணைப்பு தற்காலிகமானதே என்பதை படேலும் சியாமா பிரசாத் முகர்ஜியும் பல முறை தெளிவுபடுத்தியதை காஷ்மீர் அரசியல் நிர்ணய சபை விவாதங்களே வெளிச்சம் போட்டுக் காட்டுகின்றன.

எவ்வளவோ வாக்குறுதிகளை காஷ்மீரத்துக்கு அளித்துக் கொண்டே நெஞ்சமெல்லாம் வஞ்சத்துடன் காஷ்மீரத்தைக்

கபளீகரம் செய்யும் வேலைகளையும் திறம்பட அரங்கேற்றி வந்தார் நேரு. ஷேக் அப்துல்லா காஷ்மீரைப் பிரித்துச் செல்ல சதி செய்வதாகக் கூறி அவரை 1953 ஆகஸ்டில் கைது செய்து சிறையிலடைத்தார். காஷ்மீர் அரசியல் நிர்ணய சபை வரித்துக் கொண்ட உரிமைகள் ஒவ்வொன்றாகச் சட்டங்களுக்கும் அறங்களுக்கும் எதிராகப் பறிக்கத் தொடங்கினார்.

1955 வரை கூட காஷ்மீர் தலையெழுத்தை காஷ்மீரிகளே தீர்மானிப்பர் எனக் கூறி வந்த நேரு 1957 ஜூலை நவம்பர் இந்தோ ஜப்பானிய இதழுக்கு அளித்த நேர்காணலில் அப்படியே தோசையைத் திருப்பிப் போடுகிறார் பாருங்கள்:

''காஷ்மீர் ஐயத்திற்கிடமின்றி அரசமைப்புச் சட்டப்படியும் வரலாற்றுப்படியும் இந்தியாவின் ஒரு பகுதியே.''

இந்திய அரசியல்வாதிகளின் சந்தர்ப்பவாதத்துக்கும் ரெட்டை நாக்குப் பேச்சுக்கும் யார் ஆதிமூலம் என இப்போது புரிகிறதா? இங்குதான் பண்டித நேரு அவரது பிறந்தகத்தின்மீது மறைத்து வைத்திருந்த தீரா காமத்தை வெளிப்படுத்தினார்.

இதனால் காஷ்மீர் நாடாளுமன்றம் வெறும் சட்டமன்றம் ஆயிற்று, தலைமையமைச்சர் முதலமைச்சரானார், காஷ்மீர் தேசியக் கொடி இந்தியக் கொடி ஆயிற்று.

இன்றைய தில்லி நாடாளுமன்றக் கட்டடத்தைத் தாக்க முயன்றதே பயங்கரவாதச் செயலென இந்திய பக்தர்கள் அலறுகிறார்களே, காஷ்மீர் தேசத்தின் நாடாளுமன்றம் என்ற கருத்தியலையே திட்டமிட்டுத் தகர்த்தழித்த நேரு செய்தது எம்மாம் பெரிய பயங்கரவாதம்? தில்லி நாடாளுமன்றக் கட்டடத்தைத் தகர்க்க முயன்றதாகக் கூறி இந்தியக் கூட்டு மனச்சான்றின்படி அஃப்சலுக்குச் சாத்தண்டனை என்றால், காஷ்மீர் மக்களின் நாடாளுமன்றக் கனவுகளையே சுட்டுப் பொசுக்கிய நேருவுக்கு என்ன தண்டனை?

எந்த மனச்சான்றுமற்ற நேருவோ பாகிஸ்தான் ஊடுருவல், ஷேக் அப்துல்லா சதி என இல்லாத பொல்லாத காரணங்களைக் கூறி பொது வாக்கெடுப்பு நடத்தாமல் அவர் சாகும் வரை ஏமாற்றி வந்தார்.

நேருவைப் பின்தொடர்ந்த சாஸ்திரி, இந்திரா, வி. பி. சிங், ராஜீவ், மன்மோகன் முதல் இன்றைய மோடி வரை நேருவின் உண்மை

வாரிசுகளாக விளங்குகின்றவர்கள், நேருவின் ஏமாற்று வித்தைகளைத் திறம்பட பாரத மேடையில் இந்திய ஒற்றுமை என்ற பெயரில் அரங்கேற்றி வருகின்றனர்.

ஆனால் இந்தக் கடைந்தெடுத்த இந்தியத் துரோகங்களையும் பொய்மைகளையும் மூடி மறைத்து விட்டுத்தான் பாஜகவினர் உறுப்பு 370ஐ நீக்கு என விடாது கூப்பாடு போடுகின்றனர். அரி சிங்கே காஷ்மீரைத் தாரை வார்க்கத் தயாராக இருந்த நிலையில், நேரு அவசரப்பட்டுப் பொது வாக்கெடுப்புக்கு ஒத்துக் கொண்டு விட்டாரென ஆர்எஸ்எஸ் அமைப்பின் உச்சிக்குடுமி பகவத் முதல் உள்ளூர்க் குடுமி எச். ராஜா வரை புலம்பாத நாளில்லை. ஆனால் நேரு சாமானியப்பட்டவரா என்ன? நாம் பொது வாக்கெடுப்புக்கு ஒப்புக்கொண்டிருக்கா விட்டால் ஷேக் அப்துல்லாவால் மிக எளிதாக காஷ்மீரத்தை பாகிஸ்தானுடன் இணைத்திருக்க முடியுமென நாடாளுமன்றத்திலேயே போட்டுடைத்தார் நேரு. அதாவது ஷேக் அப்துல்லாவின் விடுதலை முயற்சிகளைத் தடுக்க நேரு நடத்திக் காட்டியதே பொது வாக்கெடுப்பு நாடகம்!

> **ஷேக் அப்துல்லாவின் விடுதலை முயற்சிகளைத் தடுக்க நேரு நடத்திக் காட்டியதே பொதுவாக்கெடுப்பு நாடகம்!**

நேரு ஐநாவுக்குச் சென்றதே தவறாம். எதையும் பொருட் படுத்தாது அவர் பாகிஸ்தான் படைகளை முழுக்க விரட்டியடித்து முழுக் காஷ்மீரத்தையும் கைப்பற்றியிருக்க வேண்டுமென காமிக்ஸ் சாகசக் கதைகளை அவிழ்த்து விடுகிறது பாஜக. திரைப் படத்தில் நரசிம்மா அவதாரமெடுத்து நாலைந்து பேரைக் கூட்டிச் சென்று காஷ்மீரத்தை மீட்டு மிரட்டிய கேப்டன் விஜயகாந்துடன் கூட்டணி கண்ட பாதிப்பா இது தெரியவில்லை. நேரு தோள்கள் தினவெடுத்து முன்னேறும் வரை, உலக நாடுகள் போண்டா வடை சாப்பிடப் போயிருக்கும் போலும். நல்லது, இவர்களின் சூராதி சூரர் வாஜ்பாய் கார்கிலோடு சேர்த்து முழுக் காஷ்மீரத்தை யும் வெல்லாது போனது ஏனோ? போகட்டும், இந்திரா காந்தி தானம் தந்த கச்சத் தீவைச் சுண்டைக்காய் இலங்கையிடமிருந்து மீட்டுக் காட்டுவாரா இவர்களின் தில்லாலங்கடி மோடி?

பாஜகவின் அகண்ட பாரத அராஜகங்களுக்கு அளவே இல்லை. இந்திய ஒற்றுமை காக்க, கொடுத்த வாக்குறுதிகளை மீறுவது

தவறில்லையாம். ஆகட்டும், இங்கிலாந்து தலைமையமைச்சர் தெரசா மே திடீரென இந்திய-பிரித்தானிய விடுதலை ஒப்பந்தம் செல்லாதென்றும், இந்தியம் தழைக்க இங்கிலீஷ் ஆளுமையே சிறந்தது (இப்போ மட்டும் என்ன வாழுதுன்னு கேட்டுடாதீங்க!) என்றும் கூறினால் அதனை அயோக்கியத்தனம் எனக் கூற மாட்டார்களா இந்துத்துவக் கூட்டத்தினர்.

காஷ்மீரில் நடக்கும் நாடாளுமன்ற, சட்டமன்றத் தேர்தல்களே அம்மக்கள் இந்தியாவுடன் இணைவதற்கான இசைவாகக் கொள்ளலாம் என பாஜகவுடன் சேர்ந்து ஊதுகின்றன காங்கிரசும் பாரதிய கம்யூனிஸ்டுக் கட்சிகளும். இந்தத் தேர்தல்கள் பெரும் பாலும் மோசடியானவை என்பது ஒரு புறமிருக்க, இத்தகைய தேர்தல்கள் ஒருபோதும் பொது வாக்கெடுப்பு ஆகாது என ஐநா 1951இல் தீர்மானமே இயற்றியதை இந்த அரசியல் பண்டிதர்கள் அறிவார்களா?

பொது வாக்கெடுப்பு எனப் பேசுவதே மகா பாவம் என்றால், இதே பொது வாக்கெடுப்பை நடத்தி, இந்துப் பெரும்பான்மை கொண்ட ஜுனாகத் என்னும் குஜராத்தியப் பரப்பை இந்தியா 1948இல் இணைத்துக் கொண்டது எப்படி? பொது வாக்கெடுப்பு இந்துக்களுக்கு என்றால் இனிக்கும், இஸ்லாமியருக்கு மட்டும் கசக்கும் என்பதுதான் இந்துத்துவ நீதியோ?

> **பொதுவாக்கெடுப்பு இந்துக்களுக்கு என்றால் இனிக்கும், இஸ்லாமியருக்கு மட்டும் கசக்கும் என்பதுதான் இந்துத்துவ நீதியோ?**

370ஆவது உறுப்பு தாற்காலிகமானது என இந்திய அரசமைப்பே கூறும்போது அதனை நீக்குவதில் தவறென்ன என்று குழப்புகிறது பாஜக. இங்கு தாற்காலிகம் என்னும் சொல் குறிப்பது பொது வாக்கெடுப்பு நடத்துவது வரையிலான காலம் ஆகும். அதாவது இப்படி ஒரு வாக்கெடுப்பு நடந்த பின்னரே காஷ்மீர் இந்தியாவுடன் இருப்பதா, பாகிஸ்தானுடன் இருப்பதா, தனி சுதந்தர நாடாக இருப்பதா என்பது முடிவாகும் என்பதை நாம் குழம்பாது புரிந்துகொள்ளவேண்டும்.

370இன்படி, காஷ்மீரச் சொத்துக்களை அனுபவிக்க முடிய வில்லையே என பாஜக புலம்புகிறது. இதை உண்மை என ஒரு

வாதத்துக்கு வைத்துக் கொண்டாலும், கர்நாடகத்தில் அதிகப் படியான வேளாண் நிலங்களை அயல் மாநிலத்தார் வாங்கத் தடைவிதிக்கும் சட்டம் உள்ளதே, அதனை கர்நாடகத்தை ஆண்ட பாஜக முதலமைச்சர்கள் எவரும் அகற்றத் துணியாதது ஏனோ?

370ஆவது உறுப்பை உண்டாக்கியது நேருவின் பெருந்தவறாம். ஒவ்வொரு சமஸ்தானத்தையும் அண்டைத் தேசங்களையும் கபளீகரம் செய்யும்போதும், நாகலாந்துக்கு 371 ஏ, மணிப்பூருக்கு 371 சி, சிக்கிமுக்கு 371 எஃப், கோவாவுக்கு 371 ஐஎன்று விதவித மான அல்வா கொடுத்து இந்திய ஏகாதிபத்திய அரசுகள் நடத்திய ஏமாற்று நாடகங்கள் இவர்களுக்குத் தெரியாதா என்ன?

370ஐமறுப்போரும் ஆதரிப்போரும் இந்தியாவின் பொதுவாக்கெடுப்பு உறுதிமொழியை மறுப்பதில் உறுதியாக உள்ளனர்.

370ஐ மறுப்போரும் ஆதரிப்போரும் இந்தியாவின் பொது வாக் கெடுப்பு உறுதிமொழியை மறுப்பதில் உறுதியாக உள்ளனர்.

பாரத ஒற்றுமை காக்க இன்றுவரை ஐம்பதாயிரத்துக்கு மேற்பட்ட காஷ்மீரிகள் பலி கொடுக்கப்பட்டுள்ள நிலையில், ஐந்து காஷ்மீரிக்கு ஓர் இந்தியப் படையாள் என்ற கணக்கில் முழுக் காஷ்மீரமுமே இராணுவமயமாகிவிட்ட சூழலில், ஏதோ காஷ்மீர் சிக்கல் என்பதையே முழுக்க இந்திய-பாகிஸ்தானியச் சிக்கலாகப் புனைந்து, எந்தப் பேச்சுவார்த்தைகளிலும் காஷ்மீரிகளை ஒரு தரப்பாகச் சேர்த்துக் கொள்ள மறுக்கும் சர்வாதிகாரப் போக்குக்கு நடுவில், இந்தியாவின் காஷ்மீர அட்டூழியங்கள் அம்பலத்துக்கு வந்த பிறகு, அடிப்படை அறங்களை, சனநாயக மரபுகளைக் கடைப்பிடிக்க விரும்பும் எவருக்கும், 370 இனியும் ஒரு பொருட்டன்று. பொது வாக்கெடுப்பில் காஷ்மீர் தேசம் பங்கேற்கட்டும்! அது முடிவெடுக்கட்டும், அவர்களுக்குத் தேவை பாகிஸ்தானா? இந்தியாவா? விடுதலையா? என்று.

இந்தச் சனநாயக முடிவே இந்திய ஒன்றியத்தில் சிறைப்பட்டுக் கிடக்கும் அனைத்துத் தேசிய இனங்களுக்கும், இந்திய எல்லை கடந்த தமிழீழத்துக்கும் கலங்கரை விளக்கமாய் அமையும்!

(ஆழம் 2014 ஜூலை இதழில் எழுதிய கட்டுரையுடன் இன்னும் சில செய்திகள் சேர்த்து விரித்துக் கொடுத்துள்ளேன்.)

2

தமிழர்தம் வேலியா இந்திய ஒற்றுமை?

‘வேற்றுமையில் ஒற்றுமை காணும் இந்தியா’ எனப் பள்ளி நாட்களிலிருந்து படித்து வருகிறோம். ஆனால் தமிழ்த் தேசம், தமிழினம் என்றெல்லாம் பேசுவது இந்திய ஒற்றுமையைக் கெடுப்பதாகாதா?

ஒற்றுமை காண்பதில் ஒன்றும் பிழையில்லை. இருக்கும் வேற்றுமைகளை வேற்றுமை என ஏற்று, நாம் தமிழர்களாகவும் மலையாளிகளாகவும் வங்காளிகளாகவும் குஜராத்திகளாகவும் ஒற்றுமை காண்பதே நியாயம். ஆனால் பாரத ஒற்றுமை என்ற பேரில் இயற்கை இன அடையாளங்களை அழித்துக் கொண்டு இந்தியர் என்னும் ஒற்றை அடையாளத்துக்குள் கரையச் சொல்வது அநியாயம், அராஜகம்.

ஒற்றுமைதானே வலிமை. நாம் ஒற்றுமை கெட்டுப் பிரிந்து கிடந்ததால்தானே இஸ்லாமியர்களும் பிரித்தானியர்களும் நம்மை எளிதாக அடிமைகளாக்க முடிந்தது. இப்போது மீண்டும் பிரிந்து சென்றால் நம்மை எவரும் எளிதில் ஆக்கிரமித்துவிட மாட்டார்களா?

ஒற்றுமையாக இருந்த மாடுகள் தமக்குள் மூண்ட பகையால் சிங்கத்துக்கு இரையாகிப் போன கதைக்கு வேண்டுமானால் இது பொருந்தும். ஏதோ ஒரு காலத்தில் இந்தியா என்னும் நாடு இருந்ததாகவும் அங்கு ஒற்றுமையோடு கொஞ்சிக் குலாவி வந்த பாரதப் புதல்வர்கள் திடீரென்று அடித்துக் கொள்ள, அவர்களை எளிதில் இஸ்லாமியர்களும் ஆங்கிலேயர்களும் அடிமைப்படுத்தி விட்டதாகவும் சொல்வதெல்லாம் வெறும் சரடுகளே. தமிழர்

வரலாற்றில் ஆங்கிலேயர் வருகைக்கு முன்பு இந்தியாவுக்கோ இந்தியர்களுக்கோ கிஞ்சிற்றும் இடமிருந்ததில்லை. ஆங்கிலேயர் முயற்சியால் உருவானதே இந்தியா என்னும் இந்தக் கட்டமைப்பு! தொல்காப்பியம், சிலப்பதிகாரம், கம்ப ராமாயணம் எனப் பல பல தமிழ் இலக்கியங்களும் தமிழ்நாடு, தமிழர்கள் என்றெல்லாம் பேசுகின்றன. ஆனால் இந்தியத் தேசம், இந்தியர்கள் எனப் பேசும் ஒரே ஒரு வரியையாவது தமிழிலக்கியத்தில் எந்த இந்திய பக்தரும் புரட்டிக் காட்டட்டுமே!

சரி! இந்த ஒற்றுமையை யார் ஏற்படுத்தினால் என்ன? ஏற்பட்ட ஒற்றுமையைக் கெடுத்துக் கொள்வானேன்?

தில்லியின் கீழ் இன்றைய இந்தியப் பேரரசின் ஒற்றுமையை விடுங்கள். லண்டனின் கீழ் பர்மா, சிங்கப்பூர், ஆங்காங், பூடான், பிலிப்பைன்ஸ், நேபாளம், மியான்மர், பாண்டா தீவுகள் எனப் பெரும் பரப்பில் விரிந்து கிடந்த பிரித்தானியப் பேரரசின் ஒற்றுமை இன்னும் சிறப்பானதல்லவா? அதைக் கெடுத்துக் கொள்ளாது இருந்திருக்கலாம்தானே?

அன்று லண்டன் நம்மை அடிமைப்படுத்தியது. இன்று தில்லி நம்மை அடிமைப்படுத்துகிறதா என்ன?

நாம் வாக்களித்துச் சட்டமன்றத்துக்கு ஆட்களை அனுப்புகிறோம், அவர்கள் பார்த்து நமக்குத் தேவைப்படும் சட்டங்களை இயற்றித் தருவார்கள், எனவே நம் தலைவிதியை நாமே தீர்மானித்துக் கொள்ளும் சுதந்தரத் தமிழர்கள் நாம் என்றெல்லாம் கற்பனை செய்து கொள்ள வேண்டாம். இன்றைய சட்டமன்றம் லண்டன்காரனே நமக்குக் கொடுத்ததுதான். இந்த மன்றத்தை அன்று லண்டன்காரன் நினைத்தால் கலைத்தான், இன்று தில்லிக்காரன் நினைத்தால் கலைக்கிறான்! அன்றும் இன்றும் இந்த மன்றத்தின் வேலை மசோதா எழுதுவதே! அது சட்டமாக அன்று லண்டன்காரன் தேவைப்பட்டான், இன்று தில்லிக்காரன் தேவைப்படுகிறான், அவ்வளவுதான்! சட்டமியற்றும் வக்கில்லாத மன்றம் என்பதால்தான் காந்தியடிகள் இந்த மன்றத்தை 'மாண்புமிகு மாநகராட்சி' என்றார். இந்த லண்டன் மன்றத்தில் நமக்கு சாதிக்க ஒன்றுமில்லை என்றார் இந்தியரின் மகாத்மா! இந்த தில்லி மன்றத்தில் பிடுங்க ஒன்றுமில்லை என்றார் தமிழரின் பெரியார்!

நம் இந்திய எல்லை பாதுகாப்பாக இருந்தால்தானே நாம் பாதுகாப்பாக இருக்க முடியும். இம்மாம் பெரிய இந்தியாவுக்குள்ளேயே பாகிஸ்தான்காரன் சமயம் கிடைக்கும் போதெல்லாம் நுழைந்து விடுகிறான். பிறகு நாம் எம்மாத்திரம்? இதற்காகவாவது ஒற்றுமை வேண்டாமா?

முதலில் இந்திய எல்லை என்ற ஒன்றே வேடிக்கையானது. பிற தேசிய இனங்களின் எல்லைகளை விருப்பத்துக்குக் கபளீகரம் செய்வதை ஓர் அடிப்படை உரிமையாகக் கருதும் ஒரு நாடு உண்டென்றால் அது இந்தியாதான்!

விடுதலைக்கு முன்பே பாகிஸ்தானை இழந்து விட்டோமே என்கிற ஒப்பாரி மழையில்தான் நாம் இதுவரை நனைந்து வருகிறோம். ஆனால் இரத்தம் சொட்டச் சொட்ட இந்தியம் ஒட்ட வைத்துக் கொண்ட எல்லைகள் கொஞ்சமா? நஞ்சமா? 1947 ஆகஸ்டு 15 அன்று காஷ்மீரமும் தெலங்கானாவும் நாகலாந்தும் மணிப்பூரும் கோவாவும் சிக்கிமும் இந்தியத் தொடர்பற்று சுதந்தரமாக இருந்தனவே! அவற்றை வன்சூதில் கைப்பற்றி பாரத மாதா கூந்தலில் முடிந்து வைத்துக் கொண்டாளே? இந்தச் சிக்குக்குள் இந்திய எல்லையை எப்படிக் குறிப்பதாம்? எல்லைவெறி பிடித்த பாரத மாதா காலடியில் தமிழ்த் தாயின் எல்லைப் பாதுகாப்பை ஒப்புவித்துத் தமிழர் நன்மை கண்டனரா?

ஆளரவமற்ற இமய முகடுகளில் பனிப் பாலைவனமாய்க் கிடக்கும் கார்கிலை பாகிஸ்தான் ஆக்கிரமித்துக் கொண்டதாகக் கூறி இந்தியத் தேசியர்கள் கூப்பாடு போட்டார்களே! தமிழர்களையும் இந்திய எல்லையைக் காப்பாற்றச் சொல்லி உசுப்பி விட்டார்களே! ஆனால் தமிழகத்தின் வடக்கெல்லையாகத் தொல்காப்பியரே குறித்துக் காட்டிய வடவேங்கடம் (இன்றைய திருப்பதி) என்னும் பெரும்பரப்பை ஆந்திராவுக்குப் பட்டா போட்டுக் கொடுத்தார் நேரு பெருமான்! இத்துடன் விட்டாரா இந்த சனநாயகப் புலி? இன்று நமக்குப் பெருஞ்சிக்கலாய்த் திகழும் முல்லை-பெரியாறு அணையை உள்ளடக்கிய தேவிகுளம் பீர்மேடு பகுதிகள் தமிழகத்துக்கா? கேரளத்துக்கா? என முடிவு செய்ய பணிக்கர் என்னும் மலையாளியை நடுநிலையோடு முடிவு செய்யச் சொன்னதும் இதே நேரு பெருமகன்தான்! நேருவின் இந்தியம் செய்த இந்தச் சதியால்தான் தமிழன் இன்று மலையாளியிடம் நீர்ப் பிச்சை கேட்டு நிற்கிறான். தமிழகத்தின் வரலாற்று வடக்கெல்லையாம் திருவேங்கடத்தைக் காக்காத இந்த இந்தியத்தின் ஆக்கிரமிப்பு வடக்கெல்லையாம் காஷ்மீரம் காக்கத்

தமிழன் குரல் கொடுக்க வேண்டுமாம்! நல்லது, கதை இத்துடன் முடிந்ததா!

அடுத்து வந்தார் நேருவின் தவப் புதல்வி இந்திரா! தமிழர்களுக்கு வரலாற்றுவழிச் சொந்தமான கச்சத்தீவைத் தமது பாட்டன் வீட்டுச் சொத்து போல் இலங்கைக்குத் தாரை வார்த்தார் அவர். கடைத் தேங்காயை எடுத்து வழிப் பிள்ளையாருக்கு உடைத்த கதையல்லவா இது? தமிழன் சொத்தை சிங்களவனுக்குக் கொடுக்கத் தரகு வேலை பார்த்த இந்தியா தமிழகத்துக்குப் பாதுகாப்பா?

நேருவின் இந்தியம் செய்த இந்தச் சதியால்தான் தமிழன் இன்று மலையாளியிடம் நீர்ப் பிச்சை கேட்டு நிற்கிறான்.

தமிழகத்தின் எல்லை பறிக்கும் தெனாவட்டை இந்திப் பரம்பரைக்கு வழங்கியது யார்? பாரதம் போற்றும் இந்திய அரசமைப்புச் சட்டமே அது! ஒற்றுமை என்னும் பேரில் நடக்கும் ஒற்றையாட்சியைக் காக்கும் இந்திய அரசமைப்புச் சட்டத்தின் முதற்பக்கமே கக்குகிற நஞ்சொன்று போதும், இந்தியத்தின் சனநாயக முகத்திரை கிழிக்க! அது வழங்கும் நீதியைக் கேளுங்கள்: இந்திய அரசு நினைத்தால் எந்த ஒரு மாநிலத்தின் எல்லையையும் வெட்டலாமாம், வெட்டுண்ட எல்லையை வேறெந்த மாநிலத்தின் எல்லையுடனும் ஒட்டலாமாம்! நம் எல்லை உரிமையனைத்தையும் இந்திக்காரனிடம் தந்துவிட்டு அவன் நம் எல்லையை வெட்டுகிறான், நம் பரப்பை அயலானுக்கு தானம் செய்கிறான் என அழுவதில் என்ன பயன்? இதே இந்தியச் சட்டத் தருக்கத்தை நீட்டித்தால் என்னாகும்? அது மொத்தத் தமிழகத்தையே பிட்டுத் தெலுங்கனுக்கோ சிங்களவனுக்கோ தானம் செய்தாலும் கேட்க நாதியில்லை! நம் தமிழ் மாணவர்களுக்கு அப்பத்தைப் பிட்டுப் பங்கிட்ட சாமர்த்தியக் குரங்கின் நீதிக்கதை இனியும் தேவையா என்ன? இந்திய அரசமைப்புச் சட்டத்தின் முதற்பக்கம் கூறும் 'நீதி' கதை ஒன்று போதுமே!

அது மேலும் சொல்கிறது, நம் தமிழ்நாடு மாநிலத்துக்குப் பெயர் வைக்கும் உரிமை கூட தமிழர்களுக்குக் கிடையாதாம். இந்தியா நினைத்தால் தமிழ்நாட்டை ஆரிய வர்த்தம் என்றுங்கூட அழைக்கலாம்! ஒன்றும் வேண்டாம், ஒருத்திக்குச் சொந்தமான வீட்டின் எல்லையை நான்தான் குறிப்பேன், வீட்டுக்கு நான்தான்

பெயர் வைப்பேன் எனக் கூறினால் அவள் கொதித்துப் போக மாட்டாளா என்ன? ஆனால் உன் நாட்டு எல்லைகளையே தூக்கி நான் எவருக்கும் கொடுப்பேன், உன் நாட்டுக்கு நான்தான் பெயர் சூட்டுவேன், நீ மூச்சு விடக் கூடாது எனக் கொக்கரிக்கும் ஓர் அரசமைப்புச் சட்டம் தமிழர்களின் வேலியாகுமா?

> **இந்தியா நினைத்தால் தமிழ்நாட்டை ஆரிய வர்த்தம் என்றுங்கூட அழைக்கலாம்!**

நாம் அனைவரும் இந்தியர்கள் என்று ஒற்றுமையாக இருக்கும் போதே கர்நாடகமும் கேரளமும் ஆற்று நீர் தர மறுக்கின்றன. இது போதாதென்று நாம் தனித்து வேறு சென்று விட்டால் நம் நிலைமை இன்னும் மோசமாகி விடாதா?

ஆங்கில ஆண்டைகளின் கீழ் தமிழகமும் கர்நாடகமும் அடிமைகளாக இருந்த போது காவிரித் தாய் தங்கு தடையின்றித் தமிழகத்தில் கரைபுரண்டு ஓடிக் கொண்டிருந்தாள். அவர்கள் 1924இல் ஓர் ஒப்பந்தம் கண்டு தமிழகத்துக்கும் கர்நாடகத்துக்கும் இடையே காவிரியை நியாயமான வகையில் பங்கிட்டளித்தனர். அவர்கள் ஆண்ட வரை கன்னடர்களால் தமிழகத்துக்குப் புறம்பாக அணை எதையும் கட்ட முடியவில்லை.

ஆனால் இப்போது இந்தி ஆண்டைகளின் கீழ்தான் கர்நாடகம் ஆட்டம் போடுகிறது. அனைத்து உலக நீர்ப் பங்கீட்டு அறங்களையும் காலில் போட்டு மிதித்து கபினி, ஏரங்கி, ஏமாவதி என அணைகளுக்கு மேல் அணைகள் கட்டி, இவை போதாதென்று விரும்பிய போதெல்லாம் தடுப்பணைகளுக்கு மேல் தடுப்பணைகள் கட்டி தமிழனுக்கு ஒரு சொட்டுக் காவிரியும் வழங்காது அடாவடி செய்கிறது. இப்போது மேகதாது என்ற பெயரில் புது அணை கட்டப் போகிறேன் என முரண்டு பிடிக்கிறது. அனைத்து அணைகளும் நிரம்பி வழியும் போது மட்டும் தமிழகத்தைத் தன் வடிகாலாக்கிக் கொள்கிறது. காவிரித் தீர்ப்பாயத்தின் ஓர் இடைக்காலத் தீர்ப்பையும் பொறுக்க மாட்டாது தமிழனையும் தமிழச்சியையும் வெட்டிச் சாய்த்து அகதிகளாகத் தமிழகத்துக்குத் துரத்தியடித்தது. இந்தக் கன்னட இனவெறிச் செயல்களைக் கைகட்டி வேடிக்கை பார்க்கிறது இந்தியம்.

கர்நாடகத்தின் காங்கிரஸ், பாஜக, சிபிஐ (எம்), சிபிஐ ஆகிய அனைத்து பாரதக் கட்சிகளும் ஒரே குரலில் தமிழகத்துக்கு ஒரு

சொட்டுக் காவிரியும் கிடையாது என்கின்றன. ஆனால் தமிழகத்திலோ காங்கிரஸ், பாஜக, சிபிஐ (எம்), சிபிஐ கட்சிகள் தமிழகத்தைக் கர்நாடகம் வஞ்சிப்பதாகக் கூறுகின்றன. மூச்சுக்கு முந்நூறு தடவை இந்திய ஒற்றுமை பேசும் இந்தக் கட்சிகளின் தலைமைகள் எதுவும் யார் பக்கம் நியாயம்? எனப் பேசாது கள்ள மௌனம் காக்கின்றன.

ஜென்மப் பகைவன் எனக் காட்டப்படும் பாகிஸ்தானுடன் சிந்து நதியையும் வங்கத் தேசத்துடன் கங்கையையும் இந்தியாவால் பகிர்ந்து கொள்ள முடிகிறது. ஆனால் பாரதத் தாயின் ஒரே புதல்வர்களுக்கு இடையே காவிரியை இந்தியாவால் பகிர்ந்தளிக்க முடியாதாம். இருந்தும் பாரதம் நமக்குக் கற்றுத் தருகிறது: பாகிஸ்தானியன் நம் பகைவனாம்! கன்னடன் நம் இந்தியச் சகோதரனாம்!

சுதந்தர நாடுகளாகிய பாகிஸ்தானையும் வங்க தேசத்தையும் இந்தியா வஞ்சித்தால் தட்டிக் கேட்க உலக ஆற்றுநீர் நீதி உண்டு. ஆனால் கன்னடத் தேசத்தால் வஞ்சிக்கப்படும் தமிழனுக்கு நீதி கேட்க யாருமில்லையே, ஏன்? தமிழன் தில்லியின் அடிமை என்பதால்தானே?

இந்திய ஒற்றுமைக்குப் பலியானது காவிரி மட்டுமா? அன்று பிரித்தானிய ஆண்டை கட்டிக் கொடுத்த பெரியாற்று அணை உடைக்கக் கேரளக் கோடலி பதம் பார்த்து நிற்கிறது. அதைச் சுவைத்துப் பார்க்க பாரத மாதா தருணம் பார்த்து நிற்கிறாள்! அவள் கண்களுக்கு இனவெறிக் கூத்தாடும் கன்னடனும் மலையாளியும் 'அக்மார்க்' இந்தியர்கள்! என்னய்யா! அநீதி இது எனச் சற்றே சிணுங்கும் தமிழர்கள் இனவெறியர்கள்! வாழ்க பாரத ஒற்றுமை!

இப்போது கூறுங்கள்! ஒற்றுமை வேண்டி பாரத மாதா பலிபீடத்தில் காவிரியையும் பெரியாற்றையும் காவு கொடுப்பதா? அல்லது தமிழ்த் தேச உரிமை முழங்கி கர்நாடக, கேரளத்தின் ஆற்று நீர் முற்றுகையை முறியடிப்பதா?

தமிழ்நாட்டுச் சட்டிக்குள் குதிரை ஓட்டிக் கொண்டிருந்தால் நமது வேலைவாய்ப்புகள் பறிபோகாதா?

உள்ளபடியே, இந்திய ஒற்றுமை என்ற பேரில் நம்மீது திணிக்கப்படும் ஆங்கிலமும் இந்தியுமே நமது வேலைவாய்ப்பைப் பறிக்க வந்த கூற்றுவன்கள் என்பதை மனத்தில் நிறுத்தவேண்டும். தமிழ்த்

தேசத்தின் தற்சார்பு வளர்ச்சியே தமிழகத்தின் அனைத்துத் துறைகளிலும் பாமரத் தமிழனையும் கொண்டு போய் உட்கார வைக்கும். கல்வி, சட்டம், தொழில் என அனைத்துத் துறைகளிலும் ஆங்கில, இந்தி ஆதிக்கங்களைத் துரத்தியடித்து அங்கு தமிழின் ஆட்சியை நிறுவுவதே அனைத்துத் தமிழர்களுக்குமான வேலைவாய்ப்பைப் பெருக்கிக் கொடுக்கும். இந்தியை ஓரளவுக்கேனும் நாம் அடக்கி வைத்திருப்பதால்தான் திரைப்படம், தொலைக்காட்சி என ஊடகத் தமிழ் உலா வருகிறது. இன்னும் துறைதோறும் தமிழ் வளர்ப்பின் தமிழர்தம் வேலை வாய்ப்பு பல்கிப் பெருகும் என்பதற்கு இதுவே சான்று!

இல்லையே, நாம் இந்தியாவுக்குள் இருப்பதால்தானே உலகமயம் நம் நாட்டுக்குள் நுழைகிறது? தமிழர்கள் ஆங்கிலம் படித்ததினால் தானே உலகமயத்தால் ஏற்பட்ட வாய்ப்பைப் பயன்படுத்தி தகவல் தொழில்நுட்பத் துறையில் கொடிகட்டிப் பறக்க முடிகிறது?

தமிழ்நாட்டுக்குள் உலகமயம் மட்டுமல்ல, இந்தியமயமுந்தான் நுழைகிறது என்பதை முதலில் நினைவிற்கொள்வோம். ஒரு தேசத்தின் பெருமை எதில் அடங்கியுள்ளது? உலகமயம் பிச்சையாய்த் தூக்கிப் போடும் ஒரு சில வேலைவாய்ப்புகளைப் பொறுக்கிக் கொள்வதிலா? அல்லது நமக்கான வேலைவாய்ப்புகளை நாமே தற்சார்பாய் உருவாக்கிக் கொள்வதிலா?

உலகமயத்திடம் சென்று வேலைவாய்ப்பு கேட்டு தட்டேந்தி நிற்பது தற்சார்பாகுமா? இந்தி மறுத்து, ஆங்கிலம் மறுத்து நம் தமிழை அரியணை ஏற்றுவதும், அதன்வழி தமிழ்த் தேசிய வணிக நலன் பெருக்கி உலகமயச் சந்தையில் நமக்குள்ள பங்கை அடைந்து காட்டுவதும்தானே உலகில் தமிழர் பெருமையை நிலைநாட்டும்? அப்போது நம் தமிழனும் தமிழச்சியும் அந்நிய உலகமயத்திடம், இந்தியமயத்திடம் கையேந்தி நிற்க வேண்டிய நிலைமை ஏன் ஏற்படப் போகிறது?

அந்நியனுக்குக் கைகட்டி வேலைபார்த்து அவனை வளர்த்து விட்டதில் பெருமைப்பட்டுக் கொண்டோம். என்னாயிற்று? இன்று என்னிடம் உன் வேலையைச் செய்ய தானியங்கி எந்திரங்கள் உள்ளன, இன்னும் அடிமாட்டுக் கூலிக்கு ஆட்கள் கிடைத்து விட்டார்கள், எனவே நீ நடையைக் கட்டு எனக் கூறத் தொடங்கி விட்டார்களே? இந்த உலகமயக் கூலி வேலையை நம்பித்தான் தமிழர் தப்பிப் பிழைத்தாக வேண்டுமா?

உலகமயம் தமிழர் வேலைவாய்ப்பை என்றும் பெருக்கித் தரப் போவதில்லை. தமிழ்மய வணிகம் மட்டுமே தமிழர்க்குரிய வேலைவாய்ப்பு உரிமையை நிலைநாட்டித் தரும்.

ஆகவே அந்நிய ஐடி குழுமத்திடம் தொண்டூழியம் செய்து பிழைப்பது நாம் கொடி கட்டிப் பறப்பதாகுமா? பில் கேட்ஸ், ஸ்டீவ் ஜாப்ஸ் போன்ற எவரிடமும் நாம் சோறும் வசதியும் கேட்க வேண்டியதில்லை. தமிழ்மயத்தை நிலைநாட்டி நம் கயல்விழியும் மணியும் உலக வணிகத்தில் கொடிகட்டிப் பறக்கும் நிலையை ஏற்படுத்தி நம் தற்சார்பை நிலைநாட்டிக் காட்டுவதே முக்கியம்.

வேலைவாய்ப்பு சரி, அதற்கு அடிப்படையான கல்விக்கு நாம் என்ன செய்வது?

இருக்கும் கல்வி உரிமைகளையும்கூட தமிழகத்திலிருந்து ஒவ்வொன்றாக இந்தியம் பிடுங்கி வருகிறது என்பதே உண்மை. இந்திரா காந்தி நெருக்கடிக் காலத்தில் கல்வி உரிமையை மாநிலப் பட்டியலிலிருந்து பொதுப் பட்டியலுக்கு மாற்றினார். அப்போது பிறந்தது தமிழருக்குத் தலைவலி. அதுவே பின்னர் நவோதயா, கேந்திரிய வித்யாலயா என நீண்டு இன்று மோடி ஆட்சியில் நீட் வரை வளர்ந்து நிற்கிறது. இப்போது 5ஆம் வகுப்பு, 8ஆம் வகுப்பையும் கூட நாங்களே பார்த்துக் கொள்கிறோம் என்கிறது தில்லி.

இந்த இந்தியமயத்துக்குப் பின்புலத்திலும் உலகமயக் கல்வி வணிகமே செயல்படுகிறது. ஆம், உலக காட்ஸ் ஒப்பந்தத்தில் கையொப்பமிட்ட பணியைச் செவ்வனே நிறைவேற்றித் தரவே நீட் எனும் தூண்டிலை இறக்கியுள்ளது இந்தியா. உச்சகட்டமாக, தமிழகக் கல்வித் துறையையே உலகச் சரக்காக்கும் வேலையையும் விறுவிறுப்பாகத் தொடங்கி விட்டது இந்தியா.

இப்படித் தமிழர் கல்வியையே தின்று ஏப்பம் விடும் தில்லியும் உலகமயமுமா நமது வேலைவாய்ப்புகளைக் காப்பாற்றித் தரப் போகின்றன?

தற்சார்பு, வேலைவாய்ப்பு என்ற கதையெல்லாம் சரிதான்? நாம் தனித்தியங்கி பொருளாதார வல்லமை பெறுவது எப்படி? பார்க்கப் போனால் தமிழகத்தின் மற்ற பல மாநிலங்களைவிட தமிழகம் நல்ல நிலையில்தானே உள்ளது?

நமக்குப் போட்டியாளராக குஜராத், பீகார் என நோஞ்சான் களையா தேர்ந்தெடுப்பது? பிரான்ஸ், சீனம், ஜப்பான் எனத்

தனித்து சுதந்தரமாக இயங்கும் நாடுகளின் முன்னேற்றம் அல்லவா நமக்கான ஒப்பீடாக இருக்கமுடியும்.

உள்ளபடியே பிற்போக்கு வடமாநிலங்களுடன் சேர்ந்து காலம் தள்ளுவதே நாம் வளராதிருப்பதற்குக் காரணம். சமூகநீதி, கல்வி எனப் பல துறைகளில் வடநாட்டை விட தென்னகம் முற்போக்காக இருப்பதை அம்பேத்கரே பதிவு செய்கிறார். இந்தச் சமமற்ற தேசிய இனங்களுக்கு இடையிலான போட்டி முன்னேறியிருப்ப வரைப் பின்னோக்கி இழுக்கவே உதவும். ஒரு கால்பந்தாட்டக்காரர் நன்கு பயிற்சி பெற்று முன்னேற தன்னைவிட தேர்ச்சி அதிகம் பெற்றவருடன்தான் கால்பந்து விளையாடுவார். கற்றுக் குட்டியிடம் விளையாடினால் அவர் கொஞ்சம் கொஞ்சம் இருக்கும் திறமையும் இழப்பார்.

வடநாட்டை விட எல்லா வகையிலும் முன்னேறி நிற்கும் தமிழகத்திடமிருந்து இந்தியா வருமானவரி, சுங்கவரி, மூலதன ஆதாய வரி என அனைத்து வரிகளையும் அள்ளிச் செல்கிறது. விற்பனை வரி ஒன்றுதான் தமிழகத்தின் கையில் இருந்தது. இப்போது ஜிஎஸ்டி என்ற பெயரில் அதையும் களவாடிச் செல்கிறது. இந்த வரி வருவாயை எல்லாம் கொண்டு ஒன்று மில்லாத இந்தி மாநிலங்களுக்குச் செலவழிக்கிறது. தமிழகம் தில்லிக்குக் கொடுக்கும் வரி அதிகம், பதிலுக்கு தில்லியிடமிருந்து பெறும் நிதி குறைவு, ஆனால் இதே வட மாநிலங்கள் எனும் போது நிலைமை தலைகீழாக உள்ளதென நடுவணரசு அறிக்கைகளே கூறுகின்றன. இந்த நிதியைக் கூட நம்மால் தேர்ந்தெடுக்கப்பட்ட முதலமைச்சர் தில்லி சுல்தான்களாகக் கோலோச்சும் அதிகாரி களிடம் ஆண்டுக்கொருமுறை மண்டியிட்டுத்தான் பெறவேண்டும். இதுதான் இந்திய ஒற்றுமை நமக்கு ஈட்டித் தரும் வருமானம்.

இதுதவிர, உலகின் எந்தத் தேசமும் தனித்தியங்க முடியாது. அது மற்றெல்லா தேசங்களையும் ஏதோ ஒரு வகையில் சார்ந்துதான் இயங்கமுடியும். தன்னிடம் இல்லாத வளங்களை வாங்கி, தன்னிடம் மிதமிஞ்சி இருக்கும் வளங்களைத் தந்தே இயங்க முடியும். அது தமிழ்த் தேசத்துக்கும் பொருந்தும்.

இப்போது கூறுங்கள்! எல்லை, இயற்கைவளம், மொழி, பொருளாதாரம், கல்வி, வேலைவாய்ப்பு எதுவானாலும் தமிழர்தம் பாதுகாப்பு எதில் அடங்கியுள்ளது? இந்திய ஒற்றுமையிலா? தமிழ்த்தேசிய ஓர்மையிலா?

(ஆழம் 2013 டிசம்பர் இதழில் எழுதிய கட்டுரை.)

3

எவருக்கும் வாக்கில்லை, ஏன்?

தமிழகத்தில் 2014 ஏப்ரல் 24 நாடாளுமன்ற மக்களவைத் தேர்தல். இருப்பவர்களில் யார் நல்லவர்? எனப் பகுத்தாய்ந்து அன்றைய தேதியில் வாக்களிப்பது நமது ஜனநாயகக் கடமை என ஊடகர்களும் அரசியல் அலசர்களும் எப்போதும் போல் உபன்யாசம் செய்ய ஆரம்பித்துவிட்டார்கள். ஒவ்வொரு வாக்கும் நாட்டின் தலையெழுத்தைத் தீர்மானிக்கப் போகும் மந்திரச் சாவியாம்! ஒவ்வொரு கட்சியும் நாங்கதான் ரொம்ப நல்லவங்க என்று தம்பட்டமடித்துக் கொள்கிறது.

நீங்க எப்படி நல்லவங்கன்னு காங்கிரஸ்காரர்களைக் கேட்டா, மோடி மாதிரி ஒரு கொடூர மனிதன் உண்டா? குஜராத்தில் மூவாயிரம் முஸ்லீம்களைக் கொலை செய்வதற்குப் பின்புலமாக இருந்தவரல்லவா அவர்? கோத்ராவில் இந்துக்களுக்கு இஸ்லாமியர்களால் நடந்த வினைக்கு எதிர்வினையே இதுவென குஜராத் படுகொலைகளை நியாயப்படுத்தியரவல்லவா அவர்? இந்த மோடி பிரதமரானால் இந்தியா என்னாகும்? என்கின்றனர்.

இப்படிப்பட்ட ஓர் இந்து மத வெறியரைத் தலைமை அமைச் சராக்க நினைப்பது முறைதானா? என பாஜகவினரைக் கேட்டால், இந்திரா காந்தியைக் கொன்றவர்கள் சீக்கியச் சமயத்தைச் சேர்ந்தவர்கள் என்பதற்காக அப்பாவிச் சீக்கிய மக்களை தில்லி வீதிகளில் காங்கிரஸ் குண்டர்கள் கொன்று குவிக்கவில்லையா? பெரிய ஆலமரம் சாயும்போது நிலம் அதிரத்தான் செய்யுமென

அலட்சியமாகக் கூறி ராஜிவ் காந்தி அந்தப் படுகொலைகளை நியாயப்படுத்தவில்லையா? எனப் பதிலுக்குக் கேட்கின்றனர்.

ஏன் வால்மார்ட்டைக் கொண்டு வருகிறீர்கள்? என பாஜக கேட்க, அவர்களை முதலில் இன்னும் பெரும் பங்குடன் வெற்றிலைத் தாம்பூலத்துடன் அழைத்தது நீங்கள்தானே என்கிறது காங்கிரஸ்.

ஆக, நீ என்னத்த கிழிச்ச? அவங்க ரொம்ப யோக்யமா? எனக் குழாயடிக் கூச்சலாகத்தான் இந்திய, தமிழகத் தேர்தல் பரப்புரைகள் நடந்து வருகின்றன. குஜராத் வளர்ச்சி என்னும் முழக்கம் வெறும் பித்தலாட்டமே என்ற உண்மை நாளுக்கு நாள் வெட்ட வெளிச்சமாகிக் கொண்டிருக்கிறது. எனவே தங்கள் நேர்மை பற்றிப் பேச வக்கில்லாமல் மற்றவர்களின் கதைகளைப் பற்றிப் பேசுவதில்தான் அனைத்துக் கட்சிகளின் கவனம் முழுதும் குவிந்துள்ளது. இவர்கள் யாருக்கும் வெட்கமில்லை. ஏனென்றால் இவர்கள் யாருக்கும் நிரந்தரக் கொள்கையில்லை. எனவேதான் இவர்கள் அரசியலில் நிரந்தர நண்பர்களும் இல்லை, நிரந்தரப் பகைவர்களும் இல்லை என்னும் தத்துவ முத்தைப் புதுக் கூட்டணிக்குத் தாவும் போதெல்லாம் உதிர்த்து வருகிறார்கள்.

இப்போது திமுகவைப் பாருங்கள். அது புடம்போட்ட மதச்சார் பின்மைக் கட்சி போல் இப்போது படம் காட்டிக் கொண்டிருக்கிறது. கலைஞரின் மதச்சார்பின்மையை நம்பி மதச் சார்பற்றவர்கள் அனைவரும் திமுகவுடன் கைக்கோக்க வேண்டுமாம். நீங்கள் தேர்தல் முடிந்ததும் பாஜகவுக்குத் தாவ மாட்டீர்களா? எனக் கேட்டால், மதச்சார்பின்மைக்கு ஆதரவாகப் பேசிவிட்டு நாங்கள் எப்படி இந்துத்துவத்துக்கு ஆதரவளிப்போம் என்கிறார் திமுக நாடாளுமன்ற உறுப்பினர் டி. வி. கே. எஸ். இளங்கோவன். கலைஞர் ரசிகர்களும் இதே பாணியில் மதவெறியை எதிர்க்கும் தேர்தலிது என்கிறார்கள்.

இவர்களது சொல் நாணயத்தைப் புரிந்துகொள்ள 1998க்குச் செல்லவேண்டும். பாஜகவின் வாஜ்பாய் முகமூடியைக் கழற்றி விட்டுப் பார்த்தால் ஆர்எஸ்எஸ் என்னும் காட்டுமிரண்டிக் கும்பல் தான் நம் கண்ணுக்குத் தெரியுமென 26.02.1998 முரசொலி நாளிதழில் எழுதினார் கலைஞர். எனவே வாஜ்பாயே ஆனாலும் மதவெறி பாஜகவை எதிர்ப்போம் எனக் கூறி அந்த ஆண்டு நாடாளுமன்றத் தேர்தலில் போட்டியிட்டது திமுக. தேர்தல் பரப்புரையில் பண்டார, பரதேசிகள் என பாஜகவை ஏசியது. பாஜகவினர் காட்டுமிராண்டிகளென 15.02.1999 அன்று இந்தியன்

எக்ஸ்பிரஸ் நாளேட்டுக்குப் பேட்டியளித்த முரசொலி மாறன் அடுத்த இரண்டே மாதத்தில் 17.04.1999 அன்று ஜெயலலிதா வாஜ்பாய் ஆட்சியைக் கவிழ்த்த போது பாஜகவுக்கு ஆதரவளிப்பதாக நாடாளுமன்றத்தில் அறிவித்தார். காட்டு மிராண்டி வாஜ்பாய் இரண்டே மாதத்தில் திமுகவினருக்கு ஜென்டில் மேன் ஆனார், கலைஞருக்கோ மனிதருள் மாணிக்கமானார். இதுதான் இவர்களின் வாக்கு நேர்மை என்றால், இன்னும் இரண்டே மாதத்தில் மோடி இவர்களுக்கு குஜராத்தின் குறள்மகன் ஆக மாட்டாரா என்ன?

> **காட்டுமிராண்டி வாஜ்பாய் இரண்டே மாதத்தில் திமுகவினருக்கு ஜென்டில் மேன் ஆனார், கலைஞருக்கோ மனிதருள் மாணிக்கமானார்.**

மோடியையோ ராகுலையோ ஆதரிக்க மாட்டோம் எனக் கலைஞர்தான் கூறி விட்டாரே எனச் சிலர் இப்போதும் சந்தேகப் படலாம். 2002 குஜராத் கலவரங்களுக்குப் பின்னர் மோடிக்கு எதிராக நாடாளுமன்றத் தீர்மானம் வந்தபோது அதற்கு எதிராக வாக்களித்ததும், அதைத் தொடர்ந்து மோடி குஜராத்தில் தன்னைக் கொலைப் பாதகங்களிலிருந்து காப்பாற்றிக் கொள்ள மாநாடு போட்ட போது, அங்கு தஞ்சை பழனி மாணிக்கத்தை அனுப்பி வைத்து மோடியின் கொலைக் கரங்களை உயர்த்திப் பிடிக்கச் செய்ததும் சாட்சாத் கலைஞர்தான். ஆனால் இவரைத்தான் மதச்சார்பின்மைக் காவலர் என ஒரே ஒரு சீட்டுக்காகத் தூக்கிப் பிடிக்கின்றன மனிதநேய மக்கள் கட்சியும், இந்திய யூனியன் முஸ்லீம் லீக்கும். மோடி கலைஞரின் அடுத்த ஜென்டில்மேன் ஆகாது அல்லா பார்த்துக் கொள்வாராக!

பாஜகவோடு ஒரு ஐந்தாண்டு, காங்கிரசோடு ஒரு பத்தாண்டு குடித்தனம் நடத்தியாயிற்று. இப்போது யாரை எதிர்த்துப் பேசுவது. எனவேதான் இந்தத் தேர்தல் பரப்புரையைக் கையில் எடுத்துக் கொண்டுள்ள ஸ்டாலின் ஜெயலலிதாவைக் குறி வைத்தே பேசி வருகிறார். நாட்டைக் கூறு போட்டு அயலாருக்கு விற்பது, விரும்பிய போதெல்லாம் எரிபொருள்களின் விலைகளை உயர்த்துவது, தனியார்த் துறை இடஒதுக்கீட்டுக்கும் இஸ்லாமியர் உள்ளிட்ட சிறுபான்மையினர் இடஒதுக்கீட்டுக்கும் குழிதோண்டுவது என மத்திய அரசின் மக்கள் விரோத நடவடிக்கைகள் அனைத்துக்கும்

எதிராகக் குரல் கொடுக்காமல் வெறும் ஜெயலலிதா எதிர்ப்புப் பரப்புரையாக இத்தேர்தலை மாற்றியுள்ளார் ஸ்டாலின். அடுத்த ஊர்க்காரி லட்ச லட்சமாய்ப் பணம் குவித்தாலும் கவலைப் படாதவளுக்கு அடுத்த வீட்டு அக்கா எட்டணா தோடு வாங்குவது தான் பெருங்கதை! கோடி கோடியாய் ஆயுதப் பேரம் நடத்தி ஊழலில் திளைக்கும் தில்லி ஏகாதிபத்திய அண்ணன்கள் பற்றி ஸ்டாலினுக்கு என்ன கவலை? பாவம்! சென்னை அக்காவின் மீதுள்ள அச்சமே நமது தளபதியை வாட்டி வதைக்கிறது.

விஜயகாந்தும் சூடு பறக்கப் பரப்புரையைத் தொடங்கியாகி விட்டது. ஊழலை ஒழிக்கத்தான் பாஜகவுடன் கூட்டணியாம். ஆ. ராசாவின் இரண்டாம் தலைமுறை அலைக்கற்றை ஊழலுக்கு எதிராக பாஜக செய்த ரகளையைப் பார்த்து அவங்கள ரொம்பவும் நல்லவங்கன்னு நமது கேப்டன் நம்பி விட்டார் போலும். ஆனால் இதே பாரதிய ஜனதா பார்ட்டி சுக்ராம் என்னும் காங்கிரஸ்காரர் தொலைத் தொடர்புத்துறை அமைச்சராக இருந்தபோது லஞ்சம் வாங்கியதாகக் குற்றஞ்சாட்டி 13 நாள்களுக்கு நாடாளு மன்றத்தையே திமிலோகப்படுத்தியது. அவர் கீழமை நீதிமன்றத்தாலும் தண்டிக்கப்பட்டார். காங்கிரஸ் அவரைக் கட்சியை விட்டு நீக்கவே இமாச்சல் விகாஸ் காங்கிரஸ் என்னும் அமைப்பைத் தோற்றுவித்தார். அந்த மனிதருடன் பாஜக 1998 இமாசலப் பிரதேச மாநிலச் சட்டமன்றத் தேர்தலில் கூச்ச மில்லாமல் கூட்டணி வைத்துக் கொண்டு அவரை அம்மா நிலத்தின் துணை முதலமைச்சராக்கி அழகு பார்த்தது.

இன்னும் பொட்டலத்தைத் திறந்தால் பாஜகவின் வீச்சம் ஃபெர்ணான்டஸ், சிபு சோரன் வரை நாறும். ஊழல் பெருச்சாளி களுக்கு இந்துத்துவத்தில் கரைந்தால் பாப விமோசனம் கிடைக்காமல் போய்விடுமா என்ன? இதில் பாஜகவின் சொந்த எடியூரப்பாக்களும் பங்காரு லட்சுமணன்களும் தனிக் கணக்கு! திடீரென ஊழல் பற்றியெல்லாம் மிகவும் கவலைப்படும் கேப்டன் பல்லாண்டுகளாய் விஜகாந்த் ரசிகர் மன்றக் கொடி கட்டி வரும் ஏழை ரசிகர் ஒருவருக்கேனும் மக்களவைத் தொகுதியைக் கொடுப்பாரா?

வாஜ்பாயின் பாஜக தமிழீழத்துக்கு ஆதரவாக இருந்ததாம், அதனால் இன்றைய மோடியின் பாஜகவுக்கும் ஆதரவுக் கரம் நீட்டுகிறாராம் வைகோ. தன்னைத் தமிழீழ விடுதலைப் புலிகளை ஆதரித்ததாகச் சிறையில் அடைத்த ஜெயலலிதாவுக்கு பாஜக பின்புலமாய் இருந்ததாகக் கூறித்தான் காங்கிரசுக்குத் தாவினார்

வைகோ. கொடுங்கோலன் ராஜபட்சேவுக்கு மத்திய பிரதேசத்தில் சிவப்புக் கம்பள வரவேற்பு கொடுத்த பாஜகவுக்கு எதிராகத்தான் சாஞ்சி வரை சென்று ஆர்ப்பரித்தார் வைகோ. தமிழர்களுக்கு எதிராக ராஜபட்சே அரசு நடத்திய போருக்கு வருத்தம் தெரிவிக்க சம்பிரதாயமாக காங்கிரஸ் கூட்டிய கூட்டத்தில் ஈழத் தமிழர்களுக்காக ஒரு சொட்டுக் கண்ணீரும் சிந்தத் தயாராக இல்லை சுஷ்மா சுவராஜ். ராஜீவ் கொலை வழக்கில் சிறை வைக்கப்பட்டுள்ள ஏழு தமிழர்களை விடுவிப்பதற்குத் தமிழக பாஜக தலைவர்கள் ஆதரவு தெரிவிப்பது கட்சித் தலைமைக்கு எதிரான செயல் என்கிறார் ராஜ்நாத் சிங். இந்திய மொழிவழிப் பிரிவினையே தவறு எனத் திருச்சிராப்பள்ளி வந்து முழங்குகிறார் மோடி. இவர் தமிழீழ மக்களின் மொழி காக்கக் குரல் கொடுப்பாரென நம்மை நம்பச் சொல்கிறார் வைகோ.

கொஞ்ச நாளாய் காதல் நாடகம் எனப் பேசி சாதியத்தீயைப் பற்ற வைத்த ராமதாஸ் இப்போது மோடியின் இந்துத்துவ நாடகத்தை அரங்கேற்றக் களமிறங்கிவிட்டார். சரியான படிமலர்ச்சிதான். இத்தனை நாள் திரை நடிகர்களைக் கோமாளிகள் என்றும், அவர்கள் ரசிகர்களை முட்டாள்கள் என்றும் பகடி பேசியவர், நடிகன் நாடாளக் கூடாதென முழக்கமிட்டவர் இப்போது அவர்களின் தயவில் வெல்ல ஆசைப்படுகிறார். ஒரு காலத்தில் தமிழரின் வாழ்வுரிமைக்குக் குரல் கொடுத்துச் சிறை சென்றவர் இன்று சின்ன கவுண்டரின் குடைக்குள் தஞ்சம் அடையத் தயாராகிவிட்டார். குடைக்குள் தஞ்சம் கிடைக்குமா அல்லது ஹவுஸ் ஃபுல் பலகை மாட்டி பாஜக எட்டி உதைக்குமா? என வேர்த்து விறுவிறுத்து வரிசையில் நின்றவருக்கு, ஒரு வழியாக கேப்டனின் அரங்கில் டிக்கெட்டும் கிடைத்துவிட்டது. இனி என்ன? தமிழரின் வாழ்வுரிமையைப் புரட்சிக் கலைஞரின் ரசிகர் மன்றக் கொட்டகையில்தான் தேட வேண்டும்.

> **‘ஒரு காலத்தில் தமிழரின் வாழ்வுரிமைக்குக் குரல் கொடுத்துச் சிறை சென்றவர் இன்று சின்ன கவுண்டரின் குடைக்குள் தஞ்சம் அடையத் தயாராகி விட்டார்.’**

இரண்டாம் தலைமுறை அலைக்கற்றை ஊழலில் மாட்டிக் கொண்டதால்தான் காங்கிரஸ் நடத்தி முடித்த தமிழீழப்

படுகொலைகளைக் கலைஞர் ஆதரிக்க வேண்டியதாயிற்று என்றார் திருமாவளவன் (12.06.2011 பாலிமர் தொலைக்காட்சி **மக்களுக்காக** நிகழ்ச்சி நேர்காணல்). இப்போது அவர் இன்னுமொரு சீட்டு கேட்டு கலைஞரிடம் மன்றாடியபோதே இந்த அலைக்கற்றை மோசடி இன்னுமொரு தமிழின அழிப்புக்குத் துணைபோகாதிருக்குமா என வாக்குறுதியேதும் பெற்றாரா தெரியவில்லை. நாடாளுமன்றத்தில் ஐந்து நிமிடத்துக்கு மேல் பேச அனுமதிக்கப்படாத நான் தமிழர்களுக்கும் தலித்துகளுக்கும் என்ன செய்து விட முடியும் என ஊடகங்களில் அங்கலாய்க்கும் திருமாவளவன் திரும்பவும் அதே மக்களவை தரிசனத்துக்கு வரிசையில் நிற்கிறார்.

இவர்கள் அனைவரையும் முந்திக் கொண்டு பிரதமர் நாற்காலிக் கனவுகளுடன் மக்களவைத் தேர்தல் பரப்புரையைத் தொடங்கி விட்டார் ஜெயலலிதா. ஊழல் வழக்கில் சிக்கியுள்ள ராசா மத்திய அமைச்சராகப் பதவி வகிக்கக்கூட தகுதியற்றவராம். ஆனால் முதலமைச்சர் தொழிலைப் பயன்படுத்தி கணக்கு காட்டாமல் பல கோடிச் சொத்துகளைக் குவித்த வழக்கில் வாய்தா மேல் வாய்தா வாங்கிக் கொண்டிருக்கும் இவர்தான் உள்ளபடியே ஒரு சட்டமன்ற உறுப்பினராக இருக்கக்கூடத் தகுதியற்றவர். ஆனால் தலைமை யமைச்சராகத் துடிக்கிறார். இதுதான் இவரது புரட்சி போலும்.

ஒரு பக்கம் இந்தியா ஆயுதம் கொடுத்துத் தமிழீழ மக்களை அழித்தது என்கிறார். இந்திய இராணுவம் தமிழர்க் கடலில் கொல்லப்படும் மீனவர்களைக் காப்பாற்றாது வேடிக்கை பார்க்கிறது என்கிறார். ஆனால் அந்த இராணுவத்துக்குக் கொட்டும் பணம் போதாதாம், இவர் தில்லியைக் கைப்பற்றினால் இராணுவத்தை பலப்படுத்தி இந்தியாவை வல்லரசு ஆக்குவாராம். தமிழகத் தமிழ்ப் பள்ளிகளை ஆங்கிலமயமாக்கித் தமிழகக் கல்வியின் எதிர்காலத்தையே அழிக்கத் துடிப்பவர் இப்போது இந்தியாவை வல்லரசாக்கப் புறப்பட்டுவிட்டார். ஒருபுறம் இலங்கைக்கு எதிராகத் தடைகோரி சட்டமன்றத் தீர்மானம் இயற்றுகிறார். மறுபுறம் அதற்கு ஆதரவாகக் குரல் கொடுக்கும் கொளத்தூர் மணி போன்றவர்களைத் தளைப் படுத்துகிறார். ராசபட்சே தமிழீழத்தைத் தரைமட்டமாக்குவதை எதிர்த்துக் கொண்டே நெடுமாறனின் முள்ளிவாய்க்கால் முற்றத்தை இடிக்கத் துணிகிறார். ஆனால் தில்லி போய் தமிழீழ விடுதலையை வாங்கித் தருவேன் என்று அளக்கிறார். ராமாயணத்தை ஆரியக்

குப்பை எனத் தூக்கி எறிந்த அண்ணாவின் பெயரில் கட்சி நடத்திக் கொண்டு இராமர் பெயரிலான பொய்ப் பாலத்தைக் காக்கக் கோரி உண்மைச் சேது பாலத்துக்கு சமாதி கட்ட நினைக்கிறார்.

இவரால் தனித்து விடப்பட்டுத் தனி அணி கண்டுள்ள பாரதிய இடதுசாரிகளைப் பற்றிச் சொல்ல என்ன இருக்கிறது? பெருமுதலாளி டாடாவை நம்பி மோசம் போனவர்கள். தமிழீழ விடுதலைக்கு எதிரானவர்கள். இன்று மம்தாவிடமே பம்மி உள்வாங்கிக் கொண்டு, முலாயம், நிதிஷ் (நேற்று வரை ஜெயலலிதா) போன்ற அரைகுறைகளுடன் கூட்டுச் சேர்ந்து தில்லியில் புரட்சிச் சோறு சமைக்க ஆசைப்படும் பாரதிய இடதுசாரிகளின் ஆர்வக்கோளாறை என்னென்பது?

> **‘அண்ணாவின் பெயரில் கட்சி நடத்திக் கொண்டு இராமர் பெயரிலான பொய்ப் பாலத்தைக் காக்கக் கோரி உண்மைச் சேது பாலத்துக்கு சமாதி கட்ட நினைக்கிறார்.’**

இந்திய நலன் காக்க ஊழலை ஒழிக்கப் புறப்பட்டுள்ள கெஜ்ரிவாலுக்கு பாரத மாதா நலன் காக்க காஷ்மீரத் தேசிய ஓர்மையை அழித்தொழிப்பது பற்றிக் கவலையில்லையாம். ஏழு தமிழரும் ஆயுளுக்கும் சிறைக் கொட்டடியில் கிடக்க வேண்டுமாம். இவரை நம்பி சுப. உதயகுமார் போன்ற சமூகப் போராளிகள் தேர்தல் அரசியலில் இறங்கத் துணிந்திருப்பது கெடுவாய்ப்பே!

தமிழகத்தின் வெறும் 40 மக்களவை இடங்களை மட்டும் வைத்துக் கொண்டு தில்லியில் செய்வதற்கு ஒன்றுமில்லை என்பது தெரிந்தேதான் ஸ்டாலினும், விஜயகாந்தும், ராமதாசும் இந்தத் தேர்தலைச் சட்டமன்றத் தேர்தலாக மாற்றிவிட்டனர். கூட்டணிப் பேச்சுக்களை நாட் கணக்கில் நடத்தும் தமிழகக் கட்சிகள் அனைத்தும் தங்கள் கொள்கைத் திட்டங்கள் எதையும் முன்வைக்காமல் சீட்டுப் பேரங்களிலேயே குறியாய் இருக்கின்றன. இக்கட்சிகள் அனைத்தும் தங்களின் தேர்தல் அறிக்கைகளில் கச்சத்தீவை மீட்போம், தமிழை நீதிமன்ற மொழியாக்குவோம், காவிரி மேலாண்மைக் குழு அமைப்போம் என உரிமையுடன் முழங்குவதில்லை. மாறாக, அவ்வுரிமைகள் கேட்டு நாங்கள் இடம்பெறும் மத்திய அரசை வலியுறுத்துவோம் என்கின்றனர். சும்மா வலியுறுத்துவதற்கு இவ்வளவு செலவழித்துத் தேர்தலில்

போட்டியிட வேண்டுமா என்ன? இவர்களின் மாநில மாநாட்டுத் தீர்மானங்களே போதுமே! ஆனால் இவர்கள் தில்லி செல்வது உரிமைகளை மீட்டுப் பெற அல்ல, ஊழல் கோடிகளில் தங்களுக்குரிய பங்கைப் பெறவே.

உலகமயக் கொள்கையில், சிறுபான்மையினர் இடஒதுக்கீட்டில், இந்தி, ஆங்கிலத் திணிப்பில், காவிரி மறுப்பில், பெரியாற்றணை உடைப்பில், தமிழீழ அழிப்பில், மீனவர்க் கொலையில், மூவர் தூக்கில் காங்கிரசுக்கும் பாஜகவுக்கும் பாரத இடதுசாரிகளுக்கும் வேறுபாடே இல்லை எனப் பல சூழல்களிலும் மெய்ப்பிக்கப் பட்டுள்ள நிலையில், இவர்கள் அமைக்கும் ஏதோ ஒரு கூட்டணியில் இடம்பெற்றுத்தான் தமிழகக் கட்சிகள் ஒரு சில பதவிகளில் அமரமுடியும் என்ற நிலையில், நமது வாக்குச் சாவி உரிமைக் கதவுகளைத் திறக்குமா? அல்லது நம் விடுதலைக் கனவுகளை இறுகப் பூட்டுமா?

சரி, அதற்காக வாக்களிக்காமல் வீட்டில் சிவனே என்று கிடப்பது தவறில்லையா எனக் கேட்கலாம். வாக்களிக்க மறுப்பது சுருண்டு படுத்துத் தூங்குவதற்கு அல்ல. தமிழர்தம் உரிமைகளை மீட்டெடுக்கவே! நாள்தோறும் வீதிகளில் இறங்கிப் போராடவே!

தேர்தல்களைப் புறக்கணிக்கச் சொல்லி இந்திய விடுதலைக்குப் போராடியவர்தான் காந்தியார்.தேர்தலுக்கு வெளியே நின்ற தந்தை பெரியாரால்தான் பிற்படுத்தப்பட்டு மக்களுக்குக் கல்வியிலும் அரசு வேலைவாய்ப்பிலும் இடஒதுக்கீடு வழங்கும் இந்திய அரசமைப்பின் முதல் சட்டத் திருத்தம் நிறைவேறியது.

தமிழ்ப் போராளிகளின் முதுகில் சுட்டுக் கொன்ற சிங்களப் படையாட்களின் வெறிச்செயலைக் காட்சிப்படுத்திய சேனல் 4 காணொளி போலியானதில்லை எனத் தெரிந்த பிறகே கருத்துக் கூறுவதாக ராஜபட்சே பாணியில் சொன்ன கருணாநிதியைச் சிறுவன் பாலச்சந்திரன் இறந்து கிடந்த ஒளிப்படத்தைக் கண்டவுடன் அழ வைத்ததும், இலங்கைக்கு முட்டுக்கொடுக்கும் அமெரிக்கத் தீர்மானத்தை ஆதரிக்கத் தயாராயிருந்த தமிழகக் கட்சிகளை அத்தீர்மானத்துக்கு எதிராகக் குரல் கொடுக்க வைத்ததும் வாக்கு வங்கி அரசியலுக்குத் தொடர்பில்லாத மாணவர்களின் எழுச்சியே என்பதை மறந்து விடக் கூடாது.

ராஜீவ் கொலை வழக்கில் குற்றஞ்சாட்டப்பட்டவர்களுக்குத் தூக்குதான் ஒரே முடிவு எனக் கூறி வந்த ஜெயலலிதாவை அந்த

மரணத் தண்டனையைக் குறைக்கக் கோரிச் சட்டமன்றத்தில் தீர்மானம் நிறைவேற்ற வைத்தது மூன்று பெண் வழக்குரைஞர் களின் திடமான பட்டினிப் போராட்டமும், தீக்குத் தன்னைத் தின்னக் கொடுத்த தமிழச்சி செங்கொடியின் ஈகமுமே என்பதை நினைவில் நிறுத்த வேண்டும்.

எனவே 2014 ஏப்ரல் 24 தேர்தல் நாளில் எவருக்கும் வாக்கில்லை (நோடா) எனும் பொத்தானை அமுக்குவோம்! ஏமாற்று அரசியல் நாடகத்துக்கு முடிவு கட்டி தமிழர் இழந்து வரும் உரிமைகளை மீட்டெடுப்போம்!

(ஆழம் 2014 ஏப்ரல் இதழில் எழுதிய கட்டுரை)

4

தமிழ் மண் தவழா மோடி அலை

மோடி அலை இந்தியாவில் வீசியதா, இல்லையா? இது இந்துத்துவ அலை என்றால், இந்தப் பேராபத்தைத் தடுப்ப தெப்படி? தமிழகத்தில் வீசியது என்ன அலை? திராவிடம் வளர்ந்த தமிழ் மண்ணில் பாஜக வெல்லுமா? எனப் பல கேள்விகளும், இதன் தொடர்விளைவாகப் பல விவாதங்களும் விளக்கங்களும் எழுந்த வண்ணமுள்ளன.

மோடி என்னும் பெரு மனிதரின் அலைதான் பாஜகவை இந்தியக் கொடுமுடியில் அமர்த்தியுள்ளதாகப் பெருமைப்படுகிறது சங்கக் குடும்பம். இல்லை, இல்லை, மோடி என்னும் வெற்று மனிதரை பூதாகரப்படுத்திக் காட்டுவதில் இந்துத்துவ சக்திகள் வெற்றி பெற்று விட்டதாகச் சொல்கிறது பாரதிய இடதுசாரிக் குடும்பம்.

இது மோடி செய்த மாயம் என்கிறார்கள் வளர்ச்சி பஜனை பாடுவோர். இது வெறும் ஊடகத் தந்திரம் என்கிறார்கள் மதச்சார் பின்மை மந்திரம் ஓதுவோர்.

இரு தரப்பிலும் வந்து விழும் வாதங்களில் எது உண்மை? எதுவும் முழு உண்மையில்லை என்பதே உண்மை.

பாஜகவின் வெற்றி கார்ப்பரேட்டுகள் நடத்திக் காட்டிய வெற்றி எனக் கவலைப்படுகிறார் இந்தியக் கம்யூனிஸ்டுக் கட்சியின் காம்ரேடு சி. மகேந்திரன். இது கெப்பல்ஸ் பாணி பிரசாரத்துக்குக் கிடைத்த வெற்றி என்கிறார் ஆம் ஆத்மி ஞாநி. இது இந்தியாவுக்கே பெரிய ஆபத்து என்கிறார் காங்கிரசின் மணிசங்கர் ஐயர். இப்படி இந்தியப் பாணி மதச்சார்பின்மை பேசும்

அனைவருமே மோடியை இந்து வெறியர் என்றும், இனப்படு கொலையாளர் என்றும் அடையாளப்படுத்துகின்றனர்.

இவர்கள் கூற்றுப்படி, இந்திய ஊடகங்கள் ஓர் இந்து வெறிக் கொலைகாரரை வளர்ச்சி நாயகனாகக் காட்டி வெற்றி கண்டு விட்டனவாம். அப்படியானால் ராகுல், காரத், பரதன், கெஜ்ரிவால் என அனாத ரட்சகர்கள் திருக்காட்சி அளித்து நிற்க, ஏதுமறியா அப்பாவி மக்கள்தான் ஊடக வித்தையில் மயங்கி மோடியிடம் ஏமாந்து போய் விட்டதாக நாம் புரிந்து கொள்ளலாமா?

இந்தியம் என்பதே இந்துத்துவந்தான். இந்தியத்தை ஆதரிப்பதும் இந்துத்துவத்தை ஆதரிப்பதும் ஒன்றே. ஆர்எஸ்எஸ் கூட்டம் சொல்லிலும் செயலிலும் வெளிப்படுத்தும் இக்கருத்தைத்தான் இதர பாரதப் புதல்வர்கள் தங்கள் செயல்களில் வெளிப்படுத்து கின்றனர். குஜராத்தில் இஸ்லாமியர்களைக் கொன்ற மோடியைப் புகழ்வதையே பாவமாகக் கருதும் பாரதிய இடதுசாரிகள் அமிர்தசரசிலும் தில்லியிலும் சீக்கியர்களைக் கொன்று குவித்த காங்கிரசையும், அவர்களின் கொடூரத் தடா சட்டத்தையும் தாங்கிப் பிடிப்பதையே பெரும் புண்ணியமாகக் கருதவில்லையா என்ன?

> **இந்தியம் என்பதே இந்துத்துவந்தான். இந்தியத்தை ஆதரிப்பதும் இந்துத்துவத்தை ஆதரிப்பதும் ஒன்றே.**

2002 குஜராத் படுகொலைகளை இந்துத்துவத்தின் கோர வெளிப் பாடாகச் சரியாகவே சித்திரிக்கும் காங்கிரஸ் உள்ளிட்ட இந்தியக் கட்சிகள் அனைத்தும் இந்துத்துவம் தலைவிரித்து ஊழிக் கூத்தாடும் காஷ்மீரத்தில் செய்வதென்ன? அவை உள்ளபடியே காஷ்மீரத்து இஸ்லாமிய நரவேட்டையில் ஒன்றையொன்று முந்திக் கொள்வதில் அல்லவா போட்டி போடுகின்றன? நேரு உறுதியளித்த காஷ்மீர் கருத்து வாக்கெடுப்புப் பிரகடனங்களைக் கிழித்தெறிந்து இஸ்லாமியப் பெரும்பான்மையினரை இந்திய ஓர்மை என்னும் இந்துத்துவச் சகதியில் மூழ்கடிக்கத் துடிப்பதில் இவர்களுக்குள் வேறுபாடு உண்டா? எல்லை தாண்டிய பயங்கர வாதத்தைக் கடுகளவும் சகித்துக் கொள்ள மாட்டோம் எனத் தேர்தல் அறிக்கையில் இந்துத்துவம் கக்குகிறது நேற்று முளைத்த ஆம் ஆத்மி. அவன் எல்லையை அவன் விருப்பப்படி தாண்டுவதையே பயங்கரவாதம் என வர்ணிக்கும் இவர்கள் அல்லவா உண்மைப் பயங்கரவாதிகள்?

இந்திய இஸ்லாமியர்களின் கல்வி, வேலைவாய்ப்பு நிலை தலித் மக்களின் நிலையை விட அதல பாதாளத்தில் இருப்பதாக சச்சர் அறிக்கை கூறுகிறதே? இருந்தும் அந்த மக்களுக்கு இடஒதுக்கீடு மறுக்கிறதே உச்ச நீதிமன்றம். சமூகநீதி மறுக்கப்பட்டு இந்தியச் சமூகத்தின் மரணக் குழியில் பரிதவித்துக் கொண்டிக்கும் இஸ்லாமியரின் உரிமை காக்கத் தனி இடஒதுக்கீட்டுச் சட்டம் நாடாளுமன்றத்தில் வேண்டும் என ஓர் இந்தியக் கட்சியாவது குரல் கொடுக்கிறதா?

தலித் கிறிஸ்துவர்களுக்கும் சமூகநீதி மறுக்கும் உச்ச நீதிமன்றத்துடன் இந்த இந்தியக் கட்சிகள் எதற்கும் முரண்பாடு உண்டா?

கல்வி, வேலைவாய்ப்புகளில், ஏன், பணிஉயர்விலுங்கூட க்ரீமி லேயரைப் புகுத்தி சமூகநீதிக்கு வேட்டு வைக்கிறதே உச்ச நீதிமன்றம், இது அம்பேத்கர் வகுத்த இந்திய அரசமைப்புச் சட்டத்துக்கே எதிரானது என இந்தியக் கட்சி எதுவும் முணுமுணுத்ததாவது உண்டா? அம்பேத்கரின் சமூகநீதி அடிப்படையையே பொசுக்க நினைக்கும் இந்த நீதிபதிகளை நாடாளுமன்றக் கூண்டிலேற்ற குரல் கொடுத்ததுண்டா?

ஆக, காஷ்மீரிகளுக்கு, இஸ்லாமியருக்கு, தலித் கிறிஸ்துவர்க்கு நீதி மறுப்பதில், ராகுல், காரத், பரதன், கெஜ்ரிவால் கூட்டத்துக்கும் மோடிக்கும் என்ன வித்தியாசம் – ஒற்றைத் தாடி தவிர.

உலக வானிலையில் கட்ரினா, சாண்டி, தானே எனப் பல பெயர்களில் புயல்கள் வீசுவது போல், இந்திய அரசியலில் இந்திராவின் நெருக்கடி நிலைக்கு எதிரான ஜனதா அலை, ராஜீவின் போஃபர்சுக்கு எதிரான வி.பி. சிங் அலை, வாஜ்பாய் புளுகிய ஒளிரும் இந்தியாவுக்கு எதிரான காங்கிரஸ் அலை எனப் பல அலைகள் வீசியதுண்டு. காங்கிரசின் கடைந்தெடுத்த ஊழல் ஆட்சிக்கு எதிரான இந்தப் புயலை இன்றைய இந்திய அரசியல் மோடி அலை என அழைக்கிறது, அவ்வளவே! எல்லாம் சாரத்தில் இந்துத்துவ அலைகளே! உலகமய, தாராளமய ஆதரவு அலைகளே!

இந்தியக் கட்சிகள் அனைத்தும் வெவ்வேறு அணிகள் அல்ல, அவை உள்ளபடியே ஒரே இந்துத்துவ அணியில் கைக்கோத்து நிற்பதை இன்னும் தெளிவாகப் படம்பிடித்துக் காட்டுகின்றன தமிழகத் தேர்தல் முடிவுகள்!

மோடி அலை என்றல்ல, காங்கிரஸ், சிபிஐஎம், சிபிஐ, ஆம் ஆத்மி என எந்த இந்துத்துவ அலையும் வீசாது தடுத்து நிறுத்தியது பெரியார் பண்படுத்தித் தந்த தமிழ் மண்.

> **ஆக, காஷ்மீரிகளுக்கு, இஸ்லாமியருக்கு, தலித் கிறிஸ்துவர்க்கு நீதி மறுப்பதில், ராகுல், காரத், பரதன், கெஜ்ரிவால் கூட்டத்துக்கும் மோடிக்கும் என்ன வித்தியாசம் – ஒற்றைத் தாடி தவிர.**

அந்த இந்தியை ஆதரித்த காங்கிரசுக்குத் தமிழ் மண் 1967இல் மரண அடி கொடுத்தது என்றால், இன்று அந்த காங்கிரசையும், இந்தித் திணிப்பு எதிர்ப்பு உட்பட தெளிவான மொழிக் கொள்கை ஏதுமில்லாத பாரதிய இடதுசாரிகளையும் வெறும் உதிரிக் கட்சிகளாக்கி, அவர்கள் பாஷையில் சொன்னால் ஃபிரிஞ்ச் க்ரூப்பாக்கி, அவற்றின் சவப் பெட்டிகளுக்குக் கடைசி ஆணிகளையும் அறைந்துவிட்டது.

இந்தித் திணிப்பு என்றல்ல, தமிழீழ விடுதலை, காவிரிச் சிக்கல், மூவர் தூக்கு எனத் தமிழகத்தின் அனைத்து உயிர்நாடிச் சிக்கல் களிலும் தமிழர்களுக்கு இரண்டகம் செய்து வந்ததால் காங்கிரசுக்கும் பாரதிய இடதுசாரிகளுக்கும் கிடைத்த இறுதி அடியிது.

காஷ்மீரத்துக்குச் சிறப்புத் தகுநிலை அளிக்கும் 370 சட்டப் பிரிவை நீக்கச் சொல்லும் பாஜகவின் கொள்கையை இனவெறியாகக் காட்டுவதில் இந்தியக் கட்சிகள் எதற்கும் முரண்பாடில்லை என்பது போல்தான் தெரிகிறது. ஆனால் காஷ்மீரத்துக்குள்ள சிறப்பு அதிகாரத்தின்படி, அங்கு அயல் மாநிலத்தார் நிலம் வாங்குவதைத் தடுக்கும் வலிமை போன்றே தமிழகத்துக்கும் வேண்டும் எனத் தமிழ்த் தேசியர்கள் கேட்டால் போதும், உடனே காங்கிரஸ் போன்ற வலதுசாரிகளும், ஆம் ஆத்மி போன்ற நடுசாரிகளும், மார்க்சிஸ்டு போன்ற இடதுசாரிகளும், ஏன், மகஇக போன்ற தீவிர பாரதிய இடதுசாரிகளுங்கூட இந்திய ஒற்றுமையே கெட்டு விட்டதென வானத்துக்கும் பூமிக்கும் குதிக்கின்றனர். தமிழகச் சொத்துரிமை தமிழர்களுக்கு வேண்டும் என்ற சனநாயகக் குரலை இனவாதம் எனத் தூற்றுகின்றனர். அதற்காகப் போராடுவோரைப் பிரிவினைவாதிகள் என்றும் பாசிஸ்டுகள் என்றும் பழிக்கின்றனர். பாரதக் கட்சிகளின் இந்த அநீதிப் பார்வைதான் தேவிகுளம், பீர்மேடு உள்ளிட்ட தமிழர்களின் பாரம்பரிய நில மீட்புப் போராட்டத்தை எதிர்ப்பது வரை நீள்கிறது.

தமிழகத்துக்கு அனைத்து வகையிலும் பகையாகச் செயல்பட்ட காங்கிரஸ், பாரதிய இடதுசாரிகளின் தேர்தல் தோல்வியில் குளிர்

காயலாம் எனப் படபடத்த இந்துத்துவக் கூட்டத்தினர், குறிப்பாகப் பெரியாரை எதிர்க்கும் ஒரு கட்சி தமிழக ஆட்சியைப் பிடிக்காதா என்று அரை நூற்றாண்டுக்கு மேலாகக் கனவு கண்டு வந்த சோ கூட்டத்தினர் மோடியை வாராது வந்த மாமணியாகக் கருதினர். சில தமிழகக் கட்சிகளின் தயவில் வானவில் கூட்டணி அமைத்து விட்டதாகவும், இது பெரும் மோடி அலையாக எழுந்து திராவிடக் கட்சிகளைச் சாய்த்துக் காட்டும் எனவும் கொக்கரித்தனர். இது பெரியார் பிறந்த மண் என்று பேச இனி ஆளிருக்காது என இந்துத்துவக் கனா கண்டனர். மோடி அலையால் பாஜக மட்டுமே 20 விழுக்காடு வாக்குகளை அறுவடை செய்யும் எனக் கதை அளந்தனர். ஆனால் மொத்தக் கூட்டணியும் 15 விழுக்காட்டைத் தாண்டவில்லை!

> **‘ஆரிய சமஸ்கிருதக் குடும்பத்தின் இந்தியைத் திணிப்பதே இந்தியம் என்றால், அதனை எதிர்ப்பதே சரியான இந்துத்துவ எதிர்ப்புக் கொள்கை, சாரத்தில் உண்மையான இடதுசாரிக் கொள்கை.’**

சிற்சில தொகுதிகளில் பாஜக ஓரளவுக்கு நல்ல வாக்கு அறுவடை செய்திருப்பது உண்மைதான். ஆனால் தமிழீழத்துக்கு, மீனவர்களுக்கு, எழுவர் விடுதலைக்கு எதிரான காங்கிரசின் நடவடிக்கைகளை எதிர்ப்பதாகக் கூறித்தான் தமிழக பாஜகவால் இந்த நிலையைக் கூட அடைய முடிந்துள்ளது. ஆனால் இந்திய பாஜகவின் உண்மையான ஈழ எதிர்ப்பு முகம் வெளிப்படும்போது காங்கிரசுக்கும் பாரதிய இடதுசாரிகளுக்கும் ஏற்பட்ட நிலையே பாஜகவுக்கும் ஏற்படும்.

காங்கிரசின் அனைத்துத் தமிழ் விரோத நடவடிக்கைகளிலும் பங்கு வகித்த திமுக தனது குற்றங்களிலிருந்து கடைசி நேரத்தில் சாமர்த்தியமாகக் கழன்று கொள்ள நினைத்தாலும், மக்கள் அவர்களை மன்னிக்கத் தயாராக இல்லை என்பதையே தேர்தல் முடிவுகள் காட்டியுள்ளன.

இந்தத் தேர்தலில் பெரு வெற்றி கண்டுள்ள அதிமுகவின் தலைவியான ஜெயலலிதாவுக்கு உண்மை உளக்கிடக்கை இந்துத்துவமாக இருக்கலாம். ஆனால் அவர் தடம் மாறும் போதெல்லாம் வாக்கு வங்கி அரசியல் அவரைச் சமூகநீதிக்கும் தமிழுணர்வுக்கும் ஆதரவாகத் தள்ளியதை வரலாறு படம்பிடித்துக் காட்டுகிறது.

வி. பி. சிங்கின் மண்டல் குழு நிலைப்பாட்டை எதிர்த்த ஜெயலலிதாதான் பின்னர் தமிழகத்தில் 69% இடஒதுக்கீட்டுக்கு ஆதரவாகத் தனிச் சட்டம் இயற்றினார். தமிழீழ விடுதலையை அன்றாடம் எதிர்த்து வந்த ஜெயலலிதாதான் தமிழகச் சட்ட மன்றத்தில் இலங்கையின் மீதான பொருளாதாரத் தடை கேட்டும், தமிழீழத்தில் பொது வாக்கெடுப்பு கோரியும், சென்னையில் நடைபெறும் ஐபிஎல் கிரிக்கெட் போட்டிகளில் இலங்கை ஆட்டக்காரர்களை நீக்க வேண்டியும் தீர்மானங்கள் இயற்றினார். தூக்கிலிருந்து கலைஞரால் நளினி ஒருவர் விடுவிக்கப் பட்டதையே எதிர்த்தவர்தான் இன்று எழுவர் விடுதலைக்கும் குரல் கொடுக்கிறார்.

இந்த அனைத்துச் சிக்கல்களிலும் அதிமுக, திமுக உள்ளிட்ட மாநிலக் கட்சிகளும், காங்கிரஸ், பாஜக, மார்க்சிஸ்டு உள்ளிட்ட இந்தியக் கட்சிகளும் அடிப்படையில் பிளவுபட்டு நிற்பதைத் தெளிவாய்க் காணலாம்.

மேம்போக்காகப் பார்த்தால், தமிழகத்தில் பெரியாருக்கு எதிராக பாஜக கொஞ்சம் கொஞ்சம் குருத்து விடுவதாகத் தெரிந்தாலும், அது பெரியார், அண்ணா மொழியில் பேசித்தான் மக்களைச் சந்திக்கிறது, வாக்குக் கேட்கிறது. நமஸ்காரம் என அக்கிரகாரத் தமிழில் பேசி வந்த காங்கிரஸ்காரர்களை, இன்று சோ தொடங்கி பெரியாரை அநாகரிக வார்த்தைகளில் இழிவுபடுத்தி வரும் எச். ராஜா வரை, ஏன், குஜராத்தி மோடிக்குங்கூட வணக்கம் எனப் பேசக் கற்றுக் கொடுத்தது, அல்லது பேச வைத்தது திராவிடமும் அதன் தலைவர்களுமே! அக்கிராசனர், அபேட்சகர் என மணிப் பிரவாளத்தில் நடந்து வந்த அவர்களின் தேர்தல் பரப்புரைகளில் தலைவர், வேட்பாளர் ஆகிய அழகு தமிழ்ச் சொற்களைத் தவழச் செய்ததும் திராவிடக் கட்சிகளே!

பாஜகவினர் உண்மையிலேயே பெரியாரை எதிர்த்துத் தமிழக ஆட்சிக் கட்டிலேற விரும்பினால், பேசிப் பார்க்கட்டுமே: 'எல்லாருக்கும் நமஸ்காரம்! பாஜகவின் இந்திய அக்கிராசனர் ராஜ்நாத்சிங், தமிழக அக்கிராசனர் பொன்னார் ஆகியோர் ஆசிர்வதித்த எங்களின் மதறாஸ் அபேட்சகர்களுக்கு ஓட் பண்ணுங்கோ! நாங்க மத்திய சர்க்காருக்கு வந்தா, எங்க ஆர்எஸ்எஸ் அக்கிராசனர் ஹெட்கேவர் உபன்யாசத்தின்படி, சமஸ்கிருதத்தை பாரத பாஷா ஆக்குவோம்! பாரதத்தை பாஷைக்கு ஒண்ணா பிரிக்க மாட்டோம்! கோ மாமிசம் சாப்பிட்டா தேசப் பிரஷ்டம் பண்ணுவோம்!

வருணாசிரம தர்மத்தை நிந்திக்கும் நாஸ்திகர்களை த்வம்சம் பண்ணிடுவோம். அதனால நிச்சயமா எல்லாரும் எங்களுக்கு ஓட் பண்ணி ஜெயம் கொடுக்கணும்!'

இந்த பாஜக பரப்புரை வென்றால், அதுவே உண்மையான மோடி அலை, இந்துத்துவ அலை! அது வரை தமிழ் மண்ணில் மேவி தவழப் போவது பெரியார் அலையே!

(ஆழம் 2014 ஜூன் இதழில் எழுதிய கட்டுரை)

5

ஈழப் படுகொலைக்கு நீதி: நம்பிக்கை தரும் மாணவர்ப் போராட்டம்!

ஐநா, ஐநா மனித உரிமைக் கூட்டம், அமெரிக்கத் தீர்மானம், எல்எல்ஆர்சி – இன்று இவை தமிழக ஊடகங்கள், கல்லூரிகள் தொடங்கித் தேநீரகங்கள், முடி திருத்தகங்கள் வரை விவாதிக்கப் படும் சொல்லாடல்களாகிவிட்டன! தமிழீழத்தில் 2009இல் முதல் ஆறு மாதங்களுக்கு நடந்த இந்த நூற்றாண்டின் மாபெரும் இனப்படுகொலையில் சிங்களத்துடன் நேரடியாகக் கைகோத்துச் செயல்பட்ட காங்கிரசுக்கும் சரி, காங்கிரசின் இந்த மாபாதகங்கள் தமிழினத்தின் கண்களில் படாமல் பொடி தூவி மறைத்து வந்தவர்களுக்கும் சரி, இந்தச் சொல்லாடல்கள் பெரிதும் கைகொடுத்து வந்தன. அவை உலகின் பல நாடுகளுக்கும் தத்தமது நலன்களைக் காத்துக் கொள்ளும் கருவிகளாகின!

ஆனால் இன்று இந்தச் சொல்லாடல்களே தமிழ் மாணவர்க் கிளர்ச்சிக்கு எரியூட்டிகளாகி விட்டன! நான்காண்டுக் காலம் தூங்கிக் கிடந்த தமிழர்தம் உள்ளங்களில் விழிப்புணர்வை ஏற்படுத்தி வருகின்றன! தமிழர்கள் இதன் விளைவாய்த் தமிழீழச் சிக்கலில் கழுத்தறுத்து வரும் இந்தியக் கட்சிகளையும், இரண்டகம் செய்து வரும் தமிழகக் கட்சிகளையும், உலக நாடுகளின் அப்பட்டமான வணிக நலன்களையும் புரிந்து கொள்ளத் தொடங்கிவிட்டனர். தமிழகத்தில் ஓர் அரை நூற்றாண்டுக்குப் பிறகு எந்தத் தலைவியின், தலைவனின்

பதாகைகளுமின்றித் தெளிவான கோரிக்கைகளை முன்னிறுத்திப் போராட்டங்கள் வலுத்து வருகின்றன.

ஐநாவை வைத்து உலக நாடுகளும் இந்தியாவும் இந்தியத் தேர்தல் கட்சிகளும் நடத்தி வரும் நாடகங்கள் தமிழினப் பேரழிவு நடந்து முடிந்த பிசுபிசுப்பில் நடைபெற்ற ஐநா மனித உரிமைக் கூட்டத்திலேயே தொடங்கி விட்டன. அக்கூட்டத்தில் இந்தியா இலங்கையை எதிர்த்து வாக்களிக்க வேண்டுமென எப்போதும் போல் மத்திய அரசுக்குக் கடிதம் எழுதினார் அன்றைய முதலமைச்சர் கலைஞர். ஆனால் இந்தியா எப்போதும் போல் அவர் கடிதத்தைக் காலால் தள்ளி விட்டது. இலங்கையில் நடைபெற்றுள்ள மனித அவலங்கள் பற்றியெல்லாம் விவாதிப்பது நேர விரயம்; சொல்லப்போனால் பயங்கரவாதத்தை ஒழித்துக் கட்டிய இலங்கையைப் பாராட்டித் தீர்மானம் நிறை வேற்றுவதே நியாயமானது என அம்மன்றத்தில் பேசியது இந்தியா. இலங்கையின் இறைமையும் இந்தியாவின் புவிசார் அரசியல் நலனும் காக்கப்பட வேண்டும் என்றது இந்தியம்.

கியூபாவின் காஸ்ட்ரோவுக்குக் காய்ச்சல் அடித்தால் இங்கு சில தமிழர்கள் சுக்குக் கஷாயம் குடிப்பார்கள். வெனிசுலாவின் சாவேஸ் தேர்தலில் போட்டியிட்டால் அவரது வாக்கு விழுக்காட்டைக் கணக்குப் பார்ப்பதிலேயே அவர்கள் புளகாங்கிதம் அடைவார் கள். இவ்விருவரும் உலகப் பாட்டாளி வர்க்க ஒற்றுமை காக்கும் போராளிகள் என நம்பினார்கள். ஆனால் காஸ்ட்ரோவோ அந்த ஐநா மன்றக் கூட்டத்தில் இலங்கைக்குப் பாராட்டுப் பத்திரம் வாசிக்க முடிவெடுத்தார். பயங்கரவாதத்துக்கு எதிராக இப்படி ஒரு வெளிப்படையான போரை எந்த நாடும் நடத்தியதில்லை என்று ஐநா மனித உரிமை மன்றத்தில் அப்பட்டமாகப் பொய் புளுகினார். சாவேசோ இன்னும் ஒரு படி மேலே போய், பயங்கரவாதத்தை ஒடுக்கும் கலையை உங்களிடம்தான் கற்றுக் கொள்ள வேண்டுமென ராஜபட்சேவைப் பார்த்துக் கைகுலுக்கினார். தமிழன் எக்கேடு கெட்டால் அவர்களுக்கென்ன? தங்களின் வணிக நலன் காக்கும் இந்தியாவின் புவிசார் அரசியல் நலன் காப்பதே கியூப நலன், வெனிசுலா நலன் எனக் கருதிச் செயல்பட்டனர் காஸ்ட்ரோவும் சாவேசும். இந்த சோசலிசப் பெருந்தலைவர்கள் உலகப் பாட்டாளி வர்க்க நலனைக் காக்கும் லட்சணம் இதுதான்!

இப்படித்தான் ஒரு காலத்தில் பொதுவுடைமையைக் கடைப் பிடித்த ரஷ்ய, சீன நாடுகளும், இந்திய ஆதிக்க வட்டாரத்தில் செயல்படும் மாலத்தீவு, மொரீஷியஸ், இந்தோனேசியா,

மலேசியா, சிங்கப்பூர், மியான்மர் போன்ற நாடுகளும், ஏன், இந்தியாவின் ஜென்ம விரோதி எனக் கருதப்படும் பாகிஸ்தானும் கூட தத்தமது புவிசார் அரசியல் நலன் சார்ந்து ஈழத் தமிழர்களுக்கு எதிராகக் கைகோத்துக் கொண்டன. அமெரிக்காவும் ஐரோப்பிய நாடுளும் செல்லமாக இலங்கையைக் கண்டிப்பதுகூடத் தத்தமது புவிசார் அரசியல் நலன் கருதியே.தங்களின் புவிசார் அரசியல் நலன் சார்ந்து இந்த நாடுகள் நடத்தும் நாடகங்களே அடுத்தடுத்த ஆண்டுகளிலும் ஐநா மனித உரிமை மன்றக் கூட்டங்களில் அரங்கேறின.

> **தமிழன் எக்கேடு கெட்டால் அவர்களுக்கென்ன? தங்களின் வணிக நலன் காக்கும் இந்தியாவின் புவிசார் அரசியல் நலன் காப்பதே கியூப நலன், வெனிசுலா நலன் எனக் கருதிச் செயல்பட்டனர் காஸ்ட்ரோவும் சாவேசும்.**

தமிழ் இளைஞர்கள் பின்னங்கைகள் கட்டப்பட்டு முதுகில் சுட்டுக் கொல்லப்படும் காட்சிகளை சேனல் 4 ஒளிபரப்பியதும், அதைத் தொடர்ந்து டப்ளின் தீர்ப்பாயமும் ஐநா மூவர்க் குழுவும் சிங்கள ராணுவத்தின் போர்க்குற்றங்களுக்கு அடிப்படை ஆதாரங்கள் இருப்பதாக அறிக்கை வெளியிட்டதும் இலங்கைக்கு நெருக்கடியை அதிகப்படுத்தின. ஐநா அறிக்கைப் பரிந்துரையின்படி, இலங்கைப் போர்க் குற்றங்கள் குறித்து விசாரிக்கத் தற்சார்புள்ள பன்னாட்டு ஆணையம் தேவை என்னும் கோரிக்கை எழுந்தது.

ஆனால் இலங்கையோ **எல்எல்ஆர்சி** எனப்படும் **கற்றுக் கொண்ட பாடங்கள் மற்றும் நல்லிணக்க ஆணைக் குழு** என்ற அமைப்பைத் தனக்குத்தான் ஏற்படுத்திக் கொண்டது. ஒரு சில அப்பாவித் தமிழர்கள் போரில் கொல்லப்பட்டது உண்மைதான் என்றாலும், அது திட்டமிட்டுச் செய்யப்பட்டதல்ல எனக் கூறியது. மருத்துவமனைகள் மீது குண்டு விழுந்தது உண்மை என அது சொன்னாலும் அதற்குக் காரணமாக யாரையும் சுட்டவில்லை. இனக்கொலை, போர்க்குற்றம், மானிட விரோதக் குற்றங்கள் எதுவும் நடைபெறவில்லை என்பது அதன் முடிவு. மற்றபடித் தமிழ்ப் பகுதிகளில் அகக்கட்டமைப்பை முன்னேற்ற வேண்டும், இராணுவத்தைப் படிப்படியாக வெளியேற்ற வேண்டும் என்றெல்லாம் பொத்தம் பொதுவான புத்திமதி களையும் இலங்கைக்குக் கூறியது.

2011 டிசம்பரில் வெளியான இந்த உப்புச் சப்பில்லாத அறிக்கையை ஒட்டி 2012 மே மாதம் ஐநா மனித உரிமை மன்றத்தில் அடுத்த நாடகம் அரங்கேறியது. இந்த அறிக்கையின் பரிந்துரைகளை இலங்கை நடைமுறைப்படுத்திக் காட்ட வேண்டுமென்னும் தீர்மானத்தை அமெரிக்கா இப்போது கொண்டு வந்தது. டப்ளின் தீர்ப்பாயம், ஐநா மூவர்க் குழு, சேனல் 4 காணொளிச் சான்றுகள் ஆகியவற்றைக் கண்டு கொள்ளாமல் இலங்கையின் இனவெறிக்கு முட்டுக் கொடுக்கும் ஒரு தீர்மானத்தை இலங்கைக்கு எதிரான அமெரிக்காவின் தீர்மானம் என்று திமுக, அதிமுக உள்ளிட்ட தேர்தல் கட்சிகள் வர்ணித்தன. இந்தக் கட்சிகள் அனைத்தும் இந்தியா இந்தத் தீர்மானத்தை ஆதரித்தே தீர வேண்டுமென வானத்துக்கும் பூமிக்கும் தாவி ஒருசேரக் குதித்தன. இந்திய அரசோ இதனை ஆதரிக்க மறுப்பது போல் சில நாள் பாசாங்கு செய்தது.

பிறகு தமிழகக் கட்சிகளின் உணர்வுக்கு மதிப்பளிக்கிறோம் எனக் கூறி அந்தத் தீர்மானத்தை ஆதரித்து வாக்களித்தது. ஆனாலும் இலங்கை **எல்எல்ஆர்சி** அறிக்கையின் பரிந்துரைகளை நடைமுறைப்படுத்துவற்கு ஐநா மனித உரிமை ஆணையரின் அறிவுரையைப் பெறவேண்டும் என்ற கொஞ்சம் வலுவான பிரிவினைகூட ஒழித்துக் கட்டிய பின்புதான் இந்தியா இத் தீர்மானத்தை ஆதரித்தது. இதை எதிர்த்துத் திமுக, அதிமுக இரண்டுமே ஒரு வார்த்தைகூடப் பேசவில்லை. இந்தியாவின் இந்தத் தமிழின விரோதப் போக்கைத் தோலுரித்துக் காட்டாத தேர்தல் கட்சிகள் தங்களால்தான் இந்த வெற்றி கிடைத்ததாகக் கூறி, இதனால் ஏதோ ஈழத் தமிழர்களுக்கு ஒரு விடிவு ஏற்படுத்தி விட்டதாகத் தமிழர்களிடையே பொய்த் தோற்றம் காட்டின. தமிழகத் தேர்தல் கட்சிகளுக்கு நாற்காலி நலன்! ‘பரந்து பட்ட’ பார்வை கொண்ட இந்தியாவுக்குப் புவிசார் அரசியல் நலன்!

இரண்டாயிரத்துப் பதின்மூன்று பிறந்தது, கூடவே அமெரிக்க வரைவுத் தீர்மானம் ஒன்றும் வந்துவிட்டது. ஆனால் அதே ஏமாற்றுத் தீர்மானம். இலங்கை தன் ஆணையத்தின் பரிந்துரைகளையே இன்னும் நடைமுறைப்படுத்தவில்லை எனக் கண்டிக்கிறது இத்தீர்மானம், அவ்வளவுதான். இலங்கையின் போர்க்குற்றங்கள் குறித்துப் பன்னாட்டுக் குழு புலனாய்வு செய்ய வேண்டுமென நவநீதம் பிள்ளை விடுத்துள்ள அறிக்கையைக் கவனத்தில் எடுத்துக் கொள்வதாகக் கூறுகிறது இத்தீர்மானம். இந்த அமெரிக்கத் தீர்மானத்தை இந்தியா ஆதரிக்க வேண்டுமெனத் தமிழகத் தேர்தல் கட்சிகளின் கூக்குரல் தமிழக

ஊடகங்களிலும் தில்லி நாடாளுமன்றத்திலும் எப்போதும் போல் கேட்கத் தொடங்கியது. 2012 போலவே இப்போதும் இந்தியா ஆதரிக்க மறுத்து வந்தது. தமிழகத் தேர்தல் கட்சிகளைப் பொறுத்த வரை, நாடகக் காட்சிகள் எப்போதும் போல் அவர்களுக்குத் தோதாக ஜாம் ஜாமென்று சிறப்பாகத்தான் அரங்கேறிக் கொண்டிருந்தன.

> **தமிழகத் தேர்தல் கட்சிகளுக்கு நாற்காலி நலன்! 'பரந்து பட்ட' பார்வை கொண்ட இந்தியாவுக்குப் புவிசார் அரசியல் நலன்!**

இந்தச் சூழ்நிலையில்தான் தமிழீழ விடுதலைப் புலிகளின் தலைவர் பிரபாகரனின் மகன் பாலசந்திரன் தின்பண்டம் சாப்பிட்டுக் கொண்டே மிரட்சியுடன் பார்க்கும் காட்சியும், அதைத் தொடர்ந்து அவர் துப்பாக்கியால் சுடப்பட்டு வீழ்ந்து கிடக்கும் காட்சியும் சேனல் 4இன் ஒளிப்படங்களாக வெளிவந்து, தமிழர் உள்ளங்களில் பெரும் துயரத்தை ஏற்படுத்தின. உடனே சூட்டோடு சூடாகத் திமுகவின் டெசோ அமைப்பும் இலங்கையின் இனப்படுகொலையைக் கண்டிக்கிற அமெரிக்கத் தீர்மானத்தை இந்தியா ஆதரிக்க வேண்டுமென ஒரு பொது வேலைநிறுத்தத்துக்கு அழைப்பு விடுத்தது.

இந்தப் படங்களைப் பார்த்த ஜெயலலிதாவும் இது இனப்படு கொலை எனக் கண்டித்தார். தமிழகச் சட்டமன்ற ஆளுனர் உரையிலும் அதுவே இடம்பெறச் செய்தார்.

இந்நிலையில்தான் சென்னை லயோலா கல்லூரியில் மாணவர் பட்டினிப் போராட்டம் தொடங்கியது. இந்த அமெரிக்கத் தீர்மானம் ஓர் ஏமாற்றுத் தீர்மானம், தமிழீழ மக்களுக்கு எதிரான, இலங்கை அரசுக்கு ஆதரவான தீர்மானம் என்பதை அவர்கள் போட்டு உடைத்தனர். போராட்டத் தீ தமிழகக் கல்லூரி மாணவர்களிடையே பற்றிப் படர்ந்தது. வெறும் நால்வர் பட்டினிப் போராட்டம் நூற்றுக்கணக்கான மாணவர்களின் பட்டினிப் போராட்டமாக, பல்லாயிரக்கணக்கான மாணவர்களின் வீதிப் போராட்டமாக விரிவடைந்தது. லயோலா மாணவர்களின் கோரிக்கைகள் இப்போது இன்னும் வலுப்பெற்றன. தமிழீழத்தில் நடந்தது போர்க்குற்றமன்று, அது இனப்படுகொலை என்றும், அந்த இனப்படுகொலையை அரங்கேற்றிய, அரங்கேற்றி வரும் ராசபட்சேவைக் குற்றவாளிக் கூண்டில் நிறுத்தவேண்டும்

என்றும், பொய்மையான **எல்எல்ஆர்சி** ஆணையத்துக்கு மாறாக ஒரு பன்னாட்டுப் புலன் விசாரணை ஆணையம் இலங்கையில் புலனாய்வு செய்யவேண்டும் என்றும் ஒரு தீர்மானத்தை இந்தியாவே ஐநா மனித உரிமை மன்றத்தில் முன்வைக்க வேண்டுமென அவர்கள் கோரினர்.

இந்தக் கோரிக்கைகள் அனைத்துப் பதவி வேட்டைக் கட்சிகளையும் ஆட்டங்காணச் செய்தன. அமெரிக்கத் தீர்மான ஆதரவு என்று மொட்டையாகப் பேசி வந்த கலைஞரும் பன்னாட்டு விசாரணை எனப் பேசத் தொடங்கிவிட்டார். முன்பு இனப்படுகொலையைக் கண்டிக்கிற அமெரிக்கத் தீர்மானத்துக்கு ஆதரவாகப் பொது வேலை நிறுத்தம் அறிவித்தவர் இப்போது இனப்படுகொலை என்னும் சொல்லை அமெரிக்கத் தீர்மானத்தில் இந்தியா சேர்க்கவேண்டும் என்றார். தில்லி நாடாளுமன்றத்தில் இந்த அடிப்படையில் தீர்மானம் இயற்றவேண்டும் என்று வலியுறுத்தி அதற்காக ஐக்கிய முற்போக்குக் கூட்டணி அரசிலிருந்து வெளியேறவும் செய்தார்.

இப்போது அம்மாவும் அமெரிக்கத் தீர்மானத்தில் பன்னாட்டு விசாரணை எனச் சேர்க்கவேண்டும் என்றார்.

ஆனால் இந்தியாவோ எப்போதும் போல் இப்போதும் ஒன்றுமில்லாத அமெரிக்கத் தீர்மானத்தையும் நீர்த்துப் போகச் செய்யும் வேலையில் மும்முரமாக ஈடுபட்டுக் கொண்டிருந்தது. தமிழகத்தின் இரு பெரும் திராவிடக் கட்சிகளும் டெசோ பங்காளிக் கட்சிகளும் ஈராண்டுகளாய் நடத்திவந்த அமெரிக்கத் தீர்மான எதிர்ப்பு நாடகத்தை மாணவர்களின் போராட்டம் அம்பலப்படுத்திவிட்டது. இது மாணவர்களின் போராட்டத்துக்குக் கிடைத்த முதல் வெற்றி. தமிழீழத்துக்குப் பொது வாக்கெடுப்பு என்னும் மாணவர்களின் கோரிக்கை நிறைவேறும்போதுதான் முழு வெற்றி கிடைத்ததாகப் பொருள். தில்லியிடம் தாஜா அரசியல் செய்து தமிழீழம் பெற்றுத் தரலாம் என நினைத்துச் செயல்படும் தமிழகத் தேர்தல் கட்சிகளுக்கு மாறாக இந்தியாவுக்கு எதிராக வரிகொடா இயக்கம் நடத்தவேண்டும் எனச் சரியான போராட்ட அரசியலை முன் வைக்கின்றனர் மாணவர்கள்.

இந்தப் போராட்ட மாணவர்கள் தமிழக நாற்காலி அரசியல் தலைவர்களுக்குப் பாடம் நடத்தும் ஆசான்களாகிவிட்டனர். அவர்கள் காஷ்மீரிலும் வடகிழக்கிலும் தண்டகாரண்யத்திலும்

இந்தியா என்ன செய்து வருகிறது என்பதையும் அறிந்து வைத்துள்ளனர்.

> **இந்தப் போராட்ட மாணவர்கள் தமிழக நாற்காலி அரசியல் தலைவர்களுக்குப் பாடம் நடத்தும் ஆசான்களாகிவிட்டனர்.**

திமுகவின் கோரிக்கைகளை மத்திய அரசு நிறைவேற்றாவிட்டால் அரசுக்குக் கொடுத்து வந்த ஆதரவை விலக்கிக் கொள்வதாக திமுக அறிவித்தவுடன், டைம்ஸ் நௌ தொலைக்காட்சியில் இதனை விமர்சித்துப் பேசிய அர்னாப் கோஸ்வாமி, இந்தியாவுக்கு வேண்டியது புவிசார் அரசியல் கூட்டாளியா? கூட்டணிக் கூட்டாளியா? எனக் கேட்டார்.

வெளியுறவுக் கொள்கை என வந்துவிட்டால், தமிழர் நலன் என்றெல்லாம் பார்த்துக் கொண்டிருக்க முடியாது, ஒட்டுமொத்த இந்தியர் நலன் எனத்தான் பார்க்க வேண்டுமெனப் புதிய தலைமுறை தொலைக்காட்சியின் நேருக்கு நேர் நிகழ்ச்சியில் கூறுகிறார் பாரதிய ஜனதா பார்ட்டியின் முக்கியத் தலைவர்களுள் ஒருவரான சேஷாத்ரி சாரி.

பாஜக, சிபிஐஎம், சிபிஐ கட்சிகளின் தமிழகத் தலைவர்கள் ஈழத்தின் இனப்படுகொலை, ராஜபட்சே கைது என்றெல்லாம் கதை அளந்தாலும் அவற்றின் தில்லித் தலைமைகளின் கவனம் அனைத்தும் இந்தியப் புவிசார் அரசியல் நலனில்தான். இது ஈழச் சிக்கல் தொடர்பாக காங்கிரஸ் கூட்டிய அனைத்துக் கட்சிக் கூட்டத்தில் தெளிவாக எதிரொலித்தது. அதாவது இந்திய நலன் காக்கப் பல லட்சம் உயிர்களையும் பலி கொடுக்கலாம் என்பதே அவர்கள் கருத்தாக இருந்தது.

தில்லிசார் ஊடகங்களும் இந்தியக் கட்சிகளும் போதிக்கும் இந்திய நலன்கள், இலங்கை இறைமை (சாவர்னிட்டி) பற்றியெல்லாம் உண்மையை உணரும்போது, உலகின் அரசியல் பார்வைக்கும் நம் மாணவர்கள் பாடம் புகட்டுவர்.

தமிழீழ விடுதலைப் போராளிகளுக்கு இந்திரா ஆயுதப் பயிற்சி அளித்ததும் சரி, இன்றைய இந்தியா தமிழர்களை அழித் தொழிக்கும் சிங்களப் படைகளுக்கு ஆயுதப் பயிற்சி அளிப்பதும் சரி, இரண்டும் ஒரே இந்தியப் புவிசார் அரசியல் நலனின்

இருவேறு நடவடிக்கைகளே! இலங்கையின் இறைமையில் நாங்கள் தலையிட மாட்டோம் என்பதெல்லாம் ஏமாற்று வேலைகளே.

இன்று இந்தியம் எதையும் மூடி மறைக்கவில்லை. லட்சத்துக்கும் மேற்பட்ட ஈழத் தமிழர்களின் அழிப்பில், ஐந்நூறுக்கும் மேற்பட்ட தமிழக மீனவர்களின் அழிப்பில் துணை நின்று 'இதுதாண்டா இந்தியா' எனத் தமிழர்களின் செவிட்டில் அறைந்து சொல்கிறது.

இனி இந்தியப் புவிசார் அரசியல் நலன் காப்பதோ, இறைமை காப்பதோ தமிழர்கள் வேலையில்லை. தமிழ்நாட்டுத் தமிழர்களுக்கும் தமிழீழத் தமிழர்களுக்கும் இறைமை உண்டு, சில மைல் தொலைவு இரு தமிழர்களையும் பிரிக்கும் நீர்ப் பரப்பு இந்தியப் பெருங்கடலன்று, அது தமிழர்க் கடல். இவ்விரு தமிழ்ப் பரப்புகளுக்கு இடைப்பட்ட இயற்கைக் கொடையனைத்தும் தமிழர்களுக்கே!

> **தமிழீழ விடுதலைப் போராளிகளுக்கு இந்திரா ஆயுதப் பயிற்சி அளித்ததும் சரி, இன்றைய இந்தியா தமிழர்களை அழித்தொழிக்கும் சிங்களப் படைகளுக்கு ஆயுதப் பயிற்சி அளிப்பதும் சரி, இரண்டும் ஒரே இந்தியப் புவிசார் அரசியல் நலனின் இருவேறு நடவடிக்கைகளே!**

ஆம், இனி தமிழர்களுக்கென்று ஒரு புவிசார் அரசியல் நலன் வேண்டும். அது அவர்களின் விடுதலை நலனோடு இணைந்திட வேண்டும். ஈழத் தமிழருக்குக் கொழும்பு பகை என்றால் தமிழகத் தமிழருக்கு தில்லி பகை என்பதை உணர வேண்டும். இதுவே சரியான இடதுசாரி மார்க்சியப் பார்வை என்ற தெளிவு பெற வேண்டும். இந்த அடிப்படைப் புரிதல் மாணவர்ப் போராட்டத்தில் சூல் கொண்டிருப்பது வருங்காலத்தின்மீது நமக்கு நம்பிக்கையூட்டுகிறது.

(ஆழம் 2013 ஏப்ரல் இதழில் எழுதிய கட்டுரை)

6

கொழும்புக் கொழுப்பைக் கரைக்கும் அரசியல் எது?

(எழுத்தாளர் மருதன் தனது இணையத் தளத்திலும் தமிழ் பேப்பர் தளத்திலும் இலங்கை மீதான தடைகள் குறித்து ஒரு விவாதத்தை முன்வைத்துள்ளார். அதற்கு விடையிறுக்கும்படி அழைத்துள்ளார். அவர் அழைப்பை ஏற்று நான் அவருக்கு அளித்துள்ள பதிலைக் கீற்று வாசகர்களிடம் பகிர்ந்து கொள்கிறேன் - நலங்கிள்ளி.)

எழுத்தாளர் மருதன் இலங்கை மீதான தடை குறித்த கட்டுரையில் ஒரு நண்பர் கேள்வி ஒன்றை எழுப்பியதாகக் குறிப்பிடுகிறாரே! அது நலங்கிள்ளியாகிய நான்தான். இந்த அறிமுகத்துடன் அவர் எழுப்பியிருக்கும் வினாக்களுக்கு நான் பதிலளிக்க விரும்புகிறேன்.

சிங்கள இனவாத அரசு தமிழர்களை அவர்கள் தமிழர்கள் என்ற ஒரே காரணத்துக்காக ஒடுக்குவது நியாயமல்ல என்றால், சிங்களர்களை அவர்கள் சிங்களர்கள் என்ற ஒரே காரணத்துக்காகத் தமிழக அரசு ஒடுக்குவதும் நியாயமற்றதுதான் என்கிறார் மருதன்.

இந்த நூற்றாண்டின் மாபெரும் இனப்படுகொலையைச் செய்து முடித்துள்ள ஒரு நாட்டின் செயலையும், அப்பாதகத்தைச் செய்த ஒரு நாட்டின் விளையாட்டர்களுக்குத் தடைவிதிக்கும் செயலையும் ஒரு சேரக் கண்டிக்கிறார் மருதன். அதாவது ஒரு நாட்டின் மீது விளையாட்டுத் தடை விதிப்பது அந்நாட்டு மக்களை ஒடுக்குவது எனப் பார்க்கிறார் மருதன். இது இனவெறுப்பு அரசியல் என்றும் சாடுகிறார். இவர் மட்டுமல்ல, ஒடுக்கும்

நாட்டின்மீது பொருளியல், கலை, விளையாட்டு என அனைத்துத் துறைகளிலும் தடை கோருவது தவறு செய்த நாட்டை, நாட்டு மக்களைப் பழிவாங்குவது, ஒடுக்குவது, தண்டிப்பது என்றெல்லாம் பலரும் கருதுகின்றனர். இவ்வகை ஒதுக்கல் தவறு என்றால், ஒரு நாட்டின் இனஒடுக்குமுறையை வேறொரு நாட்டில் இருந்தபடி வெல்வதற்கு மருதன் போன்றோர் முன்வைக்கும் தீர்வுதான் என்ன?

இலங்கை அரசின் இனவாதக் கொள்கையை ஏற்பவர்கள்/அதனால் பலனடைபவர்கள்; இலங்கை அரசின் இனவாதக் கொள்கையை ஏற்காதவர்கள்/அதனை எதிர்ப்பவர்கள்; அரசியல் பார்வை ஏதுமற்றவர்கள் என்று ஒடுக்கும் சிங்கள இனத்தை 3 பிரிவுகளாகப் பிரிக்கிறார் மருதன். இவர்களில் முதல் பிரிவினரை நாம் எதிர்க்கும் அதேபோது இரண்டாம் பிரிவினரை ஒருங்கிணைத்து, மூன்றாம் பிரிவினரை வென்றெடுக்க வேண்டும் என்கிறார். சிங்கள இனத்தின் இந்த இரண்டாம் பிரிவினர் இந்தப் பணியைச் செவ்வனே நிறைவேற்றி வருகின்றனர் என்பதில் ஐயமில்லை. ஆனால் இந்த வேலையைத் தமிழர்களாகிய நாம் எப்படிச் செய்வதாம்? அதற்கு சிங்களவர்களோடு நாம் உரையாட வேண்டுமாம், அவர்களை நம்மோடு இணைத்துக் கொள்ள வேண்டுமாம். அதாவது இனஒடுக்குமுறைக்கு எதிராக நாம் அவர்களிடம் கருத்துப் பரப்புரை மேற்கொள்ள வேண்டும் என்பதாக இதைப் புரிந்து கொள்ளலாம். நல்லது, இதை எப்படிச் செய்வதாம்? மருதன் கூறும் அந்த இரண்டாம் வகையினர் வேண்டுமானால் இந்தப் பணியைச் செய்யலாம். தமிழகத் தமிழர்கள் இங்கிருந்தபடி சிங்களத் தேச மக்களிடம் எப்படிப் பரப்புரை செய்வது? மாற்றம் கொண்டு வருவது? என்று மருதனோ மற்றவர்களோ குறிப்பிடத் தவறுவது ஏன்? இதற்கான வேலைத் திட்டத்தை அவர்கள் அறிவித்தால்தான் அதன் அடிப்படையில் நாம் விவாதிக்க முடியும்.

இதற்கு நேரடி வழி உண்டு. ஒடுக்கும் நாட்டின் மீது போர் தொடுத்து ஒடுக்குண்ட இனத்தை விடுவிப்பது. இந்தத் திட்டத்தை இங்கு எவரும் முன்வைக்கவில்லை. அவர்களும் இதனை ஏற்கப் போவதில்லை. இதுதான் வன்முறையாயிற்றே!

இப்படி நேரடிப் போர் புரிந்து வந்த தமிழீழ விடுதலைப் புலிகளின் படை ஒழிக்கப்பட்டு விட்டதாகக் கூறப்படும் ஒரு சூழலில் நம்முன் நிற்கும் கடமை என்ன? ஒடுக்கும் சிங்கள அரசை, அந்த

ஒடுக்குமுறைக்குத் துணைநிற்கும் இந்திய அரசைப் பணியச் செய்வது எப்படி? இதற்கு நாம் உலக வரலாற்றிலிருந்து பாடம் படிக்கிறோம். ஒடுக்கும் அரசுகளை வழிக்குக் கொண்டு வருவதற்கு முன்பு கடைப்பிடிக்கப்பட்ட அதே அறவழிகளை நாமும் கையிலெடுக்கத் துணிகிறோம்.

இதற்கு நாம் மிகவும் பழைய வரலாற்றுக்கு எல்லாம் போக வேண்டியதில்லை. அண்மையத் தென்னாப்பிரிக்க வரலாறே நமக்குச் சரியான படிப்பினை. அங்கு பெரும்பான்மைக் கருப்பின மக்களை ஒடுக்கிவந்த வெள்ளைவெறி அரசைப் பணிய வைக்க உலகம் முன் வைத்த தீர்வுதான் என்ன? அந்த வெள்ளையின மக்களிடத்தும் மருதன் குறிப்பிடும் மூவகைப்பட்ட மனிதர்கள் உண்டு. ஆனால் அவர்களிடம் பேசிப் பஞ்சாயத்து செய்யும் வேலையில் எல்லாம் அன்று எவரும் ஈடுபடவில்லை. மாறாக, 1960கள் தொடங்கி 1990கள் வரையிலான காலக்கட்டத்தில் தென்னாப்பிரிக்க வெள்ளைவெறி அரசைத் தனிமைப்படுத்தும் வகையில், அவ்வரசின் மீது பொருளியல், விளையாட்டு, கலை, சுற்றுலா என ஒவ்வொரு துறையிலும் தடைகளை விதித்தன உலக நாடுகள். இத்தகைய தடைகளை ஒவ்வொரு நாடும் மேற்கொள்ள வேண்டுமெனத் தொடர்ந்து வலியுறுத்தி வந்தது ஐநா.

ஐநா பொதுப்பேரவை 1962இல் இனஒதுக்கலுக்கு எதிரான **ஐக்கிய நாடுகள் சிறப்புக் குழு** என்னும் அமைப்பை நிறுவியது. பொருளியல் வகையிலும், இன்ன பிற வகையிலும் தென்னாப் பிரிக்காமீது தடை விதிக்க உலக நாடுகள் முன்வர வேண்டுமென அக்குழு கோரியது. இதனை முதலில் அமெரிக்காவும், ஐரோப்பிய நாடுகளும் ஏற்க மறுத்ததுடன் கடுமையாகக் கண்டிக்கவும் செய்தன.

இருப்பினும் இங்கிலாந்தை மையமாகக் கொண்ட இனஒதுக்கல் எதிர்ப்பு இயக்கம் என்னும் அமைப்பானது தென்னாப்பிரிக்க இனஒதுக்கலுக்கு எதிரான பொருளியல் தடைகளுக்கான பன்னாட்டு மாநாடு என்னும் பெயரில் ஒரு கூட்டத்துக்கு ஏற்பாடு செய்தது. இது அமெரிக்காவையும் ஐரோப்பிய நாடுகளையும் இந்தத் தடைக்கு இணங்க வைக்கும் வேலைகளில் ஈடுபட முடிவெடுத்தது. அதன் அடிப்படையில் பல நாடுகளிலும் தொடர்ச்சியான பரப்புரைகளை மேற்கொண்டது. அமெரிக்கக் குழுமங்கள் எதுவும் தென்னாப்பிரிக்காவில் முதலீடு செய்யக் கூடாதென்னும் பரப்புரை 1970களில் அமெரிக்காவில் தீவிரமாக நடைபெற்றது. இதற்கு ஆதரவாக அமெரிக்கக் கருப்பின மக்கள்

களமிறங்கினர். அமெரிக்கா என்றல்ல, ஐரோப்பா, ஆசியா என்று உலகெங்கிலும் உள்ள பல்கலைக்கழக மாணவர்கள் இந்தப் பொருளியல் தடை கோரிக்கையை எடுத்துச் சென்றனர்.

முதலில் ஆப்பிரிக்க நாடுகள் இந்தத் தடையை விதித்தன. ஏழை ஆப்பிரிக்கத் தடையால் என்ன கேடு வந்துவிடப் போகிறது என்றுதான் முதலில் தென்னாப்பிரிக்க நிறவெறி அரசு நினைத்தது. ஆனால் 1980களில் ஐரோப்பிய நாடுகள் உள்ளிட்ட உலகின் பல்வேறு நாடுகளும் தென்னாப்பிரிக்கா மீது தடை விதிக்க முன்வந்தன.

இது தென்னாப்பிரிக்க அரசுக்குக் கடும் பொருளியல் நெருக்கடியை ஏற்படுத்தியது. நீங்கள் எங்கள்மீது விதிக்கும் தடை எங்களைப் பாதிக்காது, உள்ளபடியே ஏழைக் கருப்பின மக்களைத் தான் இன்னும் துயரத்தில் ஆழ்த்தும் என நீலிக் கண்ணீர் வடித்தது தென்னாப்பிரிக்க அரசு. இப்படித்தான் பல இனவெறி ஆதரவாளர்களும் போலிப் பரிதாபம் காட்டினர். எங்கள் மக்கள் அல்லல்படுவது கண்டு எவரும் கவலைப்படவேண்டாம். இனவெறிக்கு எதிரான எங்கள் போராட்டத்தில் இதையும் ஒரு தியாகமாகவே கருதுகிறோம் எனத் துணிவாக அறிவித்தார் நெல்சன் மண்டேலா.

ஆப்பிரிக்கத் தேசியக் காங்கிரசின் துணைத் தலைவராக 14.06.1976 அன்று பீட்ஸ்பர்க் போஸ்ட்-கெசட் என்னும் இதழுக்குப் பொருளியல் தடை குறித்து அளித்த பேட்டியில் இவ்வாறு அவர் கூறினார்:

'எங்கள் நிலைப்பாடு மிகத் தெளிவானது, முரணற்றது. பொருளியல் தடையின் முதலும் முதன்மையுமான நோக்கம் என்னவென்றால், கருப்பர், வெள்ளையர் உள்ளிட்ட ஒவ்வொரு தென்னாப்பிரிக்கரும் தத்தமது தலைவிதியை நிர்ணயித்துக் கொள்ளும் உரிமை படைத்த மனிதர்களாவதை உறுதிபடுத்துவதாகும். பொருளியல் தடைகளின் இரண்டாவது குறிக்கோள், இனஒதுக்கலை முற்றிலுமாகத் துடைத்தெறிவதாகும். இவ்விரு குறிக்கோள்களுமே இன்னும் நிறைவேறவில்லை என்பதால் பொருளியல் தடைகள் தொடர வேண்டும் என்பதே நமது நிலைப்பாடாகும்.'

மண்டேலா 27 ஆண்டுச் சிறை வாழ்க்கைக்குப் பிறகு 11.02.1990 ஞாயிறன்று விடுதலை பெற்று வெளிவந்ததும் பேசிய முதல் உரையில் குறிப்பிட்டார்:

'புதிய தென்னாப்பிரிக்காவைக் கட்டியெழுப்புவதில் எங்களுடன் கைகோக்குமாறு நமது சக வெள்ளையினத் தோழர்களை அழைக்கிறேன். இந்த விடுதலை இயக்கம் உங்களுக்கான அரசியல் இல்லமுமாகும். இனஒதுக்கல் அரசைத் தனிமைப் படுத்தச் செய்யும் இயக்கத்தைப் பன்னாட்டுச் சமூகம் தொடர்ந்து முன்னெடுத்துச் செல்ல வேண்டுமெனக் கேட்டுக் கொள்கிறேன்.

'இப்போது பொருளியல் தடைகளை நீக்கும் செயல் என்பது இனஒதுக்கலை முற்று முழுதாகத் துடைத்தெறிவதை நோக்கிய நமது பணியைச் சிதைத்து விடக் கூடிய ஆபத்தான விளையாட்டாகும். விடுதலை நோக்கிய நமது பயணத்தை எவராலும் பின்னோக்கிச் செலுத்தவியலாது. நமது வழியில் அச்சம் குறுக்கிட அனுமதியோம்.'

இனவெறி அரசுக்கு எதிரான போராட்டத்தில் சக வெள்ளையினத் தோழர்களுக்குள்ள பங்களிப்பை வலியுறுத்தும் மண்டேலா தென்னாப்பிரிக்காவுக்கு எதிரான பொருளியல் தடைகளையும் ஆதரிப்பது நமக்கு எவ்வளவு தெளிவான பார்வையை அளிக்கிறது பாருங்கள். ஓர் ஒடுக்குமுறை அரசைப் புறக்கணிக்கக் கோருவது அந்நாட்டு மக்களுக்கு அளிக்கப்படும் தண்டனையல்ல, அவர்களுக்கு எதிரான இனவெறியுமல்ல. அக்கொள்கையை

ஆதரிக்கும் மக்கள் திருந்துவதற்கு அளிக்கப்படும் வாய்ப்பாகும். அம்மக்கள் வழியாக ஒடுக்கும் அரசைப் பணிய வைப்பதாகும். சிங்களப் பேரினவாதத்தை ஆதரிக்கும் சிங்களவர்களுக்கும் நாம் இதைத்தான் செய்யவேண்டும்.

> **‘இப்போது பொருளியல் தடைகளை நீக்கும் செயல் என்பது இனஒதுக்கலை முற்று முழுதாகத் துடைத்தெறிவதை நோக்கிய நமது பணியைச் சிதைத்து விடக் கூடிய ஆபத்தான விளையாட்டாகும்’**

இந்தப் புரிதலின் அடிப்படையில் மருதன் எழுப்பிய கால்பந்துப் பிரச்னைக்கு வருவோம். சிங்களக் கால்பந்தாட்டர்களை முதலமைச்சர் ஜெயலலிதா 2012 செப்டெம்பரில் வெளியேற்றிய செயல் ராஜபட்சேவின் இனவெறிச் செயலுக்கு ஒப்பானது என்கிறார் மருதன். ஜெயலலிதாவின் இந்தச் செயலைக் கண்டித்து கலைஞர் விடுத்த அறிக்கையும் (விடுதலை, 05.09.2012), இந்து ஆங்கில நாளேடு தீட்டிய தலையங்கமும் (ஆபத்தான விளையாட்டு, 04.09.2012), மகஇகவின் வினவு இணையத்தளம் வெளியிட்ட கட்டுரையும் தமக்கும் உடன்பாடானவையே என்கிறார்.

ஜெயலலிதாவின் செயல் வெறும் வெறுப்பு அரசியல் என்கிறார் மருதன். இது போல்தான் பல வட இந்திய ஊடகங்களும் பாரதிய கம்யூனிஸ்டுக் கட்சிகளும் விளையாட்டையும் அரசியலையும் கலக்கக் கூடாதென பிரம்மோபதேசம் செய்கின்றன.

கால்பந்து அரசியல் மட்டுமல்ல, ஒட்டுமொத்த விளையாட்டு அரசியலே தென்னாப்பிரிக்க அரசின் மீது கைவைக்காமல் இல்லை.

எஃப்.ஐ.எஃப்.ஏ. எனப்படும் பன்னாட்டுக் கால்பந்துச் சங்கக் கூட்டமைப்பு தென்னாப்பிரிக்காவுடன் உலக நாடுகள் எதுவும் கால்பந்து விளையாட 1963இல் தடை விதித்தது. தொடர்ந்து உலகக் கால்பந்துப் போட்டிகளிலும் தென்னாப்பிரிக்காவை அனுமதிக்க மறுத்தது.

பன்னாட்டு மேசை டென்னிஸ் கூட்டமைப்பு, பன்னாட்டு ரக்பி வாரியம் எனப் பல விளையாட்டு அமைப்புகளும் தென்னாப் பிரிக்காவை ஒதுக்கி வைத்தன. தென்னாப்பிரிக்காவால் எந்நாட்டுக்கும் சென்று கோல்ஃப் விளையாட முடியவில்லை. கிராண்ட் பிரிக்ஸ்

மோட்டார் பந்தயங்களில் கூட தென்னாப்பிரிக்கா ஒதுக்கி வைக்கப்பட்டது.

இந்த விளையாட்டுப் புறக் கணிப்பு வழிமுறையை மீற நினைத்த நியூசிலாந்து 1985இல் தனது ரக்பி அணியைத் தென்னாப் பிரிக்காவுக்கு அனுப்ப முயன்றது. ஆனால் உலக நாடுகளின் கடும் கண்டனத்துக்குஉள்ளாகி அந்த முயற்சியிலிருந்து பின்வாங்கிக் கொண்டது.

1974இல் டேவிஸ் கோப்பை டென்னிஸ் இறுதிப் போட்டிக்கு அரிதிலும் அரிதான நிகழ்வாக இந்திய அணி நுழைந்தாலும், எதிரணி தென்னாப்பிரிக்கா என்பதால் அப்போட்டியில் பங்கேற்கக் கூடாதென விஜய் அமிர்தராஜ் உள்ளிட்டோருக்கு இந்திய அரசு தடை விதித்தது. இது குறித்து ச. பாலமுருகன் கீற்று தளத்தில் ஏற்கெனவே விரிவாகப் பதிவு செய்துள்ளார்.

ஜோலா பட் என்பவர் தென்னாப்பிரிக்காவைச் சேர்ந்த மாபெரும் தடகளப் பெண்மணி. அவர் 17 வயதில் 1984இல் தென்னாப் பிரிக்காவில் நடந்த தடகளப் போட்டி ஒன்றில் 5,000 மீட்டர் மகளிர் ஓட்டப் பந்தயத்தில் 15:01:83 நேரத்தில் ஓடி உலகச் சாதனை புரிந்தார். ஆனால் தடகளப் போட்டிகளிலிருந்து தென்னாப் பிரிக்கா ஒதுக்கி

ஜோலா பட் (Zola Budd)

டான் பிராட்மன்

வைக்கப்பட்டிருந்ததால், அவரது இந்த உலகச் சாதனையை எந்நாடும் அறிந்தேற்கவில்லை. பிற்பாடு அவர் 1985இல் இங்கிலாந்துக்காகப் பங்கேற்று 5,000 மீட்டர் தொலைவை இன்னும் விரைவாக 14:48:07 நேரத்தில் ஓடி அவரது உலகச் சாதனைக்குரிய உலக அங்கீரகாரத்தைப் பெற்றார்.

ஒலிம்பிக்கில் இருந்து தென்னாப்பிரிக்காவை ஒதுக்கக் கருப்பின மக்கள் பெரும் போராட்டங்கள் நடத்தினர். இதற்கெனத் தென்னாப்பிரிக்க விளையாட்டுச் சங்கம் என்னும் அமைப்பை 1959இல் ஏற்படுத்தினர். தொடர்ந்து பல ஆண்டுகளாக இந்த அமைப்பு பன்னாட்டு ஒலிம்பிக் குழுவிடம் தென்னாப்பிரிக்காவை ஒலிம்பிக்கிலிருந்து ஒதுக்கி வைக்கும்படி கோரிக்கைகளை வைத்தது. ஆனால் ஒலிம்பிக் குழு பணியவில்லை. மீறினால் அனைத்து ஆப்பிரிக்க நாடுகளும் ஒலிம்பிக்கைப் புறக்கணிக்க நேரிடும் என அறிவிக்கப்பட்டது. முடிவில் 1970இல் தென்னாப் பிரிக்காவை ஒலிம்பிக் விளையாட்டுப் போட்டிகளிலிருந்து நீக்கியது பன்னாட்டு ஒலிம்பிக் குழு. (1980 மாஸ்கோ ஒலிம்பிக்கை அமெரிக்கா புறக்கணித்ததும், 1984 லாஸ் ஏஞ்சல்ஸ் ஒலிம்பிக்கை ருஷ்யா புறக்கணித்ததும் தனிக் கதை.)

இவ்வளவு விளையாட்டுப் புறக்கணிப்பையும் தென்னாப் பிரிக்காவுக்கு எதிராகச் செய்தது உலகம். ஆனால் ஐபிஎல் கிரிக்கெட்டின் சென்னைப் போட்டிகளில் இலங்கை கிரிக்கெட்டர்கள் கலந்துகொள்ள ஜெயலலிதா தடை விதித்ததை மீண்டும் எதிர்க்கிறது இந்து நாளேடு. இங்கும் அதை ஆமோதிப்பதாகக் கூறுகிறார் மருதன்.

இந்தியர்களின் மதம் எனப் பீற்றிக் கொள்ளப்படும் கிரிக்கெட் தென்னாப்பிரிக்காவில் பட்ட பாட்டை மருதன் அறிவாரா தெரியவில்லை. 1990கள் வரை நடந்த அந்தக் கிரிக்கெட் அரசியல் சுவாரசியமான கதைகளையும் வரலாற்றுப் பின்னணியையும் கொண்டது. எல்லா விளையாட்டுகளையும் போல்தான், வெள்ளைவெறிக் காலத்தில் தென்னாப்பிரிக்காவில் கிரிக்கெட்டும் எட்டிப் பார்க்கவில்லை.

1961இல் காமென்வெல்த் நாடுகள் அமைப்பிலிருந்து தென்னாப்பிரிக்கா வெளியேற்றப்பட்டதும், ஐசிசி எனப்படும் பன்னாட்டு கிரிக்கெட் மன்றத்திலிருந்தும் அது விலக்கி வைக்கப் பட்டது. குறிப்பாக 1970இல் இங்கிலாந்து அணி ஒன்று தென்னாப் பிரிக்கா செல்லவிருந்தது. அந்த அணியில் பசில் டி ஒலிவெரியா என்னும் கருப்பினக் கிரிக்கெட்டர் இடம்பெற்றிருந்தார். இதனைத் தென்னாப்பிரிக்கா எதிர்த்தது. உடனே ஐசிசி அமைப்பிலிருந்து தென்னாப்பிரிக்கா காலவரையின்றி விலக்கி வைக்கப்பட்டது.

இந்தப் பின்னணியில் சமசர முயற்சியாக மாபெரும் கிரிக்கெட்டர் டான் பிராட்மன் ஆஸ்திரேலியக் கிரிக்கெட் சங்கத்தின் தலைவர் என்ற முறையில் தென்னாப்பிரிக்கத் தலைமை அமைச்சர் ஜான் ஃபாஸ்டரை 1971இல் சந்தித்தார். பிராட்மன் ஆஸ்திரேலியக் கிரிக்கெட் அணியினரின் தென்னாப்பிரிக்க வருகைக்கு வழிவகுப்பார் என்ற நப்பாசையில் இருந்தார் ஃபாஸ்டர். ஆனால் பிராட்மனோ கருப்பின மக்கள் தென்னாப்பிரிக்கக் கிரிக்கெட் அணியில் புறக்கணிக்கப்படுவதற்கான காரணத்தை ஃபாஸ்டரிடம் கேட்டார். அறிவில் பின்தங்கிய கருப்பர்களால் எப்படி வெள்ளையர்கள் போல் அழகாக கிரிக்கெட் விளையாட முடியுமெனக் கிண்டலடித்தார் ஃபாஸ்டர். 'நீங்கள் கேரி சோபர்ஸ் எனும் மாபெரும் கருப்பினக் கிரிக்கெட்டர் பந்தடித்து ஆடும் ஒயிலையும் மிடுக்கையும் கண்டதில்லையா ஃபாஸ்டர்?' எனக் கேட்டார் பிராட்மன். நிறவெறியில் நீங்கள் முரண்டு பிடிக்கும் வரை ஆஸ்திரேலியக் கிரிக்கெட் அணி ஒருபோதும்

தென்னாப்பிரிக்கா நுழையாது என்று அறிவித்தார் கிரிக்கெட் மாமேதை டான் பிராட்மன். கிரிக்கெட்டில் மட்டுமல்லாது மாந்தநேயத்திலும் உயர்ந்து நின்றார் பிராட்மன். சிறையிலிருந்து மீண்டு வந்ததும், 'அந்த பிராட்மன் உயிருடன் இருக்கிறாரா?' என அன்புடன் விசாரித்தாராம் மண்டேலா!

ஆஸ்திரேலியா மட்டுமன்று, இந்தியா உள்ளிட்ட கிரிக்கெட் விளையாடும் நாடுகள் அனைத்தும் தென்னாப்பிரிக்காவை முற்றாக ஒதுக்கி வைத்தன.

> **'நீங்கள் கேரி சோபர்ஸ் எனும் மாபெரும் கருப்பினக் கிரிக்கெட்டர் பந்தடித்து ஆடும் ஒயிலையும் மிடுக்கையும் கண்டதில்லையா ஃபாஸ்டர்?"**

ஐபிஎல் என்பது தனியார்க் குழுமங்கள் நடத்தும் போட்டிதானே? இந்திய அரசா நடத்துகிறது? இதில் இலங்கைக் கிரிக்கெட்டர்கள் கலந்து கொள்ளக் கூடாது எனச் சொல்வது தவறில்லையா? என்றுகூட சிலர் மிக நுணுக்கமாக வியாக்கியானம் செய்கின்றனர். இப்படி ஒரு விமர்சனத்தைக் கிழக்கு பதிப்பகம் பத்ரி சேஷாத்திரி கூட என்டிடிவி தொலைக்காட்சி பேட்டி ஒன்றில் கூறினார்.

உண்மையில் பார்க்கப் போனால் இந்திய கிரிக்கெட் ரசிகர்களால் பாரத மாதா பக்தியுடன் போற்றப்படும் இந்தியக் கிரிக்கெட் அணியின் கிரிக்கெட்டர்கள் எவரும் இந்தியாவுக்காகப் பங்கேற்பதில்லை. **பிசிசிஐ** எனப்படும் இந்தியக் கிரிக்கெட் வாரியத்துக்காகத்தான் பங்கேற்று விளையாடுகிறார்கள். இது ஒருபுறம் இருக்கட்டும். ஐபிஎல், தனியார் என்றெல்லாம் கூறிக் கொண்டு நுழைந்துவிடும் கதை தென்னாப்பிரிக்க இனஒதுக்கல் காலத்திலும் நடந்தது.

கிரிக்கெட்டில் தனிமைப்பட்ட தென்னாப்பிரிக்கா ஒரு சூழ்ச்சி செய்தது. **தென்னாப்பிரிக்கா கிரிக்கெட் சங்கம்** என்னும் அமைப்பை 1976இல் தோற்றுவித்தது. இது அரசு உதவியின்றி முழுக்க முழுக்கத் தனியார் நிதியுதவியுடன் இயங்கும் அமைப்பு என்பதால் இந்த அமைப்புடன் எந்த ஒரு நாட்டின் அணியும் கிரிக்கெட்டரும் விளையாடுவதில் தவறில்லை என அறிவிக்கப் பட்டது. ஆனால் இந்தச் சூழ்ச்சித் திட்டத்தை உலகக் கிரிக்கெட் அணியினரும், தென்னாப்பிரிக்கக் கருப்பின மக்களும் எடுத்த எடுப்பிலேயே புறக்கணித்தனர்.

ஆனால் இந்த வாய்ப்பைப் பயன்படுத்திக் கொண்டு கிரகாம் கூச் தலைமையிலான இங்கிலாந்து அணி தடையை மீறி தென்னாப்பிரிக்கா செல்லலாம் என 1982இல் முடிவெடுத்தது. இந்தப் பயணம் கலகப் பயணம் என்றும், பயணம் சென்றோர் கலக அணியினர் என்றும் அழைக்கப்பட்டனர். இயான் போதமைத் தவிர முழு வலிமையுடன் தென்னாப்பிரிக்காவில் களமிறங்கிய இந்த இங்கிலாந்து அணியினரை உலக ஊடகங்களும் அரசியல் தலைவர்களும் கடுமையாக எதிர்த்தனர். அவர்களை 'அசிங்கப் பன்னிருவர்' என இங்கிலாந்து நாடாளுமன்றம் வர்ணித்தது. அது மட்டுமல்ல, அந்த அணியினர் பன்னாட்டுக் கிரிக்கெட்டிலிருந்து மூன்றாண்டுக் காலத்துக்கு விலக்கி வைக்கப்பட்டனர். இங்கிலாந்தின் தலைசிறந்த மட்டையாளர்களில் ஒருவரான ஜெஃப்ரி பாய்காட் உள்ளிட்டோரின் கிரிக்கெட் வாழ்க்கை அத்துடன் முடிவுக்கு வந்தது.

கதை அத்துடன் முடியவில்லை. 1990இல் மைக் கேட்டிங் தலைமையிலான இங்கிலாந்து அணி அதே கூத்தை அரங்கேற்ற முடிவெடுத்தது. தென்னாப்பிரிக்கா சென்று கடும் எதிர்ப்பைச் சம்பாதித்தது. அதுவும் இனஒதுக்கல் போராட்டங்கள் கடுமையாக நடைபெற்றுக்கொண்டிருந்த காலக்கட்டத்தில் நுழைந்த இந்த இங்கிலாந்து அணியினரை எதிர்த்து ஆப்பிரிக்கத் தேசிய காங்கிரஸ் பின்னணியில் மாபெரும் ஊர்வலங்கள் நடைபெற்றன. இங்கிலாந்துக்கே ஓட்டம் பிடித்தார் மைக் கேட்டிங். அந்த அணியும் மூன்றாண்டுப் பன்னாட்டுத் தடையை வாங்கிக் கட்டிக் கொண்டது.

உலகின் கலைத்துறையினர் பலரும் தென்னாப்பிரிக்காவைப் புறக்கணித்ததும் ஓர் அருமையான போராட்ட வரலாறு ஆகும்.

தமிழகத்தில் அனைவரும் அறிந்த பெயர் மார்லான் பிராண்டோ. ஆலிவுட்டின் பெரும் நடிகர் இவர். சிவாஜி கணேசனைத் தமிழகத்தின் மார்லான் பிராண்டோ எனத் தமிழ்த் திரை ரசிகர்கள் போற்றிய காலத்தில், இல்லை, மார்லான் பிராண்டோதான் அமெரிக்காவின் சிவாஜி என அண்ணா புகழ்ந்துரைத்தது பலரும் அறிந்ததே. தமிழின் நாயகன் திரைப்படத்துக்கு அடிப்படையான காட் ஃபாதர் படத்தின் நாயகர் இவர். நடிப்புக்கு ஆஸ்கர் உள்ளிட்ட பல விருதுகளையும் வென்றவர். இப்படிப்பட்ட நடிகர்தான் உலகத் திரைப்பட நடிகர்களுக்கும் இயக்குனர்களுக்கும் திரைக்கதை ஆசிரியர்களுக்கும் தயாரிப்பாளர்களுக்கும் 1961இல் ஒரு கோரிக்கை விடுத்தார். ஒரு படத்துக்கு ஒப்பந்தமாகும் முன்பு

அப்படம் தென்னாப்பிரிக்காவில் திரையிடப்படக் கூடாதென ஒப்பந்தம் செய்து கொள்ளும்படி அவர்களைக் கேட்டுக் கொண்டார். ஆனால் இங்கு நம் தமிழகத்துக் கலை ஞானிகளோ கலை கலைக்காகவே எனக் கதை அளக்கின்றனர்.

மொத்தம் இரண்டரை லட்சத்துக்கும் மேற்பட்ட கலைஞர்களை உறுப்பினர்களாகக் கொண்டிருந்த அமெரிக்க நடிகர்கள் மற்றும் கலைஞர்கள் கூட்டமைப்பு அதன் உறுப்பினர்கள் எவரும் தென்னாப்பிரிக்க நிகழ்ச்சிகள் எதிலும் கலந்து கொள்ளக் கூடாதென 1981 அக்டோபரில் அறிவித்தது.

இவ்வகையில் உலகின் கலைத் துறையினர் பலரும் தென்னாப் பிரிக்காவை அலை அலையாகப் புறக்கணிக்கத் தொடங்கினர். இனஒதுக்கல் காலக்கட்டத்தில் தென்னாப்பிரிக்கா சென்று இசை நிகழ்ச்சிகள் நடத்திவிட்டு வந்த தமிழக பக்திப் பாடகர் பித்துக்குளி முருகதாசை இந்திய அரசு நேரில் அழைத்துக் கண்டித்தது.

இப்படிப் பொருளியல், விளையாட்டு, கலை, பண்பாடு, சுற்றுலா என ஒவ்வொரு துறையிலும் தென்னாப்பிரிக்காவை எதிர்த்து உலக நாடுகள் மேற்கொண்ட நேர்வகை ஒதுக்கல் அரசியல் வெள்ளையர்களுக்குக் கடும் பாதிப்பை ஏற்படுத்தியது. வெள்ளை முதலாளிகள் கடும் பொருளியல் நெருக்கடியைச் சந்தித்தனர். கிரயம் பொல்லாக், பேரி ரிச்சர்ட்ஸ் போன்ற மாபெரும் தென்னாப்பிரிக்கக் கிரிக்கெட்டர்கள் தங்கள் கிரிக்கெட் வாழ்வையே இழந்தனர். இளைஞர்களும் சிறுவர்களும் விளையாட்டைத் தங்கள் வாழ்பணியாகத் தேர்ந்தெடுக்கத் தயங்கினர். இனவெறி தொடர்ந்தால் அனைத்துத் துறைகளிலும் நமது தலைமுறை பின்தங்கி விடும் என்ற அச்ச உணர்வு அவர்கள் தலையில் சம்மட்டியாய் அடித்தது. இது ஆதிக்கவெறி பிடித்த பல வெள்ளையரிடமும் முற்போக்கு மாற்றத்தை ஏற்படுத்தத் தொடங்கியது. பதிலுக்கு இது ஆப்பிரிக்க இனவெறி அரசின் மீது பெரும் அழுத்தத்தை ஏற்படுத்தி இறுதியில் கருப்பின மக்களின் விடுதலைக்கு வழிவகுத்தது. 1994இல் இனவெறிச் சட்டங்கள் ஒரு முடிவுக்கு வந்தவுடன்தான் உலக நாடுகள் தென்னாப்பிரிக்காவின் மீதான அனைத்துத் தடைகளையும் நீக்கின.

இன்றுங்கூட, பாலத்தீன மக்களினத்தை அழித்து வரும் இஸ்ரேலை உலகின் பல அறிவியலர்களும் கலைஞர்களும் புறக்கணிக் கின்றனர். பாலத்தீனக் கொடுமைகளைக் காரணம் காட்டி உலகின் தலைசிறந்த அறிவியலர் ஸ்டீஃபன் ஆக்கிங் 2013இல் இஸ்ரேலிய அதிபர் ஷிமான் பெரிசின் 90ஆவது பிறந்த நாள் கொண்டாட்டத்தில்

கலந்து கொள்வதற்குத் தமக்கு விடுக்கப்பட்டிருந்த அழைப்பை ஏற்க மறுத்தார். பெரும் இசைக் கலைஞர்களாகிய எல்விஸ் காஸ்டெல்லோ, கில் ஸ்காட் ஹெரான், கார்லோஸ் சாண்டானா ஆகியோர் இஸ்ரேலில் தங்களின் இசை நிகழ்ச்சிகளைப் புறக்கணித்துள்ளனர். இந்தியாவின் புகழ்வாய்ந்த தபலா கலைஞர் ஜாகிர் உசேனும் இஸ்ரேலுக்கு எதிராக இதே முடிவை எடுத்தார்.

> **ஆதிக்கவெறி பிடித்த ஒரு நாட்டைப் பல நிலைகளிலும் ஒதுக்கி வைப்பது என்பது அந்நாட்டின் வெகுமக்களை ஒதுக்கி வைப்பதாகாது**

ஸ்லம் டாக் மில்லியனர் புதினத்தின் ஆசிரியராகிய விகாஸ் ஸ்வரூப் இஸ்ரேலில் நடந்த பன்னாட்டு எழுத்தாளர்கள் விழாவில் கலந்து கொள்ள மறுத்தார். ஆலிவுட்டின் மாபெரும் நட்சத்திரங்களாகிய புரூஸ் வில்லிஸ், வேன் டேம் ஆகியோர் தங்களின் அண்மையப் படமாகிய எக்ஸ்பென்டபிள்ஸ் 2 என்னும் திரைப்படத்தின் அறிமுக விழா இஸ்ரேல் தலைநகர் டெல் அவிவில் நடந்தபோது, அதில் கலந்துகொள்ளாது தவிர்த்தனர். மேற்படிப்பு மற்றும் உயர் கல்விக்கான ஆசிரியர்களின் தேசியச் சங்கம் என்னும் பெயரில் இங்கிலாந்தில் இயங்கிவரும் ஆசிரியத் தொழிற்சங்க அமைப்பு இஸ்ரேலுடன் எவரும் எந்தக் கல்வித் துறைத் தொடர்பும் வைத்துக் கொள்ளக் கூடாது என அறிவித்தது.

மொத்தத்தில், ஆதிக்கவெறி பிடித்த ஒரு நாட்டைப் பல நிலைகளிலும் ஒதுக்கி வைப்பது என்பது அந்நாட்டின் வெகு மக்களை ஒதுக்கி வைப்பதாகாது. மாறாக, இந்தப் புறக்கணிப்பு கள் அம்மக்களிடம் அழுத்தத்தை ஏற்படுத்தி ஆதிக்கச் சிந்தனை களை எரித்துப் பொசுக்கத் துணைசெய்கின்றன.

தென்னாப்பிரிக்கா குறித்த மாபெரும் வரலாற்றுப் பாடம் நமக்கும் பொருந்தும். இந்தியாவில் ஐபிஎல் என்றும், இலங்கையில் கலைநிகழ்ச்சிகள் என்றும் ஆளும் வர்க்கங்கள் அடிக்கும் கூத்துகள் அனைத்தும் அவர்களின் இனப்படுகொலைக் குற்றங்களை மறைத்துக்கொள்ளச் செய்யும் முயற்சிகளே. பாருங்கள், எல்லாம் இயல்பாகிவிட்டன என ராசபட்சேக்கள் காட்டிக்கொள்ளவே கலை, விளையாட்டு என்ற பெயரில் நடக்கும் கூத்துக்கள் உதவுகின்றன.

இந்தப் புரிதலுடன்தான் இலங்கைக் கலை நிகழ்ச்சிகளைப் புறக்கணிக்கும்படி அன்று அமிதாப்பையும் கமல்ஹாசனையும் அறிவுறுத்தினோம். அதே புரிதலுடன்தான் இன்று ஐபிஎல்லில் சிங்களக் கிரிக்கெட்டர்களைப் புறக்கணிக்கக் கோருகிறோம். இது இலங்கை மீதான முழுப் பொருளியல் தடையாக விரிந்து செல்ல வேண்டும் என்பதே ஈழ ஆதரவாளர்களின், தமிழ்த் தேசியர்களின் குறிக்கோள் ஆகும்.

மன்மோகன் சிங்கின், சோனியாவின், ராஜபட்சர்களின் மோவாய்க்கட்டையை ஆட்டிவிட்டு விடுதலை பெற்றுவிடலாம் என நினைப்போரால் தமிழீழத்தை ஒரு நாளும் தரிசிக்கமுடியாது.

அண்மைய தமிழகச் சட்ட மன்றத் தீர்மானம் கூறுவது போல், தமிழீழத்தில் இயல்பு நிலை ஏற்படும் வரை, இலங்கை மீது பன்னாட்டுப் புலனாய்வு நடத்தப்பட்டு இனப்படுகொலைக் குற்றவாளிகள் தண்டிக்கப்படும் வரை, ஈழத் தமிழர்களிடம் தமிழீழத்துக்கான பொது வாக்கெடுப்பு நடத்தப்படும் வரை அனைத்துப் புறக்கணிப்புகளும் ஒதுக்கல்களும் இலங்கையின்மீது தொடர வேண்டும். இதுதான் இலங்கையைப் பணியச் செய்வதற்குள்ள ஒரே வழி.

மன்மோகன் சிங்கின், சோனியாவின், ராஜபட்சர்களின் மோவாய்க்கட்டையை ஆட்டிவிட்டு விடுதலை பெற்றுவிடலாம் என நினைப்போரால் தமிழீழத்தை ஒரு நாளும் தரிசிக்கமுடியாது. தாஜா செய்து எதையும் ஈட்டிவிடலாம் என நினைக்கும் பேர்வழிகளுக்கும் எல்லாத்தையும் பேசித் தீத்துக்கலாம் எனச் சொல்வோருக்கும் பெரிய வேறுபாடேதும் இல்லை. இரண்டும் போராட்ட அரசியலுக்கு எதிரானவை.

ஆக, பொருளியல், விளையாட்டு, சுற்றுலா, பண்பாடு என அனைத்து நிலைகளிலும் சிங்களப் பேரினவாத அரசை ஒதுக்கி வைப்போம். அதன்வழி சிங்களப் பெரும்பான்மையிடம் நமக்குள்ள அற உரிமையைப் புரிய வைப்போம். இந்த அழுத்தத்தில் ராஜபட்சே கூட்டத்தை மூழ்கடிப்போம்.

இந்த இலங்கைப் புறக்கணிப்பைச் செய்ய மறுக்கும் இந்தியாவை எதிர்த்து அயராது போராடுவோம். இது தில்லித் திமிரைக்

கட்டாயம் அடக்கும். இது உலக நாடுகள் அணி அணியாக இலங்கையைப் புறக்கணிக்கும் நிலையை ஏற்படுத்தும். இறுதியில் உறுதியாகக் கொழும்புக் கொழுப்பையும் கரைக்கும்.

(மருதன் விமர்சனக் கட்டுரை வெளியான தளங்கள் : tamilpaper.net/?p=7575,marudhang.blogspot.in/2012/09/blog-post_6.html.)

(கீற்று இணைய இதழில் 2013 ஏப்ரல் 02 ஆம் நாள் வெளியான கட்டுரை.)

7

யாருக்கு ஆதரவு யாரோ?

பழ. நெடுமாறன் 27.06.2012 அன்று *தினமணி* ஏட்டில் 'கருணாநிதியின் கபட நாடகம்' என்னும் தலைப்பில் எழுதிய கட்டுரைக்கு 2012 சூலை 16 *கருஞ்சட்டைத் தமிழர்* இதழில் பதிலளித்துள்ளார் சுப. வீரபாண்டியன். அவர் இவ்வாறு தமது மறுப்பைத் தொடங்குகிறார்:

'ஆட்சியும் அதிகாரமும், மத்திய அரசின் செல்வாக்கும் இருந்த காலத்தில் எல்லாம், ஈழத் தமிழர்களுக்காகத் தனது சுட்டு விரலைக் கூட அசைக்க அவர் (கலைஞர்) தயாராக இருந்ததில்லை என்பது தான் வரலாற்று உண்மை'- பழ. நெடுமாறன், 'கருணாநிதியின் கபட நாடகம்' கட்டுரை - *தினமணி* - 27.06.2012.

'தி.மு.க. ஆட்சிக் காலத்தில்தான் விடுதலைப் புலிகளுக்குக் கருணாநிதி எல்லா வசதிகளும் செஞ்சு கொடுத்தா. விடுதலைப் புலிகள் இங்கே பெட்ரோல் பங்க் நடத்துனா. கோயம்புத்தூரில் நாட்டு வெடிகுண்டு தயாரிக்கிற தொழிற்சாலை வெச்சிருந்தா. எல்.டி.டி.ஈ.க்கு யூனிஃபார்ம் தைச்சுக் கொடுத்தா. இதைப்பத்தி எல்லாம் எனக்கு ரிப்போர்ட் வந்தது. நான்தான் சந்திரசேகர்கிட்ட எடுத்துச் சொல்லி, 'கருணாநிதி தீவிரவாதிகளுக்கு சப்போர்ட் பண்றா, அவா அரசைக் கலைச்சிடுவோம்னு' சொன்னேன்.'- சுப்பிரமணியன் சுவாமி, விகடன் மேடை- வாசகர் கேள்விகள் பகுதி, 04.07.2012

மேற்காணும் இரு கூற்றுகளும் ஒன்றுக்கொன்று முற்றிலும் வேறானவையாக உள்ளன. ஈழ மக்களுக்காகத் தன் சுட்டு விரலைக் கூடக் கலைஞர் அசைக்கவில்லை என்கிறார் ஒருவர். தன் ஆட்சி அதிகாரம் முழுவதையும் அவர்களுக்காக அவர் பயன்படுத்தினார் என்கிறார் மற்றொருவர்.

இவை இரண்டும் எதிரெதிர்க் கருத்துகளாக இருந்தாலும், கருத்துகளை வெளியிட்டுள்ள இருவருக்கும் நோக்கம் ஒன்றுதான். கலைஞரைத் தாக்கி அழிக்கவேண்டும் என்பது மட்டுமே இருவரின் விருப்பமும் ஆகும். எதிரெதிர்த் திசைகளில் நின்று கலைஞரைத் தாக்கும் இருமுனைத் தாக்குதல் இது.

ஒருவர் ஈழ விடுதலையை முழுமையாக ஆதரிப்பவர். மற்றவர் ஈழ விடுதலையை முழுமையாக எதிர்ப்பவர். ஆனால் அவர்கள் இருவரும் ஒருவரோடொருவர் மோதிக்கொள்ள மாட்டார்கள். இருவரும் இணைந்து கலைஞருடன் மட்டுமே மோதுவார்கள். இது வெகுநாள்களாக நடந்துகொண்டிருக்கும் குள்ளநரித்தந்திரம்.

இவ்வாறு கருஞ்சட்டைத் தமிழர் கட்டுரையில் சுப்பிரமணியன் சாமியைக் கொண்டு போய் நெடுமாறனுடன் ஒப்பிட்டு மனங்குளிர்கிறார் சுபவீ. குள்ளநரித் தந்திரம் செய்பவராக நெடுமாறனைக் கடுமையாகச் சாடுகிறார்.

கலைஞரோடு இவ்வளவு நெருங்கிப் பழகிய பிறகுமா இப்படிக் கூறுவது? சுப்பிரமணியன் சாமி அல்லவா கலைஞரிடம் நரித் தந்திரம் பயில வேண்டும்? சூழ்ச்சியிலும் சந்தர்ப்பவாதத்திலும் கலைஞரை மிஞ்ச எவரும் உண்டா என்ன?

கலைஞர் பற்றி ஈழப் பகைவர் சுப்பிரமணியன் சாமி கருத்தை நம்மையும் நம்பச் சொல்கிறார் சுபவீ, நல்லது! ஜெயலலிதாவின்

விடுதலைப் புலி ஆதரவு குறித்து அவரது மனங்கவர்க் கலைஞரே வெகு காலம் சொல்லி வந்த கருத்தை சுபவீ நம்ப மறுப்பாரா என்ன?

விடுதலைப் புலிகளுக்கு ஆதரவு அளித்ததால்தான் திமுக ஆட்சியைத் தாம் கலைத்ததாக ஆனந்த விகடன் இதழில் சுப்பிரமணியன் சாமி பீற்றிக் கொண்டதைக் கருஞ்சட்டைத் தமிழர் இதழில் எடுத்துப் போட்டுக் கொள்கிறார் சுபவீ. இது மட்டுமல்ல, சுபவீ முதலான கலைஞர் ரசிகர்கள் ஈழத் தமிழர்களுக்காகத்தான் அவர் தமது ஆட்சியையே 1991இல் இழந்ததாக ஒரு கதையைச் சொல்லி வருகிறார்கள். ராஜீவ் காந்தி, சந்திரசேகர், சுப்பிர மணியன் சாமி, ஜெயலலிதா, சோ கும்பல் விடுதலைப் புலி களுக்குக் கருணாநிதி ஆதரவளிப்பதாகக் கூறி திமுக ஆட்சியைக் கலைப்பதற்குத் திட்டமிட்டு வந்தபோது, ‘ஆம்! விடுதலைப் புலிகளை ஆதரிப்பது என் வரலாற்றுக் கடமை’ என்று கலைஞர் என்ன வீர வசனமா பேசினார்? இல்லை, இல்லை. மாறாக சுபோத் கான்ட் சகாய் என்னும் அன்றைய மத்திய உள்துறை அமைச்சரைச் சந்தித்து ‘நான் என்றும் விடுதலைப் புலிகளை ஆதரித்ததே இல்லை’ என்று பதவிப் பிச்சை கேட்டு மன்றாடினார். எப்படி மன்றாடினேன் எனத் திமுக ஆட்சி கலைக்கப்பட்ட இரண்டே வாரத்தில் முரசொலி இதழில் 1991 பிப்ரவரி 13ஆம்நாள் உடன்பிறப்புக்கு எழுதிய மடலிலேயே போட்டுடைக்கிறார் பாருங்கள்:

‘இரண்டு ஆண்டு திமுக ஆட்சியில் விடுதலைப் புலிகள் உள்ளிட்ட எத்தனை போராளிகள் கைது செய்யப்பட்டார்கள் - எத்தனை பேர் சிறப்பு முகாம்களில் வைக்கப்பட்டார்கள் - என்ற கணக்கு சென்ற தடவை உள்துறை அமைச்சர் சகாய் சென்னையில் திரைப்பட விழாவிற்குப் பெரும் ரசிகராக (?) வந்திருந்தாரே; அப்போதே காவல்துறை அதிகாரிகள் கூட்டத்தில் அவரது கையில் தரப்பட்டது.’

சரி, ஆட்சிதான் கலைக்கப்பட்டுவிட்டதே, இப்போதாவது விடுதலைப் புலிகளை ஆதரிப்பது போல் கொஞ்சம் வீறாப்பு காட்டலாமே எனக்கூட நினைக்கவில்லை கலைஞர். விடுதலைப் புலி எதிர்ப்புக்கு தில்லியிடம் பவ்யமாகக் கணக்கு ஒப்படைத்ததைப் பெருமையுடன் கூறுகிறார், இருந்தும் ஆட்சியைக் கலைத்து விட்டீர்களே என அழுது புலம்புகிறார்.

நான் எப்படி எல்லாம் புலிகளை அடக்கி வைத்தேன் என்பதற்குச் சான்று காட்டும் கலைஞர் ஜெயலலிதா புலிகளை ஆதரித்த வீரக்

முரசொலி

எம்.ஜி.ஆர். மறைவுக்குப் பின்னும் புலிகளுக்கு ஜெயலலிதா தந்த ஆதரவு!

கலைஞர் அறிவிப்பு... 2–ம் பக்கத் தொடர்ச்சி

கதை தெரியுமா என அவருக்கே உரிய பாணியில் வசனம் எழுதினார். அதற்காக இந்து, இந்தியன் எக்ஸ்பிரஸ், ஃபிரன்ட்லைன் எனப் பல பத்திரிகைகளுக்கும் ஜெயலலிதா அளித்த பேட்டிகளைக் காட்டி ஆதாரங்களை அடுக்கினார்.

‘எம்ஜிஆர் மறைவுக்குப் பின்னும் புலிகளுக்கு ஜெயலலிதா தந்த ஆதரவு’ என்ற கருத்தை அடிப்படையாக வைத்து திமுக ஆட்சிக் கலைப்புக்கு ஓராண்டு கழித்து கலைஞர் *முரசொலி* நாளிதழில் எழுதினார். ஜெயலலிதா பிரபாகரனை எந்தளவுக்குப் போற்றினார் என *முரசொலி* நாளிதழில் உடன்பிறப்புக்குப் புரிய வைக்க 1992 ஜனவரி 10ஆம் நாள் மடல் எழுதினார்:

‘ஜெயலலிதா 1988 மார்ச் 21ஆம் நாள் கூட்டிய செய்தியாளர் கூட்டத்தில் கூறினார், விடுதலைப் புலிகள் மீதான இராணுவ நடவடிக்கையை இந்தியா நிறுத்திக் கொள்ள வேண்டும். பிரபாகரனை இந்தியா அழைத்துப் பேச வேண்டும். இந்திய அமைதிப் படையினால் பிரபாகரனுக்கு ஏதாவது தீங்கு ஏற்பட்டால், அது தமிழகத்தில் பெரும் கொந்தளிப்பை உருவாக்கும்.’

உடன்பிறப்புக்கு இன்னும் நன்கு உணர்த்த கலைஞர் இந்து இதழுக்கு ஜெயலலிதா அளித்த நேர்காணலை எல்லாம் துருவி எடுத்து ஆதாரம் திரட்டித் தருகிறார் பாருங்கள்:

‘ஜெயலலிதா 1991 ஏப்ரல் 29 அன்று இந்து இதழுக்கு அளித்த பேட்டியில் கூறுகிறார், இலங்கையில் இனப்படுகொலை நீடித்துக் கொண்டே இருந்தால், இந்திரா காந்தி பங்களாதேஷில் இராணுவ நடவடிக்கை எடுத்தது போல இலங்கை மீதும் எடுப்பது பற்றி யோசிப்பதில் தவறில்லை என்று நான் கருதுகிறேன்.’

இத்துடன் ஜெயலலிதா நிறுத்திக் கொள்ளவில்லையாம். ராஜீவ் காந்தியுடன் கூட்டணி பேரம் பேசுகையில் புலிகள் ஆதரவை நிபந்தனையாக்கினாராம். கலைஞர் 1992 பிப்ரவரி 4ஆம் நாள் முரசொலி நாளிதழில் விடுத்த அறிக்கையில் கூறுகிறார் பாருங்கள்:

'1989ஆம் ஆண்டு ராஜீவ் காந்தி தலைமையிலான காங்கிரஸ் கட்சி அஇஅதிமுகவுடன் தேர்தல் கூட்டு பேச முற்பட்ட போது, 'எங்களோடு தேர்தல் உறவு வைத்துக் கொள்ள வேண்டும் என்றால், முதலில் பிரபாகரனோடு பேச்சுவார்த்தை நடத்தி இலங்கைத் தமிழர் பிரச்சினை குறித்து ஒரு தீர்வு காண வேண்டும். அதன் பிறகுதான் காங்கிரசோடு கூட்டு சேர முடியும்' என்று செல்வி ஜெயலலிதா நிபந்தனை விதித்தார். திரு. ராஜீவ் காந்தி இந்த நிபந்தனைக்கு ஒப்புக் கொள்ளவில்லை.'

இன்னும் இந்தியன் எக்ஸ்பிரஸ் உள்ளிட்ட பத்திரிகைகளில் எல்லாம் ஜெயலலிதாவின் புலிகள், பிரபாகரன் ஆதரவை எடுத்தியம்பி உடன்பிறப்புகளுக்குப் பாடம் எடுக்கிறார் கலைஞர். சுபவீயும் கலைஞரின் உடன்பிறப்பல்லவா? அவர் பேச்சு கேட்டு ஜெயலலிதாவைத் தலைவராக ஏற்பாரா சுபவீ?

சரி, கலைஞர் செய்தி போகட்டும். சென்ற ஆண்டு 2011 சட்டமன்றத் தேர்தல் தோல்வி குறித்து விடுதலைச் சிறுத்தைகள் கட்சித் தலைவர் திருமாவளவனை நேர்காணல் செய்தது பாலிமர் தொலைக்காட்சி. 12.06.2011 அன்று நடந்த நேர்காணலில் அவரிடம் கேட்கப்பட்ட ஒரு வினாவுக்கு அவர் அளித்த விடையைப் பாருங்கள்.

நேர்காண்பவர்: ஒட்டுமொத்தத் தமிழர்களுக்கும் குரல் கொடுப்பவர் கலைஞர் எனத் தமிழகம் நம்பியிருந்த காலத்தில், ஈழத் தமிழர்களுக்கு எதிராக இவ்வளவு பெரிய யுத்தம் நடந்து லட்சக்கணக்கான ஈழத் தமிழர்கள் கொன்று குவிக்கப்பட்ட பின்னுங்கூட அரசியல் வித்தகர் எனச் சொல்லக்கூடிய கலைஞர் தனது பதவி சுகத்துக்காக அவர்களுக்கு உதவ முன்வரவில்லை என்ற குற்றச்சாட்டு குறித்து உங்கள் பதில் என்ன?

திருமாவளவன்: அது மறுக்க முடியாத ஒரு வாதம். அதை நான் மறுத்தால் நான் திமுகவுக்கு வக்காலத்து வாங்குவது போல் தோன்றும். ஒட்டுமொத்தத்துல ஒரு சூழ்நிலைக் கைதியா அவரும் அவருடைய கட்சியும் சிக்கியிருக்கு. அவர்கள் எப்படிச் சூழ்நிலைக் கைதியா மாட்டியிருந்தார்கள் என்பதற்கு இப்போது

ஸ்பெக்ட்ரம் தொடர்பான கைதுகள் சான்றாக உள்ளன. இவ்வகைக் கைதுகள் நடக்கலாம் என்பது அவர்களுக்குத் தெரியும். இதை எதிர்பார்த்து இருந்திருக்கிறார்கள். அதனால் அவர்கள் அப்படி ஒரு முடிவு எடுக்கும் நிலைக்குத் தள்ளப்பட்டிருக்கலாம். நீங்கள் சொன்ன கருத்தை நான் ஆமோதிக்கிறேன்.

இப்போது நடந்து முடிந்துள்ள டெசோ மாநாட்டில் கலைஞருக்கு ஜால்ரா தட்டிய திருமாவே, கலைஞர் பதவி சுகத்துக்காகத்தான் ஈழத்துக்குத் துரோகம் செய்ததாகக் கூறிய கருத்து இது. இதையாவது சுபவீ ஏற்பாரா?

கலைஞருக்கு சுப்பிரமணியன் சாமி தந்த சான்றிதழை ஏற்பதா? ஜெயலலிதாவுக்குக் கலைஞர் கொடுத்த சான்றிதழை ஏற்பதா? கலைஞருக்குத் திருமாவளவன் அளித்த சான்றிதழை ஏற்பதா? என்று சுபவீதான் ஒரு முடிவுக்கு வர வேண்டும்.

ஐயர் ஒருவர் கலைஞருக்குத் தந்த நற்சான்றிதழ் குறித்தே புல்லரித்துப் போகும் சுபவீ அண்மையில் ஐயருக்கும் மேலான தெளிந்த ஐயங்கார் ஒருவர் கலைஞருக்கு அளித்த சான்றிதழைக் கட்டாயம் ஏற்பார் என்றே நம்பலாம்.

இந்து ஏட்டின் முன்னாள் தலைமை ஆசிரியர் என். ராம் 12.08.2012 அன்று புதிய தலைமுறை தொலைக்காட்சியில் 'அக்னிப் பரீட்சை' என்னும் நிகழ்ச்சியில் கலந்துகொண்டார். அப்போது நடந்த உரையாடலின் ஒரு பகுதியைப் பார்ப்போம்.

நேர்காண்பவர்: கலைஞரின் டெசோ மாநாடு எதைச் சாதிக்கும் என நினைக்கிறீர்கள்?

ராம்: கலைஞர் நியாயமான கோரிக்கைகளை ஆதரித்தால் நன்றாக இருக்கும். ஆனால் ஈழந்தான் இறுதித் தீர்வு எனச் சொல்பவர் களுக்கு எதிர்காலமே கிடையாது. கலைஞர் இதனை இரண்டு விதமாகப் பேசியுள்ளார். சிதம்பரம் வந்து பேசிச் சென்றவுடன் மாற்றம் வந்துள்ளதா எனத் தெரியவில்லை. ஆனால் கலைஞர் பற்றி ஒன்றை நான் சொல்கிறேன். அவர் முதலமைச்சராக இருக்கும்போது அவரது பேச்சு எவ்வளவு வலிமையாக இருந்தாலும், உணர்வுப்பூர்வமாக இருந்தாலும், அவரது நடைமுறை என்பது ரொம்ப நிதானமானது. அதே போன்றுதான் இப்போது இருக்கும் அரசும். நடைமுறையில் அவர்கள் மிகவும் நிதானமானவர்கள் (In practice they are very sober). நான் ஒரு முறை ராஜபட்சேவை நேர்காணல் செய்தபோது அவர் கருணாநிதி, ஜெயலலிதா ஆகிய

இருவரையுமே பாராட்டினார். நேரில் பேச இருவரையும் அழைப்பதாகவும் தெரிவித்தார். அந்தளவுக்கு இவ்விரு அரசுகளுமே நடைமுறையில் மிகப் பொறுப்புணர்வுடன் நடந்து கொண்டுள்ளன. நான் உண்மையாகச் சொல்கிறேன். அவர்கள் மத்திய அரசுடன் மிகவும் நெருக்கமாக இணைந்து செயல்பட்டு வந்துள்ளனர். அவர்கள் இங்கிருக்கும் சூழலைப் பார்த்துச் சில அறிக்கைகளை விடுகிறார்கள். அவ்வித அறிக்கைகளுடன் எனக்கு உடன்பாடில்லை என்றாலும் நடைமுறை என்று வந்தால் அவர்கள் மிகவும் பொறுப்புணர்வுடனும் நிதானத்துடனுமே நடந்து கொண்டுள்ளனர். இது உண்மை. இது ஒரு முரண்புதிர் (பேரடாக்ஸ்) கருத்தாகக் கூட இருக்கலாம். கலைஞர் என்றும் விடுதலைப்புலி களுக்கு ஆதரவான நிலைப்பாடு எடுத்ததே இல்லை.

நேர்காண்பவர்: அப்படியானால் பேசுவது ஒன்று, செயல்படுவது ஒன்று எனக் கூறுகிறார்களா?

ராம்: தமிழர்கள் இப்படிப் பாதிக்கப்பட்டுள்ளனரே எனக் கேள்வி கேட்கும் போது உணர்ச்சிவசப்பட்டுப் பேசி விடுகிறார்கள். ஆனால் நடைமுறை என்று வரும்போது நிதானமாகவே நடந்து கொள்கிறார்கள். இதனை அவர் (ராஜபட்சே) நன்கு புரிந்து கொண்டார். இவர்களை இப்படிக் கையாண்டதுதான் அவருடைய வெற்றிக்கும் காரணம். இந்தியாவுடைய அழுத்தத்தை அவர் எப்படிச் சமாளிக்கப் போகிறார் என்ற பிரச்னை இருந்தது. அதனை இவர்கள் (கலைஞரும் ஜெயலலிதாவும்) நன்கு ரிசால்வ் செய்து (தீர்த்து) கொடுத்தார்கள். அதற்குக் காரணம் இவர்கள் இங்கு நிதானமாக நடந்து கொண்டதே. மத்திய அரசும் இதனை நன்கு புரிந்து வைத்திருந்தது. இலங்கைப் போரின் கடைசிக் கட்டத்தில் இந்தியா கடைபிடித்தது நல்ல கொள்கை என்றே கருதுகிறேன். மத்திய அரசு, மாநில அரசு இரண்டுமே இந்தப் பிரச்னையில் நல்லவிதமாக நடந்து கொண்டார்கள்.

கலைஞர் குறித்த சாமி ஐயரின் கருத்தையே சுபவீ ரசிப்பார் என்றால், ராம் ஐயங்காரின் கருத்தை ‘இரட்டிப்புச் சிறப்பு’ என்று பாராட்ட மாட்டாரா என்ன? கலைஞரின் நடிப்புக்கு ராஜபட்சேவே சான்றிதழ் அளித்த பிறகு மேல்முறையீடு உண்டா என்ன?

‘கருணாநிதி வேட்டி கட்டிய ஜெயலலிதா; ஜெயலலிதா சேலை கட்டிய கருணாநிதி’ எனத் தமிழ்த் தேசியர்கள் நீண்ட நாளாகக் கூறி வரும் கருத்துக்குத் தமிழினப் பகைவர்கள் ராமும் ராஜபட்சேவுமே இறுதிச் சான்றளித்து விட்டார்கள்.

ஈழத் தமிழர்களின் சிக்கலில் . . . ஜெயலலிதாவுக்குப் பல காலம் விடுதலைப்புலி ஆதரவாளர்ப் பட்டம் வழங்கி வருபவர் கலைஞர்! இப்போது அந்தக் கலைஞருக்குப் பாராட்டுரை வாசிக்கிறார் ராஜபட்சே! கலைஞர் நிதானமாகச் செயல் பட்டதாகத் தட்டிக் கொடுக்கிறார் ராம்! கலைஞரின் நிதானத்துக்குப் பதவி சுகமே காரணம் எனப் போட்டுடைக்கிறார் திருமாவளவன்!

இப்போது சொல்லுங்கள், யாருக்கு ஆதரவு யாரோ?

(தமிழ்த் தேசம் 2012 செப்டெம்பர்-அக்டோபர் இதழில் எழுதிய கட்டுரை)

8

பாரதீய தர்மமும் தமிழிய அறமும்

காந்திப் படுகொலை, பாபர் மசூதித் தகர்ப்பு இரண்டுமே இந்திய வரலாற்றின் இரு பெரும் பயங்கரவாதச் செயல்கள் என 1992 டிசம்பர் 07ஆம் நாள் வெளியான முக்கிய நாளேடுகள் வர்ணித்தன. இந்துத்துவ சக்திகள் இவ்விரு கொடுஞ்செயல்களிலும் தங்களுக்குத் தொடர்பில்லை என விலகிக் கொண்டாலும், ஒன்று நிச்சயம்: இரு நிகழ்வுகளும் இந்துத்துவ பயங்கரத்தின் ஏரண நீட்சிகளே!

பாபர் மசூதி இடிப்பு நிகழ்வுக்குப் பெருந்திரளாய் கர சேவகர்களை அழைத்துச் சென்ற லால் கிருஷ்ணன், அங்கு கூத்தாடிக் கும்மாளமிட்ட முரளி மனோகர், உமா பாரதி உள்ளிட்ட இந்துத்துவவாதிகள் அனைவரும் இதற்கும் எங்களுக்கும் தொடர்பில்லை என வெட்கமில்லாமல் பொய் சொன்னார்கள். ஆனால் பாஜகவினர் போல் பொய் சொல்ல மாட்டேன், எங்கள் சிவசேனைத் தொண்டர்களுக்கு இந்த மசூதி இடிப்பில் பங்குண்டு என்பதில் உள்ளபடியே பெருமைப்படுவதாகச் சொல்லி, பாஜக கும்பலின் பொய்யைப் போட்டுடைத்தார் பால் தாக்கரே.

அன்று பாபர் மசூதி இடிப்பைப் பயங்கரவாதச் செயலெனக் கண்டித்த பத்திரிகைகள் எதுவும் இடிப்பில் தொடர்புடைய அத்வானி, ஜோஷி, தாக்கரே உள்ளிட்ட எவரையும் பயங்கர வாதிகள் என அழைக்க மறுத்தன. அவர்கள் நடத்திக் காட்டிய அந்தக் கொடுநிகழ்வே மும்பை தொடங்கி கோத்ரா, குஜராத் முடிய இந்தியாவெங்கும் பல்லாயிரம் கல்லறைகள் எழும்பு வதற்கு அடிப்படைக் காரணமாயிற்று என்பதே வரலாற்று உண்மை. ஆனால் அதே கெடுமதியர்கள் வாஜ்பாய் தலைமையில்

அமைச்சர்களாக வலம் வந்தபோது இந்திய ஊடகர்கள் எவருக்கும் அறச் சீற்றம் பொங்கவில்லை. மாறாக, அந்த அமைச்சர்களின் மாண்புகளையும் 'ராஜதந்திர' நடவடிக்கைகளையும் போற்றிப் புகழ்ந்து வந்தனர், வடக்கத்திய ஊடகங்கள் அவர்களில் சிலருக்கு 'சிறந்த அரசியல்வாதிகள்' விருது கொடுத்தும் மகிழ்ந்தன.

அப்படியானால் காந்திக் கொலை, மசூதி இடிப்பு என்றதும் இவர்கள் பயங்கரவாதம் எனச் சீறிய வேகத்தை என்னென்பது? உள்ளபடியே அது வெறும் செல்லக் கோபமே. இந்துத்துவக் குருதிதான் இந்திய ஊடக வலைப்பின்னலில் ஊடிப் பரவி ஓடுகிறது.

இந்துத்துவ ராஜ்ஜியத்தில் ஒரு சாதாரண ஐந்து நட்சத்திர விடுதியைத் தாக்கிய அஜ்மல் கசப் ஊரறியாது தூக்கிலிடப்பட வேண்டும். ஆனால் வரலாற்றுவழி வந்த பாபர் மசூதியைத் தாக்கிய ஒருவரையும் ஊரறியச் சிறையில்கூட அடைக்க வேண்டிய தில்லை. இந்திய ஊடகங்களைப் பொறுத்தவரை, இஸ்லாமிய பயங்கரவாதம் தீட்டானது, இந்துத்துவ பயங்கரவாதம் புனிதமானது!

இந்துத்துவ பயங்கரவாதிகளுக்கு எதிரான இந்திய ஊடகர்களின், அரசியல் ஆய்வர்களின் மொன்னை விமர்சனங்களே பாஜகவுக்கு இன்னும் துணிச்சலைத் தந்தது. குஜராத்தில் இந்துத்துவக் கூத்தாடிய மோடியைக் கொண்டு போய் இந்தியத் தலைமைப் பீடத்தில் அமரச் செய்தது.

'இந்திய ஊடகங்களைப் பொறுத்தவரை, இஸ்லாமிய பயங்கரவாதம் தீட்டானது, இந்துத்துவ பயங்கரவாதம் புனிதமானது!'

ஆட்சிக்கு வந்த நாள் தொட்டே பாஜக பாஜகவாக நடந்து கொள்கிறது, மோடி மோடியாக நடந்து கொள்கிறார். வாஜ்பாய் தலைமையிலான சிறுபான்மை தேஜகூ ஆட்சியே சரஸ்வதி வந்தன ஏற்பாடு, சோதிடப் பாடத் திட்டம் என இந்துத்துவ பஜனையில் இறங்கியது என்றால், இப்போது முரட்டுப் பெரும் பான்மையுடன் நடைபெறும் மோடியின் ஆட்சி ஓர் இந்துத்துவ வெறியாட்டத்தையே நடத்தி வருகிறது. ஆட்சிக்கு வந்த நாள் முதல் ஒவ்வொரு நாளும் புதுப் புது மொழிவெறி, மதவெறி அறிவிப்புகள் வந்த வண்ணமுள்ளன.

இந்து மதக் கருத்தியல் என்பது இறைவழிபாட்டோடும், அது சார்ந்த மெய்யியலோடும் முடிந்து விடுகிறது. எனவே இந்து மதத்துடன் நமக்கு மோதல் தேவையில்லை.

சங்கப் பரிவாரத்தின் இந்துத்துவக் கருத்தியல் என்பது வர்ணாசிரம தர்மத்தை, சிறுபான்மைச் சமய எதிர்ப்பை அடிப்படையாகக் கொண்டது. எனவேதான் அன்றாடம் பாஜகவினர் பலரும் பார்ப்பனிய நஞ்சையும் சிறுபான்மைச் சமூக வன்மத்தையும் கக்கி வருகின்றனர். அவர்களின் அறிவிப்புகள் பலவும் சமூகநீதியின் அடித்தளத்துக்கே வேட்டு வைக்கின்றன.

பாஜக பதவியேற்றதுமே குஜராத்தில் வல்லபபாய்க்குச் சிலை வைக்க 200 கோடி ஒதுக்கியது, அவர் இத்தனை நாளும் மறக்கடிக்கப்பட்டிருந்தாராம். எனவே அவர் பிறந்த நாளைக் கோலாகலமாகக் கொண்டாடியது. உண்மையில் வல்லபபாய் வரலாற்றில் ஒடுக்கப்பட்டோரின் பக்கம் நின்றவரா? இந்திய அரசமைப்புப் பேரவை விவாதத்தில் இந்தியாவில் தொடக்கக் கல்வியை இலவசமாக வழங்க வேண்டுமெனும் தீர்மானத்தை அண்ணல் அம்பேத்கர் முன்வைத்தபோது, அதனைக் கடுமையாக எதிர்த்து இரும்புக் கரம் கொண்டு தடுத்து நிறுத்தினார் வல்லபபாய். இந்தியர்களுக்கு இலவசக் கல்வியளித்துச் சமூகநீதி விளக்கேற்ற முனைந்த அம்பேத்கரின் கனவை நிறைவேற்ற ஒரு பைசா கூட செலவழிக்க மனமில்லாத பாஜக இந்தியக் கல்வியைக் குழிதோண்டிப் புதைத்த வல்லபபாயை இந்தியாவின் மாமனிதராகக் காட்டும் வேலையில் இறங்கியுள்ளது.

இன்று பாஜக அத்வானியைத் திண்ணையில் உட்கார வைத்திருக்கலாம். ஆனால் அவர் கமண்டலம் ஏந்தி மண்டலை ஒழிக்க அன்று வரிந்து கட்டி நின்றாரே, அந்தச் சமூகஅநீதிக் கருத்தை அரியணையில் ஏற்றி வைக்கிறது. இந்தத் திட்டத்தின் ஒரு பகுதியாகத்தான் இந்தி, சமற்கிருதத் திணிப்பில் முன்னெப் போதும் இல்லாத அளவுக்கு அதிதீவிரமாக இறங்கியுள்ளது.

இந்திய ஆட்சியர்ப் பணித் தேர்வுகளில் கேட்கப்படும் இருபதே ஆங்கில வினாக்களையும் நீக்கி இந்தியில் மாற்றக் கோரி வடக்கே இந்திக்காரர்கள் முன்வைக்கும் கோரிக்கையை உடனே ஏற்கிற பாஜக அரசு, இதே தேர்வுகளைத் தமிழில் எழுத வேண்டுமெனத் தமிழகத்தில் முன்வைக்கப்படும் கோரிக்கையைக் காதில்கூட போட்டுக் கொள்ளத் தயாராக இல்லை.

மத்திய அரசு நடத்தும் சிபிஎஸ்இ பள்ளிகளில் சமஸ்கிருத வாரம் கொண்டாடச் சொல்லி சுற்றறிக்கை விட்டது பாஜக. காரணம் சமஸ்கிருதம் இந்திய மொழிகளின் தாயாம். இந்தக் கதையை இந்தியாவில் வேறெங்கும் சொல்லலாம். ஆனால் எந்த ஓர் அயல்மொழியின் துணையுமின்றி இயங்கவல்லது தமிழ் எனப்

பரிதிமாற் கலைஞர், மறைமலை அடிகள், தேவநேயப் பாவாணர் உள்ளிட்ட தமிழறிஞர்களால் மெய்ப்பித்துக் காட்டப்பட்டுள்ள தமிழ் மண்ணில் சமஸ்கிருதக் கயிறு திரிக்கிறது பாஜக. எந்த சமஸ்கிருதம் தமிழர்களின் செந்தமிழ் ஊர்ப் பெயர், இறைப் பெயர் திரித்துத் தமிழர்தம் குடிகெடுத்ததோ, எந்த சமஸ்கிருதம் செந்தமிழ் நடை கெடுத்து மணிப்பிரவாளமாக்கி தமிழர்தம் தாய்மொழியை அசுத்தம் செய்ததோ, அந்த சமஸ்கிருதத்தைத் தமிழ் மாணவர்களும் தலையில் தூக்கி வைத்துக் கொண்டாடவேண்டுமாம். உயிர்வாழும் இந்தியையே ஏற்க மறுத்துத் தீக்குத் தங்களைத் தின்னக் கொடுத்த மாணவச் சமுதாயத்திடம் உயிர்போன சமஸ்கிருதத்தைத் திணிக்கத் துணிகிறது பாஜக.

மத்திய அரசுப் பள்ளிகளில் சமஸ்கிருத வாரத் திணிப்பு என்றால், இந்தியப் பள்ளிகள் அனைத்திலும் பல பத்தாண்டுகளாய்க் கடைப் பிடிக்கப்பட்டுவரும் ஆசிரியர் தினக் கொண்டாட்டத்திலும் கை வைக்கிறது ஆர்எஸ்எஸ் கும்பல். ஆசிரியர் தினத்தை இனி 'குரு உத்சவ்' எனக் கொண்டாட வேண்டுமாம். இது தமிழர்கள்மீது மட்டுமல்ல, இந்திக்காரர்கள் மீதான திணிப்புந்தான். அவர்கள் இந்நாளை 'சிக்ஷக் திவஸ்' என்னும் பெயரிலேயே ஆசிரியர் களைக் கொண்டாடி வருகிறார்கள். ஆசிரியர் நாள், சிக்ஷக் திவஸ் ஆகிய தனி அடையாளங்கள் நீக்கி, அவற்றை குரு உற்சவம் என்னும் ஒற்றை சமஸ்கிருத அடையாளத்துக்குள் அடைக்க நினைக்கிறது மோடி அரசு. ஆசிரியப் பண்பாடு என்பது ஆசிரியர்-மாணவர் என்னும் உறவின் அடிப்படையில் இருவருக்கிடையே சனநாயக அடிப்படையில் நடைபெறும் அறிவுப் பரிமாற்றத்தைக் குறிப்பது. ஆனால் குருக் கலாசாரம் என்பது குரு-சிஷ்ய உறவைக் குறிப்பது. இது குருவுக்கு அடிமை ஊழியம் செய்து கல்வி பெறும் குருகுல வழிமுறையை வலியுறுத்தும் தத்துவமாகும். எனவே இந்த குரு-சிஷ்ய உறவே சூத்திர வர்ணத்துக்குக் கல்வி உரிமை மறுக்கும் வர்ணாசிர அமைப்பின் அடித்தளமாகும்.

எனவே ஒடுக்கப்பட்ட மக்களைப் பொறுத்தவரை, சமஸ்கிருதத் திணிப்பு என்பது வெறும் மொழித் திணிப்பன்று, அது வர்ணாசிர தர்ம ஆதிக்கத்தின் ஒரு பகுதியே. இந்துத்துவப் பார்வையில், சமஸ்கிருதம் ஒன்றே தேவ பாஷை, தமிழ் போன்ற பிற மொழிகள் எல்லாம் நீச பாஷைகள். சமஸ்கிருதம் ஒன்றே பகவானுக்குப் புரிந்த பாஷை, அந்த பாஷையில் தங்களுக்கென 100% 'கோட்டா' பெற்ற சந்நிதிகளில் ஓதும் பிராமணப் புரோகிதர்களும் புனிதர்களே! வர்ணப் பிரமிட்டின் உச்சியில் பார்ப்பனர்களை உட்கார வைக்க உதவும் சமஸ்கிருதத்தை தில்லி உச்சியில் உட்கார

வைக்க நினைக்கும் பாஜகவின் இந்த முயற்சி இந்துத்துவச் சதியில் முளைத்ததே!

உடனே இது மிகைக் கற்பனை என்பர் சிலர். எதற்கெடுத்தாலும் பார்ப்பனியம் என்பதா என அலுத்துக் கொள்ளும் மோடி ரசிகர் மன்றத்தின் 'சனநாயக முற்போக்குவாதிகள்' சிலரும் இன்று கிளம்பியுள்ளனர். இன்றைய பாஜக அரசின் உணவுப் பதனீட்டு அமைச்சர் சாத்வி நிரஞ்சன் ஜோதி தில்லி சட்டமன்றத் தேர்தல் பரப்புரையில் பேசிய பேச்சு பாஜகவின் வர்ணாசிரமப் போக்கைப் படம்பிடித்துக் காட்டுகிறது. இந்தியாவில் பிறந்த இந்துக்கள் மட்டுமல்லாமல், இஸ்லாமியர், கிறிஸ்தவர் உள்ளிட்ட அனைவருமே இராமனின் பிள்ளைகளாம்.

சத்ரிய தர்மத்தை முறைப்படி நிறைவேற்றியவர்தானே இராமன். அயோத்தியில் ஒரு பார்ப்பனக் குடும்பத்தில் பச்சிளங்குழந்தை இறந்து போகிறது. பரிதாபத்துக்குரிய செய்திதான். ஆனால் இது ஏதோ பாவச் செயலின் அறிகுறி என மிரளும் பார்ப்பனர்கள் மன்னன் இராமனிடம் முறையிடுகின்றனர். இதற்குக் காரணமறிய குதிரையில் ஏறிப் புறப்பட்ட இராமன் நடுக் காட்டில் சம்புகன் என்பவர் தவம் புரியக் காண்கிறார். 'சூத்திரனாகிய நீ எப்படித் தவம் புரியலாம்?' எனக் கொதித்துப் போகும் இராமன் கூர் வாளால் சம்புகன் தலை கொய்து வர்ண தர்மம் காத்தார். இந்த வர்ண தர்மக் கொடுமையை வால்மீகி இராமாயணத்தின் 7ஆவது இறுதிப் படலமாகிய உத்தர காண்டத்தில் 73 முதல் 76 வரையிலான பாடல்கள் தெளிவாக விளக்குகின்றன. வர்ண தர்மம் காக்கப் பாமர சம்புகனின் தலை கொய்த இராமனின் பிள்ளைகளாம் நாம். அப்படியானால் இதனை ஏற்க மறுப்போர் யார்? அனைவரும் முறையற்றுப் பிறந்த குழந்தைகள் என்கிறார் சாத்வி. இது அப்பட்டமான இந்துத்துவ மிரட்டல் அல்லவா? இதற்குக் கடும் எதிர்ப்புக் கிளம்பியதும் இந்தத் திருவாய்மலர்தலுக்கு வியாக்கியானம் தருகிறார். இந்திய ஒற்றுமைக்கு எதிராகப் பேசும் பிரிவினைவாதிகளைத்தான் முறையற்றுப் பிறந்தவர்கள் எனக் கூறினாராம். இந்தத் தரங்கெட்டப் பேச்சுக்கு சம்பிரதாய மன்னிப்பு மட்டும் கேட்டு விட்டு சாத்வியை அமைச்சரவையிலேயே வைத்து அழகு பார்க்கிறார் மோடி.

அப்படியானால் இந்தியத் தில்லி ஒடுக்குமுறைக்கு எதிராக விடுதலை கேட்டுப் போராடும் போராளிகள் இந்துத்துவத்தின் பார்வையில் முறையற்றுப் பிறந்தவர்கள். இந்த நாட்டின் உழைக்கும் வர்க்கமாகிய தலித் மக்களை அவர்ணர்கள் எனக் கூறி வர்ண வரம்பிலிருந்து ஒதுக்கி வைத்த இந்துத்துவக் கூட்டத்தின்

இந்த ஆபாசப் பார்வையில் வியப்பேதுமில்லை. ஆனால் இந்த இந்துவெறி ஆபாச மிரட்டல் விடுதலை கேட்டுப் போராடும் தமிழர்களைக் கிஞ்சிற்றும் அசைத்திடாது. அவர்கள் பிறப்பின் அடிப்படையிலான தர்மம் காத்த இராமனின் பிள்ளைகள் என்றால், தமிழர்களாகிய நாம் பிறப்பொக்கும் எல்லா உயிர்க்கும் எனப் பாடிய வள்ளுவனின் பிள்ளைகள் என உரக்கச் சொல்லுவோம். வள்ளுவ ஆசான்தான் அடுத்து வந்த பகவத் கீதைக் குண்டிலிருந்தும் நம்மைக் காப்பாற்றுகிறார்.

மோடி தர்பாரின் ஒரு பெண் மந்திரி இராமர் வெடி கொளுத்துகிறார் என்றால், இன்னொரு பெண் மந்திரி கிருஷ்ணர் வெடி கொளுத்துகிறார். இந்திய வெளியுறவுத் துறை அமைச்சர் சுஷ்மா சுவராஜ் போர்க் களத்தில் பகவான் கிருஷ்ணர் போதித்த பகவத் கீதை என்னும் தத்துவத்தைத் 'தேசிய நூல்' என்று அறிவிக்கவேண்டும் என முழங்குகிறார். வர்ண தர்மம் காக்கும் போது பெரியப்பா சித்தப்பா, அண்ணன் தம்பி என்றெல்லாம் பார்க்காது, அனைவரையும் போட்டுத் தள்ளி யுத்த தர்மம் காக்கச் சொல்லி அர்ஜுனனுக்கு போதித்த கிருஷ்ணரும் இந்துத்துவ நாயகன்தானாம். இந்தத் தர்மங்களை கிறித்துவர்களும் இஸ்லாமியரும்கூட கற்றுத் தேற வேண்டுமாம். இன்னா செய்தாரை அழித்தொழிக்கச் சொல்லும் ஒரு தத்துவத்தைத் தேசிய நூலாக்கத் துடிக்கும் கூட்டத்திடம் போய் இன்னா செய்தார்க்கும் நன்னயம் செய்யச் சொல்லும் திருக்குறளைத் தேசிய நூலாக்கச் சொல்லும் நமது திராவிடக் கட்சித் தலைவர்களின், தமிழறிஞர் களின் கோரிக்கையை என்னென்பது?

இந்தியத் தேசிய இனங்களை ஒடுக்கும் வடவர்களின் ஆயுதமாக பகவத் கீதை இருப்பதில் நமக்கு வியப்பில்லை. ஆனால் பாரத ஒடுக்குமுறைக்கு எதிராகப் போராடும் நம் தமிழர்களின் ஆயுதம் குறளாகத்தான் இருக்கமுடியும். உள்ளபடியே திருக்குறளை இந்தியத் தேசிய நூலாக்கக் கோருவது அதன் சமூகநீதிச் சாரத்தை நீர்த்துப் போகச் செய்வதாகும். அதன் சனநாயக உயிர்த் துடிப்பையே அடக்கி வைக்கும் முயற்சியாகும்.

திருக்குறளின் சமூகநீதியும், பகவத் கீதையின் சமூகஅநீதியும் விளங்காது போய்தான் இன்று தமிழர்க் கடைகளில்கூட குறள் முழக்கம் ஒடுங்கி, கீதையின் சாரமே ஒலிக்கிறது. எல்லோர் பிறப்பும் சமமானதே எனச் சொல்லி அனைத்து மனிதப் பிறவி களையும் சமநிலையில் நிறுத்துகிறது குறள். உன் கடமையைச் செய் எனச் சொல்வதன் மூலம், உன் பிறப்பின்படி வணிகம் செய்வது பாவம், மரமேறுவதே உன் கர்ம விதி என போதித்து

மனிதப் பிறவிகளிடையே ஏற்றத் தாழ்வைக் கற்பிக்கிறது பகவத் கீதை. அது மட்டுமல்ல, இன்னும் பல படிகள் மேலே போய், வணிகம் செய்யும் வைசியர்களும், ஏவல் செய்யும் சூத்திரர்களும், அனைத்துப் பெண்களும் பாவ யோனியில் பிறந்த இழிபிறவிகள் எனத் தூற்றுகிறது கீதை.

ஆக, இந்துத்துவத்தின் பெயரால், சமஸ்கிருதத்தின் பெயரால், இராமனின் பெயரால் ஹெட்கேவரால் 1925இல் ஊன்றப்பட்ட வர்ண தர்ம வித்தே வாஜ்பாய், அத்வானி வழியில் வளர்ந்து இன்று மோடியின் கீழ் நச்சுக் கொடிகளாய் இந்தியாவைப் படர்ந்து நிற்கிறது.

சென்னை தியாகராய நகரில் நடைபெற்ற கூட்டம் ஒன்றில் 'உன் இந்தியை நீ உன் நாட்டுக்குள் வைத்துக் கொள், எங்கள் தமிழை நாங்கள் வைத்துக் கொள்கிறோம்' எனத் தெளிவாகச் சொன்ன வைகோ, திருக்குறளை இந்தியாவின் தேசிய நூலாக்கச் சொல்லிக் குழப்புகிறார். அவர் அன்று 'உன் இந்தியை, உன் கீதையை உன் உத்திர பிரதேசத்தில் வைத்துக் கொள், எங்கள் தமிழை, எங்கள் குறளை நாங்கள் எங்கள் தமிழ் மண்ணில் வைத்துக் கொள்கிறோம்' என முழங்கியிருந்தால் இன்னும் தெளிவான கொள்கை முழக்கமாக அமைந்திருக்கும்.

'எங்கள் தமிழ்நாட்டை நாங்கள் வைத்துக் கொள்கிறோம்' எனப் பேசி பிரிவினையைத் தூண்டுகிறாராம் வைகோ. எனவே அவர் ஒரு தேச விரோதி என்கிறார் எச். ராஜா. இந்த ராஜா கூட்டத்துக்கு மோடியுடன் ஒய்யாரமாய் போஸ் கொடுக்கும் நடிகைகள் தவிர அனைவரும் தேச விரோதிகளே! வைகோ போன்ற தேச விரோதிகள் இனி தெருவில் நடமாட முடியாது என்கிறார். பிரிவினை பேசுவோரை முறையற்றுப் பிறந்தோரெனத் தூற்றிய இவரது இந்துத்துவ சகா சாந்த்விக்கு ராஜாவின் பேச்சு சற்று நாகரிகமானதே. ஆனால் இந்துத்துவ வெறிக் கூச்சலிடும் இவர்கள் அனைவரும் பிரிவினைக் கோரிக்கைகளின் வரலாற்றுப் பின்னணியை மூடி மறைக்கிறார்கள்.

பாரதிய வர்ண சாதி சமஸ்கிருத வெறி தமிழகத்தில் கடை விரித்த போதெல்லாம் அந்த ஆரிய ஆதிக்க மரபைத் தமிழியத்தின் விடுதலைநெறி எதிர்த்தே வந்துள்ளது. 'மனிதப் பிறவிகளின் குணத்தின், கர்மத்தின் அடிப்படையில் நான்கு வர்ணத்தையும் நானே படைத்தேன்' எனக் கூறி பிறப்பு ஏற்றத் தாழ்வை இயற்கை அடிப்படையாக்கியது கீதை. 'பறைச்சியாவதேதடா, பனத்தியாவதேதடா, இறைச்சித் தோல் எலும்பினுள் இலக்கமிட்டிருக்குதோ?' என இந்துத்துவ வர்ணாசிரமத்தை அசைத்துப் பார்த்தது சிவ வாக்கியரின் சித்தர் மரபு.

சமஸ்கிருதமே இறை மொழியென ஆரியம் ஆட்டம் போட்ட அதே காலத்தில்தான் சிவனியம், மாலியம் என இறைவனைத் தமிழால் போற்றின பக்தி இலக்கியங்கள். 'ஆரியம் நன்று, தமிழ்த் தீதென உரைப்பது முறையா?' எனக் கேட்கும் நக்கீரர் சிவபெருமானைப் பார்த்து 'நானே உன்னை நற்றமிழில் இரக்கப் பாடுகிறேன்' எனத் தமிழால் உருகுகிறார். இதன் எதிரொலிப்பே 'தென்னாடுடைய சிவனே போற்றி' என்ற மாணிக்க வாசக முழக்கம். 'என்னை நன்றாக இறைவன் படைத்தனன் தன்னை நன்றாகத் தமிழ் செய்யுமாறே' எனப் பாடுகிறார் திருமூலர். அவர் இத்துடன் நிறுத்திக் கொள்ளவில்லை. அவரது தமிழ் முழக்கத்தில் சமூகநீதியும் பின்னிப் பிணைந்திருந்தது. அவர் திருமந்திரம் 519ஆவது பாடலில் கூறினார்:

பேர் கொண்ட பார்ப்பான் பிரான் தன்னை அர்ச்சித்தால்
போர் கொண்ட வேந்தர்க்குப் பொல்லா வியாதியாம்
பார்கொண்ட நாட்டுக்குப் பஞ்சமுமாம் என்றே
சீர்கொண்ட நந்தி தெரிந்துரைத்தானே

பிராமண புரோகிதர் இறைவனை அர்ச்சித்தால் வேந்தர்க்கு நோயும், நாட்டுக்குப் பஞ்சமும் ஏற்படும் என்பது அறிவியலுக்குப் புறம்பாக இருக்கலாம், ஆனால் பாடலில் திருமூலர் பிறப்பை மட்டுமே சிறப்புரிமையாகக் கொண்டு ஒருவன் அர்ச்சகனாக இருப்பதைக் கண்டிக்கிறார்.

இவ்வகையில் தமிழ்த் தேசிய மரபில் சமஸ்கிருத வர்ண தர்ம எதிர்ப்பு ஊடும் பாவுமாய் பின்னியிருக்கக் காணலாம்.

வர்ண தர்மம் காக்க யுத்த தர்மம் போதித்தன இராமாயண, மகாபாரத இதிகாசங்கள். 'கெட்ட போரிடும் உலகை வேரொடு சாய்ப்போம்' என அறைகூவல் விடுத்தார் தமிழிய மரபில் வந்த பாரதிதாசன். தமிழ்க் காப்பையும் சாதி ஒழிப்பையும் ஒருசேர முழங்கி தமிழ்த் தேசிய அடிப்படைக்கு இலக்கணம் வகுத்தார் அந்தப் புரட்சிக் கவிஞர். வர்ண ஒழிப்பும் சமஸ்கிருத மறுப்புமே பெரியார் எழுப்பிய தமிழ்நாடு தமிழருக்கே முழக்கத்தின் அடிப்படையாக இருந்தது.

ஆக, தமிழ்த் தேசிய வரலாற்று நோக்கில் ஆரிய வர்ண எதிர்ப்புப் போரை வள்ளுவரே தொடக்கி வைத்து விட்டார். தமிழரின் சமஸ்கிருத எதிர்ப்பு மரபு திருமூலர், நக்கீரர் காலத்திலேயே ஒலிக்கத் தொடங்கிவிட்டது. வர்ண-சமஸ்கிருதக் கலாசாரப்

படையெடுப்புக்கு எதிரான முழக்கம் சித்தர் பாடல்களில் பெருங் கனலாய்க் கனன்றது. பின்னர் அது அயோத்திதாசர், பாரதியார், பெரியார், மறைமலையடிகள், அண்ணா, பாரதிதாசன் குரல்களில் இடிமுழக்கமாயிற்று. அதன் சிறு அதிர்வைத்தான் வைகோ சென்னை தியாகராய நகர் கூட்டத்தில் வெளிப்படுத்தினார். பாஜகவின் இந்தி ஆதிக்க அரசியல் இனியும் தொடர்ந்தால் தாமும் பெரியாரின் அரசியலைக் கையிலெடுக்க வேண்டியிருக்கும், தோழர்கள் தியாகு, மணியரசனின் தமிழ்த் தேசிய விடுதலைப் பாதையைத் தேர்ந்தெடுக்க வேண்டியிருக்கும் எனச் சீறினார். பாஜக மொழிவெறி அரசியலை நிறுத்திக் கொள்ளாவிட்டால், நூறாவது விடுதலை நாளைக் கொண்டாட இந்தியா இருக்காது என அறைகூவல் விடுத்தார்.

> **உன் இந்தியை, உன் கீதையை உன் உத்திர பிரதேசத்தில் வைத்துக் கொள், எங்கள் தமிழை, எங்கள் குறளை நாங்கள் எங்கள் தமிழ் மண்ணில் வைத்துக் கொள்கிறோம்.**

இதற்குத்தான் தமிழக ராசாக்கள் கொதித்துப் போகிறார்கள். இந்துத்துவத்தின் கொடுங்கரங்களிலிருந்து விடுபடப் போராடு வோரை முறையற்றுப் பிறந்தவர்களெனத் தறிகெட்டுப் பேசுகிறது பாஜக.

இந்துத்துவப் பயங்கரவாத விதை தூவும் மோடியே! ராஜ்நாத்தே! சுஷ்மாவே! இன்னும் இன்னும் உங்கள் வர்ண தர்மக் கொடுங் கோன்மை அரசியலை வேகமாக முன்னெடுங்கள். உங்களின் சமஸ்கிருதவெறிக் கூச்சலை ஓங்கி ஒலியுங்கள்! வர்ண சாதிக் கொடியை முழுக் கம்பத்துக்கு ஏற்றுங்கள்! அப்போது . . . பாரதப் புதல்வர்களே! நீங்கள் கனகாபிஷேகம் அல்ல, சதாபிஷேகம் செய்து வைக்கக் கூட பாரத மாதா இருக்க மாட்டாள்! அன்று, உங்கள் பாரதீய தர்மம் மறைந்து, தமிழிய அறம் தழைத்தோங்க, எங்கள் தமிழன்னையின் முதல் பிறந்த நாள் கொண்டாட்டம் கோலாகலமாய் அரங்கேறும்!

(ஆழம் 2015 ஜனவரி இதழில் எழுதிய கட்டுரை)

9

இந்தியா
ஓர் இந்துத்துவக் கட்டமைப்பு

மோடி ரசிகர்கள் தேர்தல் காலத்தில் ஆடிய ஆட்டம் என்ன? பாடிய நாமாவளிகள் என்ன? வளர்ச்சி விதைப்போனே! ஊழல் ஒழிப்போனே! நீர்வளம் வளைப்போனே! மீன்வளம் காப்போனே! என மோடி பஜனையில் திளைத்தனர்.

மோடியோ நான் வளர்ச்சி நாயகனில்லை! இந்துத்துவக் காவலன்! என முழங்கியபடி அரியணை ஏறிய மறு நாளே காவியடிக்கும் திருப்பணிகளில் இறங்கிவிட்டார்.

குஜராத்து மோடி தாய்மொழி குஜராத்தி மறந்து உலகெங்கும் இந்திப் பா பாடுவதில் நமக்குக் குறையொன்றுமில்லை. ஆனால் தமிழனையும் இந்தியில் பேசி, சமஸ்கிருத வாரம் கொண்டாடி, குரு உற்சவத்தில் முங்கச் சொல்வது இந்திய வெறியல்லவா?

மோடிக் கூட்டத்தின் இந்திய வெறியே அண்மையில் இந்துத்துவ நஞ்சாக அவர்களின் குரு மோகன் பகவத் நாவில் கொட்டியுள்ளது. நாகபுரித் தலைவர் மோகன் பகவத்தின் கீதை ஓதுகிறது, இங்கிலாந்தில் பிறந்தவர் இங்கிலீஷ்காரர் என்றால், ஜெர்மனியில் பிறந்தவர் ஜெர்மானியர் என்றால், இந்துஸ்தானத்தில் பிறந்தோர் அனைவரும் இந்துக்கள் அன்றோ?

உலகச் செய்திகள் யாவும் அறிந்த மேதாவிகள் போல் பேசிப் பிதற்ற இந்துத்துவர்களைத் தவிர வேறு யாராலும் முடியாது.

இங்கிலாந்து, ஜெர்மனி பற்றிப் பேசுகையில் ஆங்கிலேயர், ஜெர்மானியர் என மொழியைக் கொண்டு அடையாளம் காணும் பகவத் இந்தியாவில், அவரது பாஷையில் இந்துஸ்தானத்தில் வாழ்வோரை மட்டும் இந்துக்கள் என மதத்தைக் கொண்டு அடையாளம் காண்கிறார். மொழிவழித் தேசியங்களை மதவழித் தேசியத்துடன் ஒப்பிடும் பகவத்தின் அப்பட்டமான தன் முரண்பாட்டுக்கு இந்துத்துவப் பார்வையே காரணமல்லவா?

பகவத் எடுத்துக்காட்டும் இங்கிலாந்துக்கே போனால் அவர் நிலைமை இடியாப்பச் சிக்கலாகிப் போகும்! கிரேட் பிரிட்டனில் இங்கிலாந்து தவிர ஸ்காட்டிஷ் மொழிவழித் தேசியமான ஸ்காட்லாந்தும் அடக்கம் என்பது பகவத்துக்குத் தெரியுமா? ஸ்காட்லாந்து கிரிக்கெட் அணி உலகக் கோப்பைப் போட்டிகளில் தனிக் கொடியுடன் கலந்துகொண்டு இங்கிலாந்துடன் மோதுகிறதே? இதே போல் இந்தியாவுடன் மோதும் வாய்ப்பைத் தமிழகக் கிரிக்கெட் அணிக்கும் தருவாரா பகவத்? 1977இல் ஸ்காட்லாந்துக்கென தனி நாடாளுமன்றம் அமைக்கப்பட்டதே? அதே போல் தமிழர்களுக்கும் ஒரு நாடாளுமன்றம் அமைத்துத் தருவாரா பகவத்? கடந்த 2014 செப்டெம்பர் 18ஆம் நாள் ஸ்காட்லாந்து தேசம் இங்கிலாந்துடன் இயங்கலாமா? தனித்தியங்கலாமா? எனக் கேட்டு நடைபெற்ற பொது வாக்கெடுப்பில் ஸ்காட்லாந்து இங்கிலாந்துடன் சேர்ந்து இயங்குவதாகச் சனநாயக முடிவு எடுத்துள்ளதே? பகவத்தின் இந்துஸ்தானமும் காஷ்மீருக்கு வாக்குறுதி அளித்தது போல் அங்கு பொது வாக்கெடுப்பு நடத்தி இந்தியாவுடன் இருப்பதா? வேண்டாமா? என முடிவெடுக்கும் சனநாயக உரிமையைக் காஷ்மீரத்துக்கு வழங்குமா? பாக் நீரிணையின் அக்கரையில் தமிழீழ மக்கள் சிங்கள அரசிடமிருந்து பிரிந்து வாழ பொது வாக்கெடுப்புக் கோரிக்கை வைக்கிறார்களே! ஆதரிப்பாரா பகவத்?

> **இந்தியாவுடன் மோதும் வாய்ப்பைத் தமிழகக் கிரிக்கெட் அணிக்கும் தருவாரா பகவத்?**

இந்த முரண்பாட்டுச் சிக்கல்கள் இந்துஸ்தானத்தை முன்னிறுத்தும் இந்துத்துவவாதிகளுக்கு மட்டுமே சொந்தமென எவரும் கருதி விட வேண்டாம். இந்தியத்தை, பாரதத்தை முன்னிறுத்தும் காங்கிரஸ், பாரத கம்யூனிஸ்டுகள் உள்ளிட்ட எந்தக் கட்சியும், ஏன், இந்திய அரசமைப்புச் சட்டமேகூட இந்த முரண்பாட்டு

பெட்ரோலில்தான் பாரத ஒற்றுமைத் தேரை ஓட்டிக் கொண்டிருக்கிறது.

இந்தியத்தில் ஊறிப் போன இந்த மூளைகளுக்கு இந்த முரண்பாடு ஒருபோதும் புரியப் போவதில்லை. ஆனால் நமக்கு நம்மைச் சுற்றி நடக்கும் சில அடிப்படை விவாதங்களே இந்த முரண்பாட்டைத் தீர்த்து வைக்கும்.

காட்டாகத் தமிழகத்தில் அடிக்கடி விவாதிக்க நேரிடும் ஒரு கருத்தைப் பார்ப்போம். தமிழ்வழிக் கல்வியே, அதாவது தாய்மொழிக் கல்வியே சரி என மெய்ப்பிக்கும் நோக்கில் ஒரு வாதம் முன்னுக்கு வருவது வழக்கம். ஜப்பான், ருஷ்யா, பிரான்சு, ஃபின்லாந்து உள்ளிட்ட தேசத்தினர் அனைவரும் முறையே ஜப்பானியம், ருஷ்யம், பிரெஞ்சு, ஃபினிஷ் என அவரவர் தாய்மொழியிலேயே கல்வி கற்று அறிவு வளர்ச்சியில் தலைசிறந்து விளங்குகையில், தமிழ் மாணவர்கள் மட்டும் ஆங்கிலத்தில் பயில்வது நியாயந்தானா? எனத் தமிழ் ஆதரவாளர்கள் உரத்துக் கேட்கையில், உடனே எதிரிகள் மடக்கப் பார்ப்பர். அங்கெல்லாம் ஒரு தேசம், ஒரு மொழி என்பதே உண்மையாக இருக்க, இது பல மொழி பேசும் நமது இந்தியாவுக்கு எப்படிப் பொருந்தும்? என வினா தொடுப்பர்.

இங்கிலாந்தும் ஜெர்மனியும் ஒரே மொழி பேசும் தேசங்கள் என வாதம் செய்வோர், இந்தத் தருக்கத்தை இந்தியாவுக்குப் பொருத்திப் பார்க்கும் போது மட்டும் குழம்புவது ஏன்? இந்தத் தருக்கத்தையே நீட்டி ஒற்றை மொழியற்ற இந்தியா ஒற்றைத் தேசமன்று அல்லது ஒற்றைத் தமிழ் மொழி பேசும் தமிழகமே ஒற்றைத் தேசம் என்ற முடிவுக்குத்தானே இயல்பாக வந்து சேர வேண்டும்? மாறாகப் பல மொழி பேசும் இந்தியாவைப் பல தேசங்கள் அடங்கிய பெருநிலமாக வர்ணிக்காமல், அதனை ஒற்றைத் தேசமாக்குவது அப்பட்டமான தன்முரண்பாடுதானே?

இந்தியா பற்றி மிக இயற்கையான இந்த முடிவுக்கு வந்து சேர விடாது நம்மவர்களைக் குழப்புவது எது? நமது குழந்தைப் பருவந்தொட்டு நம்மிடம் கடவுள் நம்பிக்கை விதைக்கப் படுகிறதோ இல்லையோ, இந்திய நம்பிக்கை ஆழ அகலமாய் விதைக்கப்படுகிறது. வானொலி, தொலைக்காட்சி, பத்திரிகை என அனைத்து ஊடகங்களும் இந்திய நம்பிக்கையை 24 மணி நேரமும் ஓதுகின்றன. பள்ளிகள் அனைத்தும் மாணவச் செவிகளில்

காலை இறை வணக்கத்திலேயே இந்திய நம்பிக்கையையும் தூவி விட்டுத்தான் வகுப்பறைகளுக்கு அழைத்துச் செல்கின்றன.

வகுப்பறைக்குள் மாணவர்கள் சென்றதும், இந்தியாமீது அலெக்சாண்டர் படையெடுப்பு என வரலாற்றாசிரியர் கதையளக்கத் தொடங்குகிறார். உடனே நம் மாணவர்களும் ஏதோ தமிழகத்தையும் இந்தப் பகை சூழ்ந்ததாகக் கலங்கத் தொடங்குவர். அலெக்சாண்டர் நுழைந்த போது இந்தியா ஏது எனக் கேட்பதற்கல்லவா மாணவர்களுக்குக் கற்றுத் தர வேண்டும்? அவர் படை தட்சசீலம் (இன்றைய பாகிஸ்தான்) கடந்து ஆக்கிரமிப்பைத் தொடங்கிய காலத்தில், தமிழகத்தைப் பாரி, காரி, ஓரி உள்ளிட்ட தமிழ் மன்னர்கள் ஆண்டு வந்ததை அல்லவா சொல்லித் தர வேண்டும்? ஆனால் இன்னும் இன்னும் மோசமான கற்பனைக் களஞ்சியங்களை மாணவர்களிடம் புகுத்துகின்றனர். அசோகர், கலிங்கர், அர்ஷர் ஆட்சிகளை இந்திய வரைபடத்தில் குறித்துக் காட்டச் சொல்கின்றனர். மாணவர்கள் அன்று நடப்பில் இல்லாத கற்பனை இந்திய வரைபடத்தில் வட மன்னர்களின் ஆட்சிப் பரப்புகளைக் குறித்துக் காட்ட வேண்டுமாம். புற உண்மைகளிலிருந்து கருத்தை அகழ்ந்தெடுத்து மாணவர்கள் நெஞ்சில் விதைக்காமல், மூளையில் உதிக்கும் இந்தியக் கற்பனைகளைப் புகுத்துவதே பல மயக்கங்களுக்கும் காரணம். இந்த மயக்க ஊசியை மாணவக் குருதியில் ஏற்றித்தான் இந்திய ஒற்றுமைச் சதி அரங்கேறி வருகிறது.

> **அலெக் சாண்டர் நுழைந்த போது இந்தியா ஏது எனக் கேட்பதற்கல்லவா மாணவர்களுக்குக் கற்றுத் தர வேண்டும்?**

அன்று தமிழ்நாடு மட்டும் இருந்ததாக்கும்! என இந்திய பக்தர்கள் தொடர்ந்து கேட்கிறார்கள். இதற்குரிய விடை பெற தொல்காப்பியத்தில் சொல்லதிகாரம் 13ஆவது நூற்பாவை முதலில் பார்ப்போம்:

'செப்பும் வினாவும் வழாஅல் ஓம்பல்'

எந்த வினாவுக்கும் விடை நேரடியாக இருக்க வேண்டும் எனக் கூர்த்த அறிவியல் உளப்பாங்குடன் மூவாயிரம் ஆண்டு முன்பே இயற்றப்பட்ட இந்தத் தொல்காப்பியச் செய்யுளுக்கு 11ஆம் நூற்றாண்டில் விளக்கவுரை எழுதிய இளம்பூரணர் அதனை ஓர்

எடுத்துக்காட்டு வினா தொடுத்து விளக்குகிறார். 'உன் நாடு எது?' எனக் கேட்டால், 'தமிழ் நாடு' எனச் சொல் (நும்நாடு யாது என்றால், தமிழ்நாடு என்றல்) என்கிறார். இந்திய ஆதரவாளர் களின் வினாவுக்கும் இளம்பூரணரின் இந்த நேரடி விடையே போதுமானது. தொல்காப்பியம் இன்னும் ஒரு படி மேலே போய் 'வடவேங்கடம் முதல் தென்குமரி' எனத் தமிழகத்துக்கு எல்லையும் குறிக்கிறது.

'தண்டமிழ் வேலித் தமிழ்நாட்டக மெல்லாம்' எனப் பரிபாடல் (410) பாடுகிறது. சிலப்பதிகாரம் அரங்கேற்றுக் காதை 'இமிழ்கடல் வரைப்பில் தமிழகம் அறிய' என்றும், காட்சிக்காதை 'இமிழ்கடல் வேலியைத் தமிழ்நாடு ஆக்கிய' என்றும் பாடுகின்றன. திருநாவுக்கரசரின் தேவாரம் 'ஆரியன் கண்டாய் தமிழன் கண்டாய்' எனப் பாடுகிறது.

தமிழகம் என்றும், தமிழ்நாடு என்றும், தமிழன் என்றும் மூவாயிரம் ஈராயிரம் ஆண்டுக்கு முன்பிருந்தே தமிழ் இலக்கியங்கள் பேசி வருகின்றனவே! ஆனால் காஷ்மீர் முதல் கன்னியாகுமரி வரை இது இந்து நாடே என மார்தட்டிப் பேசும் எவரும் அதற்குச் சான்று காட்ட தமிழ் இலக்கியத்திலிருந்து வேண்டாம், ஆரிய சமற்கிருத இலக்கியத்திலிருந்தேனும் ஒரு சான்றையாவது காட்ட முடியுமா? வேண்டுமானால், தமிழ் மன்னர்கள் இந்தியா முழுதும் கட்டியாண்டதாகத் தமிழ் இலக்கியங்கள் சொல்லும் கதைகளைக் காட்ட முடியும். 'குமரியொடு வட இமயத்து ஒரு மொழி வைத்து உலகாண்ட சேரலாதன்' எனச் சிலப்பதிகாரம் வஞ்சிக் காண்டம் வாழ்த்துக் காதை பாடுகிறது.

'காஷ்மீர் முதல் கன்னியாகுமரி வரை இது இந்து நாடே என மார்தட்டிப் பேசும் எவரும் அதற்குச் சான்று காட்ட தமிழ் இலக்கியத்திலிருந்து வேண்டாம், ஆரிய சமற்கிருத இலக்கியத்திலிருந்தேனும் ஒரு சான்றை யாவது காட்ட முடியுமா?'

இந்தியா இருக்கட்டும், இந்து மதமே ஒற்றை மதமாத இருந்ததற்காவது பகவத்திடம் சான்றுண்டா?

ஆர்எஸ்எஸ் உச்சி முகர்ந்து போற்றும் மேனாள் காஞ்சி மடத் தலைவர் சந்திரசேகர சரஸ்வதி சுவாமிகள் தமது தெய்வத்தின் குரல் நூலில் இந்து மதம் பற்றி என்ன சொன்னார் தெரியுமா?

சௌரபம், சைவம், வைணவம், கணபத்யம், சாக்தம், கவுமாரம் என ஷண் (ஆறு) மதங்களாய்ப் பிரிந்து கிடந்த நம் எல்லோரையும் வெள்ளைக்காரன் இந்துக்கள் என ஒன்று சேர்த்து அழைத்தானோ பிழைத்தோம்! இல்லை என்றால் பல துண்டுகளாகப் பிரிந்து போயிருப்போம் என நிம்மதிப் பெருமூச்சு விடுகிறார் சந்திர சேகரர். இந்தத் தருக்கத்தை நீட்டித் துணிந்து சொல்லலாம், காஷ்மீர் முதல் கன்னியாகுமரி வரை பல பல மன்னர்களின் கீழ் பிரிந்து கிடந்த பல ஆட்சிப் பரப்புகளையும் சேர்த்து இந்தியா என்னும் கட்டமைப்பை வெள்ளைக்காரன் தன் வசதிக்கு இறுகக் கட்டி எழுப்பியதால், பாரதத்தின் காங்கிரஸ், பாஜக, கம்யூனிஸ்டுக் கூட்டம் பிழைத்துக் கொண்டது!

> **இந்துத்துவம் பேசுவோரின் இந்துக்களும், மதச்சார் பின்மை பேசுவோரின் இந்தியர்களும் ஒன்றே!**

இவர்களைப் பொறுத்த வரை, அனைத்திந்தியத்தின் காங்கிரசும், பாஜகவும், கம்யூனிஸ்டுகளும் தேசியக் கட்சிகளாம்! திமுக, அதிமுக, தெலுங்கு தேசம், அசாம் கண பரிஷத், ஜம்மு காஷ்மீர் தேசிய மாநாட்டுக் கட்சி போன்றவை பிராந்தியக் கட்சிகளாம்! பொய் இந்தியத்தைத் தேசியம் என உயர்த்துவதும், மெய்யான மொழிவழித் தேசியத்தைப் பிராந்தியம் எனத் தாழ்த்துவதும் எத்தகையது? இட்லர் வகைப்பட்ட ஆரியப் பாசிசம் இல்லாமல் வேறென்ன?

பகவத் இன்னும் சொல்கிறார். இந்துத்துவக் கருத்தியலின்படி, இந்துஸ்தானின் இஸ்லாமியர்களையும் கிறிஸ்தவர்களையும் இந்து இஸ்லாமியர்களாகவும் இந்துக் கிறிஸ்தவர்களாகவும் அடையாளம் காண வேண்டுமாம்! இல்லை, இது நச்சுக் கருத்து, இவர்கள் இந்தியக் கிறிஸ்தவர்கள், இந்திய இஸ்லாமியர்கள் என்கிறது காங்கிரஸ். அப்படியானால் இந்துத்துவத்துக்கும் இந்தியத்துக்கும் வேறுபாடு உண்டா? உள்ளபடியே நமக்கு வரலாறு சொல்லித் தருவதென்ன?

காங்கிரஸ் இயக்கத்தில் இந்தி மொழிவழித் தேசியத்தின் தலைவர்களான நாத்திக நேருவுக்கும் தலித் ஜகஜீவன் ராமுக்கும் பார்ப்பன இந்திராவுக்கும் இஸ்லாமிய சல்மான் குர்ஷித்துக்கும் கிறிஸ்தவ அம்பிகா சோனிக்கும் மற்ற மொழி பேசுவோரின் தலையில் இந்தி மிளகாய் அரைப்பதில் தயக்கமேதுமில்லையே!

இந்தத் திணிப்பில் இந்திவழி வந்த பாஜக ராஜ்நாத்துக்கும் இந்தியக் கம்யூனிஸ்டின் பி. சி. ஜோஷிக்கும்கூட என்ன வேறுபாடு? பார்க்கப் போனால் 2002இல் அன்றைய தலைமையமைச்சர் வாஜ்பாய் மத்திய-மாநில உறவுகள் குறித்து ஆராய அமைத்த எம். என். வெங்கடசலய்யா குழுவிடம் பெருநிதி செலவழித்து இந்தி மொழி வளர்த்திடல் வேண்டும் எனக் கடிதம் எழுதி இந்தி கானம் இசைத்தவர்தானே பாரதிய இடதுசாரி இஎம்எஸ்?

இந்தியத்தின் காங்கிரஸ் கூட்டம் களவாடிச் செல்ல முயன்ற திருத்தணிகை முருகனை இந்துத்துவக் கொடுங்கரங்களிலிருந்து காப்பாற்றிக் கொடுத்த வடக்கெல்லைப் போராட்டத் தளபதிகளில் தமிழகத்தின் அப்துல் ரகீமும் ஒருவர் அல்லவா?

ஏன், இதில் சமூகநீதி பேசும் தலித் மாயாவதியும் யாதவர்களாகிய முலாயமும் லல்லுவும் கூட ஓரணிதானே? இவை இந்தியத்துக்கும் இந்துத்துவத்துக்குமான வெளிப்படைச் சான்றுகள் அல்லவா? இந்திவழித் தேசியத் தலைமைகளுக்கு நேர்மாறாகத் தமிழ்நாட்டு மொழிப் போர்களில் தலித்துகள் முதல் பார்ப்பனர்கள் வரை, இஸ்லாமியர்கள் முதல் கிறிஸ்தவர்கள் வரை, ஆத்திகர்கள் முதல் நாத்திகர்கள் வரை அனைவரும் கைக்கோத்து நிகழ்த்திக் காட்டிய அந்த மகத்தான இந்தி எதிர்ப்புப் போராட்டக் களங்கள் தமிழ் மொழிவழித் தேசியத்துக்கு வரலாற்றுச் சான்றுகள் அல்லவா?

இந்தியத்தின் காங்கிரஸ் கூட்டம் களவாடிச் செல்ல முயன்ற திருத்தணிகை முருகனை இந்துத்துவக் கொடுங்கரங்களிலிருந்து காப்பாற்றிக் கொடுத்த வடக்கெல்லைப் போராட்டத் தளபதிகளில் தமிழகத்தின் அப்துல் ரகீமும் ஒருவர் அல்லவா?

இந்து மலையாளிகள் ஒற்றுமையாக இருந்திருந்தால் கேரளம் குமரியை இழந்திருக்காது என்கிறார் கன்னியாகுமரி நாடாளுமன்ற உறுப்பினர் பொன். ராதாகிருஷ்ணன். தனக்கு வாக்களித்த குமரி மக்களுக்கு இவர் செலுத்தும் நன்றிக் கடனிது! நல்லது, 1950களில் நடைபெற்ற மாபெரும் தெற்கெல்லைப் போராட்டத்தில் நேசமணி, மோ. வில்லியம் உள்ளிட்ட கிறிஸ்தவர்களும், மபொசி, பி.எஸ். மணி உள்ளிட்ட இந்துக்களும், அப்துல் ரசாக், போலீஸ் துப்பாக்கிச் சூட்டில் உயிர் நீத்த ஏ. பீர் முகம்மது உள்ளிட்ட

இஸ்லாமியர்களும் தமிழர்களாக ஒருங்கிணைந்து குமரியை வென்ற வீர வரலாற்றைப் பொன். ராதா இந்துத்துவக் கூட்டம் அறியுமா?

தெற்கெல்லை மீட்புப் போராட்டத்தில் 'இந்து' தமிழர் பலரைச் சுட்டுக் கொன்றது 'இந்து' மலையாளிகளே! முல்லை பெரியாற்றணையைக் கடப்பாரைகளால் உடைக்கப் புறப்பட்டது ஆர்எஸ்எஸ் மலையாளிகளே!

இந்தப் பெரியாற்று உடைப்பில் பாரதிய கம்யூனிஸ்டுகள் மலையாள வெறியர்களாக நடந்து கொள்ளவில்லையா என்ன? குறிப்பாகப் பெரியாற்றை ஆராய்ச்சி செய்கிறேன் எனப் பொறியாளர் போல் கல்லால் தட்டிப் பார்த்தது, தமிழக அரசைப் பெரியாற்று அணையின் வாடகைதாரருக்குரிய அடக்கத்துடன் நடந்து கொள்ளச் சொன்னது உலகப் பாட்டாளி வர்க்கப் புரட்சி பேசும் இந்திய மலையாளி அச்சுதானந்தனே!

ஏக இந்தியாவின் இந்துக்களான ராகுல் காந்தியும் அமித்ஷாவும் கர்நாடக இந்துக்களான சித்தராமையா, எடியூரப்பா இருவருக்கும் காவிரியைத் தமிழகத்துக்கு விடுவிக்கும்படி கட்டளையிட முடியுமா? ஆர்எஸ்எஸ் கன்னடர்கள் இனவெறியுடன் கர்நாடக வாழ் தமிழர்களை அடிப்பதையும் உதைப்பதையும் வாடிக்கை யாக வைத்துக் கொண்டிருக்கிறார்களே, அவர்களை அடக்கிக் காட்டுவாரா இந்து பகவத்?

> **தெற்கெல்லை மீட்புப் போராட்டத்தில் 'இந்து' தமிழர் பலரைச் சுட்டுக் கொன்றது 'இந்து' மலையாளிகளே! முல்லை பெரியாற்றணையைக் கடப்பாரைகளால் உடைக்கப் புறப்பட்டது ஆர்எஸ்எஸ் மலையாளிகளே!**

இந்து எடியூரப்பா தமிழகம் நுழைந்து கர்னாடகக் கொடி பிடித்து ஒகேனகலுக்கு உரிமை கோரினாரே, அப்போது பாஜக தலைமை எந்த எல்லையானாலும் அது இந்து இந்தியாவுக்குள் அடங்காதா தம்பி என இந்துக் கன்னடன் எடியூரப்பாவுக்கு அறிவுரை கூறாதது ஏன்?

இந்த பாரத 'இந்து' புத்திரர்களின் மலையாள, கன்னட இனவெறிக்கு இந்து இந்திக்காரர் மோகன் பகவத் பதில் சொல்லட்டும்.

எல்லாவற்றையும் மீறி இந்திய ஒற்றுமை எதற்கு? மாட்டுக்கறி உண்ணும் இஸ்லாமியரும் தலித்துகளுமே இந்திய ஒற்றுமைக்குப்

பகையெனக் கண்டது ஹெட்கேவரின் ஆர்எஸ்எஸ். இந்து இஸ்லாமியப் பிளவே இந்திய ஒற்றுமைக்குப் பகையெனக் கண்டது காந்தியின் காங்கிரஸ். இந்திய ஒற்றுமை கெடுவது தலித்துகளின் வீழ்ச்சிக்கே உதவும் எனக் கருத்துரைத்தார் அம்பேத்கர். இந்திய ஒற்றுமை உடைவது பாட்டாளி வர்க்க சர்வதேசிய நலனுக்கே எதிரானது எனக் கொள்கை வகுத்தனர் பாரதிய கம்யூனிஸ்டுகள். எதிரெதிர் நிலைகள் கொண்ட பலரும் நன்னோக்கிலோ கெடுநோக்கிலோ தத்தமது நிலைகளுக்கான தீர்வு இந்திய ஒற்றுமையைப் பாதுகாப்பதே எனக் கருதினர். எனவேதான் இவர்கள் அனைவருமே இந்தியைத் திணித்து, இந்தியத் தேசிய இனங்களின் மொழியுரிமை மறுப்பதில், இந்தியத்தைத் திணித்து மொழிவழி மாநிலங்களின் ஆற்றுரிமை, எல்லையுரிமை மறுப்பதில் ஒரே அணியில் நின்றனர், நிற்கின்றனர். ஆக, இந்தி-இந்து-இந்தியா-பாரதம்-இந்துஸ்தானம் என்ற இந்தச் சொல்லாடல்களில் இவர்கள் எவருக்கும் முரணில்லை.

பாரத வர்ஷத்தின் இந்துத்துவம், காந்தியம், அம்பேத்கரியம், கம்யூனிசம் என அனைத்துக் கோட்பாடுகளும் இந்தியத்தின்பால் நின்ற அத்தருணத்தில், இவை அனைத்தையும் துடைத்தெறிந்து மாபெரும் சமூக அறிவியல் கண்டுபிடிப்பைப் புரட்சிகரச் சமூகநீதிக் கண்ணோட்டத்தில் முன்வைத்தார் தந்தை பெரியார். இந்துச் சூத்திரர்களின், பஞ்சமரின், சிறுபான்மை இஸ்லாமியர் களின், மொழிவழி மக்களின் ஒடுக்குமுறைக்கும் அடிமைத் தனத்துக்கும் இந்திய ஒற்றுமையே அடிப்படைக் காரணம் என அறிவித்தார். நாம் இந்தியர்களாக இருக்கும்வரை நமக்குச் சூத்திரப் பட்டம் ஒழியாது என்றார்.

காஷ்மீரம், அசாம், தமிழகம் என ஒடுக்குண்ட தேசிய இனங்களைப் பொறுத்தவரை, இந்தியம், பாரதம், இந்துஸ்தானம் அனைத்தும் பகைச் சொற்களே. அவர்களுக்கு காங்கிரஸ், பாரதிய இடதுசாரி களின் இந்தியத் தேசியமோ, இந்துத்துவவாதிகளின் இந்துத் தேசியமோ இனியும் உதவாது. அவர்களால் காஷ்மீரிகளாகவும் அசாமியர்களாகவும் தமிழர்களாகவும் ஒற்றுமை கண்டே தங்கள் மண்ணுரிமை, மொழியுரிமை, சமூகநீதி உரிமைகளை மீட்டுக் கொள்ள முடியும்.

இந்தியம் ஏற்போர் எவரும் இடதுசாரியாக, ஏன், முதலாளித்துவ சனநாயகவாதியாகக்கூட இருக்க முடியாது. இந்தியம் மறுத்து இந்தியத் தேசிய இனங்களின் உரிமை ஏற்பதே உண்மையான இடதுசாரியம், மார்க்சியம் என்பதை நெஞ்சில் நிறுத்தவேண்டும்.

தேசிய இன உரிமைகளுக்காகப் போராடிவரும் காஷ்மீர் இஸ்லாமியரை, பஞ்சாப் சீக்கியர்களை, ஈழத் தமிழரை ஒடுக்குவதில் ஆகட்டும், சமூகநீதிக்கு அடிப்படையான கல்வி, வேலைவாய்ப்பு இடஒதுக்கீட்டை ஒடுக்கப்பட்டோருக்கு, இஸ்லாமியருக்குத் தர மறுப்பதில் ஆகட்டும், இறுதியாகப் பார்க்குமிடத்து காங்கிரஸ், பாஜக, கம்யூனிஸ்டு உள்ளிட்ட பாரதக் கட்சிகள் அன்று முதல் இன்று வரை ஓரணியில் நிற்பதை இந்தியக் காலங்காட்டி படம்பிடித்துக் காட்டுகிறது.

ஆம், பாரதச் சேற்றில் கால் பதித்த எவரும் இந்துத்துவச் சகதியைப் பூசிக் கொள்ளாது தப்பிக்க முடியாது. இந்தியத்தின் உயிர்நாடி இந்துத்துவமே!சமூக அறிவியல் நோக்கில் மார்க்சிய இடதுசாரிப் பார்வையில் இந்தியமும் இந்துத்துவமும் ஒன்றே!

தமிழர்கள் நாம் பயில வேண்டிய பாரதச் சூத்திரம்: இந்தியம் = இந்துத்துவம்.

இந்தச் சூத்திரம் நமக்கு உணர்த்தும் உண்மை: இந்தியா ஒரு நாடல்ல, இந்தியா – ஓர் இந்துத்துவக் கட்டமைப்பு.

(ஆழம் 2015 அக்டோபர் இதழில் எழுதிய கட்டுரை)

10

தந்தை பெரியார்:
தமிழ்த் தேசிய அறிவியலர்

பெரியாரை இன்று பலரும் கொண்டாடுகிறார்கள். திமுக, அதிமுக, மதிமுக, விசிக, பாமக, தேமுதிக எனப் பல பல தேர்தல் அரசியல் கட்சிகளின் விளம்பரப் பலகைகளில் பல நேரம் பெரியார் முகம் பளிச்சிடுகிறது. இவர்கள் நாளுக்கொரு கூட்டணி காண்பது, பதவி சுகங்கள் அனுபவிப்பது எல்லாமே பெரியார் புகழ் பரப்பத்தானாம்.

திராவிடர் கழகத்தை இன்று வழிநடத்தும் கி. வீரமணி பெரியாரின் கொள்கைகளை, கருத்துகளைத் தமிழகத்தில் மட்டுமல்லாது இந்தியாவெங்கும், ஏன், உலகெங்கும் பரப்புவதே குறிக்கோள் என முழங்குகிறார்.

வீரமணியால் குழி தோண்டிப் புதைக்கப்பட்டுவிட்ட பெரியார் கொள்கைகளை மீட்டெடுக்கப் போவதாக முழங்கி புதுப் புது திராவிட அமைப்புகள் பல பெயர்களில் தமிழகத்தில் இயங்கி வருகின்றன.

மார்க்சிஸ்டு, இந்திய கம்யூனிஸ்டுகளும்கூட கொஞ்ச நாளாகப் பெரியாரைப் புகழத் தொடங்கியுள்ளனர். அவர் ஒரு பூர்ஷ்வா சமூகச் சீர்திருத்தவாதி, கலகக்காரர் என்றெல்லாம் சொல்லிக் கொண்டிருந்த மகஇக உள்ளிட்ட அதிதீவிரக் கம்யூனிஸ்டுக் கட்சிகளும் இன்று பெரியாரியம், பார்ப்பனியம் என்றெல்லாம் பேசத் தொடங்கியுள்ளனர். மிதவாத, தீவிரவாதக் கம்யூனிஸ்டுகள்

இருவருமே இப்போதுதான் பெரியாரைச் சரியாகப் புரிந்து கொண்டிருக்கிறார்களாம்.

எத்தனை எத்தனை அமைப்புகளும், எத்தனை ஆயிரம் பேரும் பெரியாரைக் கொண்டாடட்டும். அவர்கள் கொண்டாடுவது பெரியாரையா? பெரியார் கொள்கைகளையா?

தேர்தல் பதவிக் கட்சிகளுக்கு அவர் விளம்பர மாடலா? கொள்கை வழிகாட்டியா?

புரிந்துகொள்ள கலைஞரை எடுத்துக் கொள்வோம். பெரியாரின் விரல் பிடித்து வளர்ந்தவர் அல்லவா?

கலைஞரின் பெரியார்ப் புலமை என்ன?

மூன்றாண்டு முன்பு (2014) மோடிஅரசு வாஜ்பாய்க்கு பாரத ரத்னா விருது அறிவித்தது. உடனே கலைஞர் மகிழ்ச்சியை வெளிப் படுத்தினார். அவருக்கு வாஜ்பாய் மீது என்றுமே பேரன்பு உண்டாம். வாஜ்பாய் அவருக்கு என்றுமே ஜென்டில்மேன் தானாம். கலைஞர் அத்துடன் நிறுத்திக் கொண்டிருந்தால் குற்றமில்லை, அவருடைய பதவி வேட்டை அரசியல் புரிந்து கொள்ளக்கூடியதே. எஸ்.வி. சேகரிடமே எம். ஆர். ராதாவின் முற்போக்கைக் கண்டவரல்லவா? அவர் குடியரசுத் தலைவர் பிரணாபுக்கும் தலைமை அமைச்சர் மோடிக்கும் கடிதம் எழுதினாராம். நீங்கள் அன்புமிகு வாஜ்பாயை கௌரவிப்ப தெல்லாம் சரிதான். அதேபோது தமிழகத்தையும் திராவிட இயக்கத்தையும் கௌரவிக்கும் வகையில் பெரியாருக்கும் அண்ணாவுக்கும் கட்டாயம் பாரத ரத்னா தர வேண்டாமா? என வலியுறுத்திக் கேட்டுக் கொண்டாராம். கலைஞரின் உள்ளத்தில் இந்துத்துவ முகமூடி வாஜ்பாய்க்கும் இடமுண்டு, பகுத்தறிவுப் பகலவன் பெரியாருக்கும் இடமுண்டு. ஆனால் பெரியாரின் உள்ளத்தில் இந்த பாரதத்துக்கும் ரத்தினத்துக்கும் இடமுண்டா?

கலைஞர், வைகோ, கி. வீரமணி எனத் தமிழ்த் தலைவர்கள் பெரியாரை இந்தியத் தேர்தல் சந்தையில் ஒரு பண்டமாக்கி வெகு காலமாகி விட்டது. இப்போது பாரதக் கட்சிகளுக்கும் பெரியார் அத்தியாவசியப் பண்டமாகி வருகிறார். சமூகநீதி காக்கவும், இந்து மதவெறி எதிர்க்கவும் பெரியாரைக் கையில் எடுப்பதாக அனைவரும் ஒரே பாட்டு பாடுகின்றனர்.

அப்படியானால் பெரியார் சமூகநீதிக்காகப் போராடவில்லையா? கட்டாயம் போராடினார். ஆனால் அத்துடன் அவரைக் கோடு

கட்டி நிறுத்துவதில்தான் சிக்கல். இதைச் சொல்வதற்குச் சமூகநீதிக் காவலர்களும், தமிழினத் தலைவர்களும், எழுச்சித் தமிழர்களும், புரட்சிப் புயல்களும் தேவையில்லை. எட்டாம் வகுப்பு, பத்தாம் வகுப்பு படிக்கும் மாணவர்களே போதும். 'பெரியார் சமூகநீதி காக்க, பெண்ணடிமை ஒழிக்கப் பாடுபட்டார்', 'வைக்கம் வீரர் எனப் போற்றப்படுகிறார்' என்றெல்லாம் அவர்கள் காலங்காலமாய் மனனம் செய்து தேர்வெழுதி தேறி வருகிறார்கள். ஆனால் பெரியாரின் முழு மெய்யியலையும் கற்க இத்தகைய எளிய சொல்லாடல்கள் போத மாட்டா.

> **கலைஞரின் உள்ளத்தில் இந்துத்துவ முகமூடி வாஜ்பாய்க்கும் இடமுண்டு, பகுத்தறிவுப் பகலவன் பெரியாருக்கும் இடமுண்டு.**

'சமூகநீதி காக்க, பெண்ணடிமை ஒழிக்க' எனச் சராசரி அரசியல் வாதிகள் போல் வெறும் முழக்கங்களை மட்டும் முன்வைத்த வரல்லர் பெரியார். அவர் சமூக விடுதலைக்கான மெய்யியலை உருவாக்கிக் கொடுத்தவர். கற்பு, பதிவிரதை, பத்தினி, வாழா வெட்டி, தாலி, விதவை, விபச்சாரி, சிறுமி திருமணம், தேவதாசி முறை, பலதாரமணம் போன்ற ஆணாதிக்கக் கருத்தியல்களை உடைத்தெறிந்து புத்தம் புதுப் பெண்ணியக் கருவைச் செதுக்கிக் கொடுத்தவர்.

சாதியத்தை எதிர்த்து வாழ்நாளெல்லாம் போரிட்ட பெரியார் அந்தச் சாதிப் புற்றைக் கரைப்பதற்குக் கூட்டணித் தந்திரங்கள் எதையும் முன்வைக்கவில்லை. அவரே கூறுவது போல், அவரது காமராசர் ஆதரவு, திமுக ஆதரவு எல்லாம் ஒடுக்கப்பட்ட மக்களின் தாற்காலிக உரிமைகளை நிலைநாட்டவே. சாதிகளுக்கு இடையே நல்லிணக்கத்தைப் போதிக்கவில்லை பெரியார். சாதி அமைப்பையே ஒழித்துக் கட்டும் விடுதலை அரசியலை முன்வைத்தார். அந்த விடுதலைக்குத் தேவையான அறிவியலை விண்டுரைத்தார்.

அவர் விண்டுரைத்த அறிவியலை மேம்போக்காக ஒன்றிரண்டு பெரியார் மேற்கோள்களை மேய்வோரால் புரிந்துகொள்ள முடியாது. அவர் 1925 முதல் 1973 வரை அவரே நடத்திய பல ஏடுகளில் எழுதிய கோடிக்கணக்கான எழுத்துக்களிலும், ஆயிரக்கணக்கான கூட்டங்களில் முழங்கிய சொற்களிலும் அடிநாதமாய்

இழையோடி நிற்கும் அறிவியலைப் புரிந்து கொள்பவர்களால் தான் சமூகநீதிக் கொடுமுடியை அடைய முடியும்.

பெரியார் விண்டுரைத்த அந்த அறிவியல்தான் என்ன?

தமிழகத்தில் சமூகநீதிக்குக் கேடு பயக்கும் அகப் பகை எது எனக் கேட்டால் பல முற்போக்கர்களும் பார்ப்பனியம், சாதியம் என விடையளிக்கக்கூடும். சாதியம் காக்கும் புறப் பகையை வரையறுத்துச் சொன்னதில்தான் பெரியாரின் மேதைமை அடங்கியுள்ளது. அந்த மேதைமையின் ஆழ அகல உயரங்களை ஆராயத் துணிவோருக்கே பெரியாரின் சமூக அறிவியல் விதிகள் தெளிவாய் விளங்கும்.

காங்கிரசிடம், காந்தியிடம் சாதிக்கு, தீண்டாமைக்கு நீதி பெறுவது இயலாத காரியம் என உணர்ந்த பெரியார் காங்கிரசைவிட்டு வெளியேறுகிறார் (22.11.1925). சுயமரியாதை இயக்கம் காண்கிறார். பார்ப்பனரல்லாதார் உரிமைகள் காத்தல், தீண்டாமை ஒழித்தல், பெண்ணடிமை ஒழித்தல், மூடநம்பிக்கை அகற்றுதல் ஆகியவற்றை இயக்கத்தின் அடிப்படைக் கொள்கைகளாக அறிவிக்கிறார். அவர் காங்கிரசில் இருந்தபோதே தொடங்கிய *குடி அரசு* ஏட்டில் இயக்கக் கொள்கைகளைப் பரப்பினார். ஞாயிறுதோறும் வெளிவந்த *குடி அரசு* கிழமையேட்டின் முதல் பக்க முகப்பில் கோயிலும், தேவாலயமும், மசூதியும் காட்சியளித்தன. பாரத மாதா காட்சியளித்தாள். பெரியாரிடம் கடவுள் நம்பிக்கை அகன்று நாத்திகக் கொள்கைகள் ஏற்றம் கண்டு வந்த நிலையில் மத வழிபாட்டிடங்கள் காணாமல் போயின. அதே காலக்கட்டத்தில் அவரிடம் இந்திய நம்பிக்கையும் அகன்றது, பாரத மாதாவும் காணாமல் போனாள். கடவுள், இந்தியம் இரண்டுமே கற்பனைப் புனைவுகள் என உணரத் தலைப்பட்டார். *குடி அரசு* ஏட்டில் (01.06.1930) வெளியான அவரது சேலம் சொற்பொழிவைக் கேளுங்கள்:

'இந்தியா ஒரு நாடு என்று ஆனால்தானே, இந்தியா முழுமையும் பற்றிப் பேச நமக்கு உரிமை உண்டு.'

1937இல் இராஜாஜி அரசின் இந்தித் திணிப்புக்கு எதிரான போராட்டக் களத்தில் பெரியாரின் இந்திய எதிர்ப்புணர்வும், தமிழ்நாடு பிரிவினை உணர்வும் இன்னும் இன்னும் கூர்மைப்பட்டன.

1937 செப்டெம்பர் 19ஆம் நாள் ஈரோடு கொல்லம்பாளையத்தில் அவர் ஆற்றிய சொற்பொழிவில் இந்திய எதிர்ப்பு இன்னும் சூடுபிடிக்கிறது பாருங்கள்:

‘நாம் ஏமாறுவதற்குத்தான் வடநாடு உபயோகப்படுகிறது. இன்றைய அரசியலைப் பார்க்கின்றபோது, எக்காரணம் கொண்டாவது, எப்பாடுபட்டாவது நம் நாட்டை வடநாட்டு சம்பந்தத்திலிருந்து தனியாகப் பிரித்துக் கொண்டால் ஒழிய நமக்கு விடுதலையோ மானமோ ஏற்படப் போவதில்லை. இன்று நமக்குச் சிறிதாவது சுயமரியாதை உணர்ச்சியும் சுதந்தர உணர்ச்சியும் இருக்கிற தென்றால், அது நமது தமிழ் நிலை உணர்ச்சியாலேயும், இந்தி படிக்காததாலேயுந்தான் என்று வலிமையாகக் கூறுவேன்.’

பெரியார் இந்தக் கருத்துகளை உணர்ச்சியில் அள்ளித் தெளித்து விடவில்லை. தேசிய இனங்களின் வரையறை குறித்துத் தெளிவான அறிவியலை முன்வைத்த லெனினியத்தைக் கரைத்துக் குடித்த பாரதிய கம்யூனிஸ்டுகளே இந்திய மயக்கத்தில் கிறங்கிக் கிடந்த காலத்தில், பெரியார் பட்டறிவு கொண்டே தமிழின விடுதலைக்கான அடிப்படைகளைத் தெளிவாய் விளக்கினார். அவர் அதே உரையில் கூர்முனைக் கேள்விகளால் எப்படி ஏரணத் தோரணம் கட்டுகிறார் பாருங்கள்:

1. இந்தியாவை மொழி அடிப்படையில் தனித்தனி மாகாணங் களாகப் பிரித்துவிட்டால், இந்தியா எப்படி எல்லோருக்கும் தாய்நாடாகும்?

2. நம் ஒரு ஜில்லா போல் விஸ்தீரணம் கொண்ட நேபாளத்தில் வாழ்வோர் இந்தியாவைத் தாய்நாடென்பார்களா?

3. இந்து மதத்தைப் பெரும்பான்மையாகக் கொண்ட சயாம் (தாய்லாந்து) நாட்டினர் இந்தியாவைத் தாய்நாடென்பார்களா?

4. பர்மா, நேபாளம், பூடான், மலேயா என எல்லாம் ஒவ்வொன்றாக இந்தியாவை விட்டுப் பிரிந்து விட்டன. அதற்கு முன் காந்தாரம், காபூல் (ஆப்கானிஸ்தான்) பிரிந்து விட்டன. இப்படி எவ்வளவோ பிரிந்து, எவ்வளவோ சேர்ந்துவிட்ட பிறகு தாய்நாடெது? தகப்பன் நாடெது?

4. ஐரோப்பாவில் நார்வே, ஸ்வீடன், டென்மார்க், ஹாலண்டு, பெல்ஜியம், போர்ச்சுகல், கிரீஸ் ஆகிய நாடுகள் நமது நான்கு ஜில்லா, மூன்று ஜில்லா, இரண்டு ஜில்லா போன்ற விஸ்தீரண முள்ளவை. இவர்கள் தத்தமது நாட்டைத் தாய்நாடென்பார் களா? ஐரோப்பாவைத் தாய்நாடென்பார்களா?

5. ஆகவே தமிழ்நாட்டவர்கள், திராவிட மக்கள் எந்தக் காரணம் கொண்டு இந்தியாவைத் தாய்நாடென்று கூறவேண்டும்? எதற்காக இந்தியா பூராவும் ஒரே குடையின் கீழ் இருக்கவேண்டும்? 'பாரத நாடு' என்பதையும், நாமெல்லாம் 'பரதர்கள்' என்பதையுங்கூட நாம் ஏன் ஏற்கவேண்டும்?

இந்தியா தமிழர்களின் நாடன்று, தமிழகமே தமிழர்களின் நாடெனப் பாமரர்களுக்கும் புரியும் வண்ணம் விளக்குகிறார் பெரியார்.

> **இப்படி எவ்வளவோ பிரிந்து, எவ்வளவோ சேர்ந்து விட்ட பிறகு தாய்நாடெது? தகப்பன் நாடெது?**

அந்த உரையில் இந்தியத்தின் ஆபத்தைப் பெரியார் சுட்டுகிறார்:

'தமிழன் ஈன நிலைக்குக் காரணம் இந்து மதத்தைத் தனது மதம் என்று கருதியதும், இந்தியா பூராவையும் தன் நாடு என்று கருதியதும், இவ்விரண்டுக்கும் உழைக்கும் தொண்டே மக்கள் தொண்டு, தேசத் தொண்டு என்று கருதி வருவதுமேயாகும். இந்தியத் தேச அபிமானம் என்பது தமிழன் பல நாட்டாரின் நலனுக்கு உழைத்துப் பல நாட்டாருக்கு அடிமையாய் இருப்பது என்பதாகும்.'

இறுதியில் பெரியார் தமிழர்க்கு உரிமையுடன் கட்டளையிடுகிறார்:

'நம்மை ஏய்த்து அழுத்தி நம் தலை மேல் கால் வைத்து ஏறி மேலே போக வட நாட்டானுக்கும், தமிழரல்லாதானுக்கும் நாம் படிக்கல் ஆகிவிட்டோம். இனியாவது தமிழ்நாடு தமிழருக்கே! என ஆரவாரம் செய்யுங்கள்! உங்கள் கைகளில் தமிழ்நாடு தமிழருக்கே! எனப் பச்சை குத்திக் கொள்ளுங்கள்! உங்கள் வீடுதோறும் தமிழ்நாடு தமிழருக்கே! என்னும் வாசகத்தை எழுதிப் போடுங்கள்!'

பெரியாரின் தமிழகப் பிரிவினை இந்தித் திணிப்பினால் தீவிரமடைந்தது உண்மைதான். ஆனால் அந்தப் பிரிவினையின் மையம் இன்னும் ஆழமானது. அது சரியாகச் சாதி ஒழிப்பில், இந்து மத அழிப்பில் மையம் கொண்டிருந்தது. சாதி ஒழிப்புக்குப் பெரியாரிட்ட அறைகூவல் தமிழக ஓர்மைக்கு அடிப்படையாக இருந்தது. இதற்கான சான்றை அதே உரையில் காணலாம்:

'தமிழ் மக்கள் இன்று தங்களை உண்மைத் தமிழரென்றும், கலப்படமற்ற தனித் தமிழ்ச் சாதி என்றும் ஒருவன் சந்தேகமறக்

கருதுவானாயின், அவன் உடனே தன்மீது சுமத்தப்பட்டிருக்கும் சமயத்தை, சரியாகச் சொன்னால் தனக்கு எவ்வகையிலும் எப்போதும் சம்பந்தமே இல்லாத, தன்னை சூத்திரன் என்றும், சண்டாளன் என்றும் கூறும்படியான சமயத்தை உதறித்தள்ளி விட வேண்டியது முதற்காரியமாகும்.'

> **இந்தியத் தேச அபிமானம் என்பது தமிழன் பல நாட்டாரின் நலனுக்கு உழைத்துப் பல நாட்டாருக்கு அடிமையாய் இருப்பது என்பதாகும்.**

ஒருவர் தன்னை உண்மைத் தமிழன் என்று கருதிக்கொள்ள வேண்டுமானால், சூத்திரன், சண்டாளன் இரு நிலைகளில் இருந்தும் வெளியேறவேண்டும் எனப் பெரியார் இங்கு தெளிவாகக் கூறுகிறார். இதன் மூலம் பிற்படுத்தப்பட்டோருக்கும் தலித்துகளுக்குமான ஒற்றுமையை வலியுறுத்தித் தமிழர் ஓர்மைக்கு அடித்தளமிடுகிறார்.

பெரியாரின் இந்தப் பார்வை 1940 ஆகஸ்டு 25ஆம் நாள் திருவாரூரில் நடைபெற்ற ஜஸ்டிஸ் கட்சி மாநாட்டில் அவர் ஆற்றிய தலைமை உரையில் மிகத் தெளிவாக வெளிப்படுகிறது:

'திராவிட நாட்டில் எப்படி வெளியிலிருந்து வந்த ஆரியர்களுக்குத் திராவிட மக்கள் தீண்டப்படாதவர்களாக இருக்கிறார்களோ, அப்படி திராவிடர்களுக்கு ஆதித் திராவிடர்கள் அதைவிட மேம்பட்ட தீண்டப்படாதவர்களாய் இருக்கிறார்கள். இந்த நிலைமை திராவிட சமுதாயத்துக்கே ஒரு பெரும் மானக்கேடான நிலைமையாகும் என்பதோடு, திராவிடர்களை ஆரியர்கள் தீண்டப்படாத மக்களென்று வகுத்திருப்பதையும், நடத்து வதையும் அரண் செய்கிறது. ஆகையால், ஆதித் திராவிடர் என்ற பெயரே மாற்றப்பட்டு, இருவரும் திராவிடர்கள் அல்லது தமிழர்கள் என்ற பெயராலேயே வழங்கப்பட வேண்டும் என்பதும், திராவிடருக்கும் ஆதித் திராவிடருக்கும் சமுதாயத் துறையிலுள்ள எல்லா வித்தியாசங்களும் பேதங்களும் ஒழிந்து, ஒரே சமூகமாக ஆக வேண்டும் என்பதும் எனது ஆசை.'

பெரியாரின் இந்த உரையில் அவர் தமிழர் ஓர்மைக்கு அடிப்படையாகச் சாதி ஒழிப்பை முன்வைப்பது தெளிவாக வெளிப்படுகிறது. அவர் இந்தப் பார்வையைத் தொடர்ந்து பிற்படுத்தப்பட்ட மக்களிடம் பேசி வந்தது அவரது சாதி ஒழிப்பு நேர்மையைக் காட்டுகிறது.

1930 ஜூன் முதல் நாள் சேலத்தில் நடைபெற்ற வன்னியர் குல சத்ரியர் மாநாட்டில் பெரியார் எழுப்பிய முழக்கம் அவரை உண்மை சாதியொழிப்பு வீரராகக் காட்டும். அவர் சிறிதும் நேரத்தை வீணடிக்க விரும்பவில்லை. ஒரு சாதி மாநாட்டுக்கு வந்திருக்கிறோமே என்ற தயக்கம் அச்சமெல்லாம் துளியும் அவரிடம் இல்லை. சாதின்னா என்ன தெரியுமா? என்றெல்லாம் தொடங்கி பசப்பிக் கொண்டிருக்கக் கூட அவர் அவகாசம் தரவில்லை. இன்றைய அரசியல்வாதிகளைப் போல் கொஞ்சம் சாதி உணர்வைத் தடவிக் கொடுப்போமே எனக்கூட அவர் யோசிக்கவில்லை. அவர் எடுத்த எடுப்பிலேயே பேச ஆரம்பிக்கிறார் பாருங்கள்:

'சகோதரர்களே, பொதுவாக இது போன்ற சாதி மாநாடுகள் இனி கூட்டுவதாயிருந்தால் தங்கள் சாதிப் பெருமை பற்றி பாட்டிக் கதைகள் பேசி அர்த்தமற்றதுமான பெருமை பாராட்டிக் கொள்வதற்காகக் கூட்டுவதாய் இருக்கக்கூடாது என்றும், தங்கள் சாதியோ சமூகமோ இன்னும் தனியாகவே பிரிந்திருக்கும்படி வெறும் தங்கள் சாதி உயர்வையே பேசிக் கொண்டிருக்கக் கூட்டப்படக் கூடாது என்றும் முதலில் தெரிவித்துக்கொள்கிறேன். இம்மகாநாட்டின் பயனாகவாவது நீங்கள் உங்களுக்கு மேல் ஜாதிகள் இருக்கின்றன என்று எண்ணிக் கொண்டிருப்பதையும், நீங்கள் சில சாதிகளுக்கு மேலானவர்கள் என்று எண்ணிக் கொண்டிருப்பதையும் அடியோடு ஒழித்துவிட வேண்டும் என்றும் ஆசைப்படுகிறேன். ஏனென்றால் நீங்கள் சில சாதிகளுக்குப் பெரியார்கள் ஆக வேண்டுமென்னும் ஆசையால் செய்யும் முயற்சியானது மற்றொரு சாதியை விட கீழ்ச்சாதியென்று நீங்களாகவே ஒப்புக் கொண்டவராகிறீர்கள். இதனால் உங்களாலேயே உங்களுக்குக் கீழ்ச்சாதிப் பட்டம் நிலைத்து விடுவதோடு, நீங்கள் மேல்சாதி என்ற தத்துவம் தகராறில் இருந்து விடுகின்றது.'

'நீ அடங்க மறுன்னு சொல்ற சாதி, நான் என்னைக்குமே அடக்குற சாதி' என்றெல்லாம் சாதிவெறியுடன் பேசும் காடுவெட்டி குரு போன்றவர்களின் பேச்சுக்களை இன்றுங்கூட கேட்கிறோமே. அதற்குப் பெரிதாகப் பதிலடி கொடுக்காத மௌனம் நிலவுகிறதே. பெரியாரோ அவர்களின் சாதிக் கோட்டையில் புகுந்து விளாசுகிறார் பாருங்கள்:

'ஆகவே இந்த மாதிரி ஒரு இழிவானதும் முட்டாள்தனமானதும் அர்த்தமற்றதுமான காரியங்களுக்கு இதைப் போன்ற

மாநாடுகளைக் கூட்டுவதாயிருந்தாலும் இம்மகாநாடுகள் அழிந்து போவதே மேல் என்று மிக்க வருத்தத்துடன் சொல்லிக் கொள்கிறேன். தங்கள் சாதி மிக உயர்ந்த சாதி எனச் சொல்லிக் கொள்வதற்கு மட்டுமே இப்போது எங்கும் சாதி மாநாடுகள் கூட்டப்படுவதும், அதேபோது பிற சாதிகளை சாடையாயும் வெளிப்படையாயும் இகழ்வதும் சாதி மாநாடுகளின் சுபாவமாய் விட்டது.'

கிட்டத்தட்ட ஒரு நூற்றாண்டு முன்பு நடைபெற்ற வன்னியர்க் கூட்டம் ஒன்றுக்குப் போய், நீ ஒரு சாதியை அடக்குவதாய்ப் பேசினால் வேறொரு சாதிக்கு அடங்கிக் கிடப்பதாய்ப் பொருள் எனச் சவுக்கடி தருகிறார்.

பெரியார் கன்னடச் சாதி, தெலுங்குச் சாதி என்றெல்லாம் பேசி அவரைத் தமிழினத்திலிருந்து ஒதுக்கி வைக்க நினைக்கிறது ஒரு கூட்டம். மேலும் பெரியார் சாதி ஒழிப்புப் பேசுவதே தெலுங்குச் சாதி மக்களைக் காப்பாற்றத்தான் என்றெல்லாம் இன்று பேசத் தொடங்கிவிட்டார்கள். ஆனால் அவரோ தமிழ்ச் சாதி, தெலுங்குச் சாதி, கன்னடச் சாதி, மராத்திச் சாதி என எவரையும் விட்டு வைத்தாரில்லை. அதே கூட்டத்தில் பேசிய பேச்சையே இன்னும் கேளுங்கள்:

'நாயுடு சாதி என்னும் எங்கள் சாதிக்காரர்கள் உங்கள் இரண்டு பேரையும் சத்ரியர்கள் அல்ல என்று சொல்லிவிட்டு தாங்கள்தான் சத்ரியர்கள் என்று சொல்கிறார்கள். ராஜா என்கிற மற்றொரு சாதிக்காரர்கள் நீங்கள் மூன்று பேரும் சத்ரியர்கள் அல்ல, நாங்கள்தான் சத்ரியர்கள் என்கிறார்கள். சிங்க மராட்டியர் ஆகியவர்கள் நீங்கள் நால்வரும் சத்ரியர்கள் அல்ல, நாங்கள்தான் சரியான சத்ரியர்கள் என்கிறார்கள். இதுபோல் இன்னமும் குடகு சத்ரியர்கள் என்று எத்தனையோ பேர் சத்ரியப் பட்டத்துக்கு அலைகிறார்கள். இத்தனைப் பேர்கள் ஒருவருக்கு ஒருவர் போட்டியும் சண்டையும் போட்டுக் கொள்கிறார்கள்.'

ஏதோ ஒரு செயற்கை வர்ணப் பெயரைப் பூசிக் கொண்டு உங்களின் சாதி அழுக்கு நாற்றத்தை அடக்க முடியாது எனப் போட்டுடைக்கிறார். அவர் பட்டியல் சாதி உட்பட மேலிருந்து கீழாக யாரையும் விட்டு வைக்கவில்லை, இன்னும் கேளுங்கள்:

'சக்கிலியர்கள் தங்களை அருந்ததியர்கள் என்பதும், பள்ளர்கள் தங்களைத் தேவேந்திரகுல வேளாளர்கள் என்பதும், ஆசாரிகள்

தங்களை விஸ்வ பிராமணர்கள் என்பதும், தேவாங்கர்கள் தங்களை சௌராஷ்டிர பிராமணர்கள் என்பதும், தேவாங்கர்கள் தேவாங்க பிராமணர்கள் என்பதும், குயவர்கள் தங்களை குலால விஷ்வ பிராமணர்கள் என்பதும், சாலியர்கள் தங்களை சாலிய பிராமணர்கள் என்பதும், இவ்வளவு சமூகத்தார்கள் தங்கள் தங்கள் உடலினால் கஷ்டப்பட்டு தொழில் செய்து பிற ஜனங்களுக்கு உதவியும் செய்து நியாயமான வழியில் வாழ்க்கை நடத்திக் கொண்டு தங்களை பிராமணன், இந்திரன், அருந்ததி, சந்திரன் என்று பல ஒழுக்கமற்ற சோம்பேறிப் பட்டங்களை வைத்துக் கொள்ள முயற்சிப்பதைப் பார்க்கிறோம்.'

தலித் மக்களே ஆனாலும் ஏதோ சிறப்புப் பெயருடன் சாதிச் சாயம் பூசிக் கொள்வதைப் பெரியார் அனுமதிக்கவில்லை. சாதிப் பெருமை எங்கிருந்தாலும் அது அசிங்கமே என்கிறார். தமிழ்ச் சாதிகள் அனைத்தையும் ஒன்று விடாது தாக்கி உண்மைச் சாதி ஒழிப்பு வீரராக வீறார்ந்து நிற்கிறார்.

பெரியார் தாம் உட்பட அனைத்துக் கழகத் தோழர்களையும் சாதிப் பின்னொட்டுகளைக் களையச் செய்தார். இதனால் தமிழகத்தில் இந்தியாவிலேயே வேறெந்த மாநிலத்திலும் இல்லாத அதிசயமாக ஐயங்கார், ஐயர், முதலியார், செட்டியார், படையாட்சி எனச் சாதிப் பட்டங்கள் அனைத்தும் ஒழிந்தன.

தமிழகத்தில் சாதிப் பட்டம் ஒழியக் காரணமாக இருந்த மாபெரும் தலைவரின் பெயரையே ஈ. வெ. ராமசாமி 'நாயக்கர்' எனக் கூச்சமற்று எழுதுவோரின் பேசுவோரின் அறிவு நாணயத்தை என்னென்பது? பெரியார் இடைநிலைச் சாதித் தலைவரே தவிர தலித்துகளுக்கு ஏதும் செய்து விடவில்லை எனப் பார்ப்பனர்களும், ஆதிக்கச் சாதியினர் சிலரும் இன்று முதலைக் கண்ணீர் வடிக்கின்றனர். பெரியார் தலித் மக்களைக் கோயிலுக்குள், ஆதிக்கச் சாதியார் தெருக்களுக்குள் அழைத்துச் செல்லும் போராட்டமேதும் நடத்தினாரா? எனச் சில தலித் எழுத்தாளர்கள் கேட்கின்றனர். அவரை தலித் விரோதி என்னும் அளவுக்கு அறிந்தோ அறியாமலோ எழுதுகின்றனர். இந்த மனிதர்களின் அறிவு முதிர்ச்சியை என்னென்பது?

சாதியையும் பாதுகாத்துக்கொண்டு தலித் விடுதலை கோரிய மொன்னைப் பேர்வழியல்ல பெரியார். சாதிக் குடுமி இழுத்துப் பார்ப்பனியத்தின் தீண்டாமையின் அடிமடியில் கைவைத்த மாவீரர் அவர்.

சாதியம் என்னும் புற்றுடைத்து தலித்தியத் தேரைத் தமிழ்த் தேசியப் பாட்டையில் தங்கு தடையின்றி முடுக்கி விட்டவர் பெரியார். சல்லி வேர் நுனி கண்டு மனநிறைவு காண்போர் சாதாரண மனிதர்கள். ஆணி வேர் அடி காணும் வரை அயராதோரே மேதைகள்.

> **சாதியையும் பாதுகாத்துக்கொண்டு தலித் விடுதலை கோரிய மொன்னைப் பேர்வழியல்ல பெரியார். சாதிக் குடுமி இழுத்துப் பார்ப்பனியத்தின் தீண்டாமையின் அடிமடியில் கைவைத்த மாவீரர் அவர்.**

பெரியார் தலித்துகளை எத்தனை கோயில்களுக்குள், தெருக்களுக்குள் அழைத்துச் சென்றார் எனக் கணக்கு கேட்போர் சம்பிரதாய மாற்றங்களில் நம்பிக்கை வைத்து தலித் விடுதலையைக் கற்பனைக் கனவாக்கி வைத்துள்ளனர், அப்படியே நம்மையும் நம்பச் சொல்கின்றனர். ஆனால் பெரியாரோ சார அளவிலான மாற்றங்களில் நம்பிக்கை வைத்தவர். எனவேதான் அவர் தலித்துகளின் கோயில் நுழைவு என்பதைவிட, கருவறை நுழைவு என்பதில்தான் பெரும் அக்கறை செலுத்தினார்.

திமுக ஆட்சியின் போது 1972 ஜூன் 23ஆம் நாள் நொய்யலில் நடைபெற்ற அம்பேத்கர் பிறந்தநாள் விழாவில் கலந்துகொண்டு பெரியார் பேசுவதைக் கேளுங்கள்:

'இன்றைக்குத் தாழ்த்தப்பட்ட மக்களுக்கு உதவி செய்வதாகக் கூறிக் கொண்டு, அரசாங்கம் தாழ்த்தப்பட்ட மக்களுக்கு வீடுகள் கட்டித் தருகின்றேன் என்று கூறி ஊருக்கு வெளியே, ஒதுக்குப் புறத்தில் வீடுகள் கட்டிக் கொடுக்கின்றார்கள். முன்பு ஊருக்கு வெளியே சேரியில் குடி இருக்கின்றதற்கும் இதற்கும் என்ன வித்தியாசம். தாழ்த்தப்பட்ட மக்களைப் புதிய சேரியில் தனியாகக் குடி ஏற்றுவதாகத் தானே ஆகின்றது. அரசாங்கம் தாழ்த்தப்பட்ட மக்களுக்கு வீட்டு வசதி செய்து கொடுக்க வேண்டும். மற்ற மக்களோடு கலந்து வாழச் செய்ய வேண்டும்.'

சேரி மக்கள் ஆதிக்கச் சாதியினர் தெருக்களுக்குள் அழைத்துச் செல்வதையே குறிக்கோளாகக் கொண்டவரல்லர் பெரியார். அந்தச் சேரிகளையே இல்லாதொழிக்க வேண்டுமென அவரது வாழ்நாள் முடிவு வரை முழக்கமிட்டதைத்தான் அவரது நொய்யல் பேச்சு காட்டுகிறது.

பெரியார் சுயமரியாதை இயக்கக் காலத்தில் தாழ்த்தப்பட்டோரின் விடுதலைக்கு நேரடியாகக் கண்ட களங்கள் பல. கூட்டிய மாநாடுகள் பல பல. சிலவற்றைப் பார்ப்போம்:

- சென்னை 11ஆவது ஆதிதிராவிடர் மாநாடு 15.01.1928
- சென்னை தீண்டாமை விலக்கு மாநாடு 10.02.1929
- கள்ளக்குறிச்சி தென்னார்க்காடு மாவட்ட ஆதிதிராவிட மாநாடு 21.07.1929
- இராமநாதபுரம் ஆதிதிராவிட மாநாடு 25.08.1929
- ஆதனூர் 2ஆவது ஆதிதிராவிட மாநாடு 13.10.1929
- தலைச்சோபி தீயர்கள், நாடார்கள் மாநாடு 30.03.1930
- திருநெல்வேலி தீண்டாமை விலக்கு மாநாடு 10.06.1930
- சேலம் ஆதிதிராவிடர் மாநாடு 16.05.1931
- லால்குடி தாலுக்கா ஆதிதிராவிடர் மாநாடு 07.06.1931
- திருச்சிராப்பள்ளி ஆதிதிராவிடர் மாநாடு 05.07.1931
- கோயம்புத்தூர் ஆதிதிராவிடர் மாநாடு 05.07.1931
- லால்குடி தீண்டப்படாதார் கிறித்துவர் மாநாடு 07.02.1932
- அருப்புக்கோட்டை தாழ்த்தப்பட்டோர் 3ஆவது மாநாடு 28.08.1932
- சென்னை தாழ்த்தப்பட்டவர் கிறித்துவ மாநாடு 07.08.1933
- லால்குடி ஆதிதிராவிடர் கிறித்துவ மாநாடு 07.08.1933
- தஞ்சாவூர் மாவட்ட 3ஆவது கிறித்துவ மாநாடு 09.07.1935
- சீர்காழி ஆதிதிராவிடர் மாநாடு 10.07.1935
- திருச்செங்கோடு ஆதிதிராவிடர் மாநாடு 07.03.1936
- கொச்சி தீயர் மாநாடு 23.05.1936
- சேலம் ஆதிதிராவிடர் மாநாடு 02.09.1936
- சிதம்பரம் ஆதிதிராவிடர் மாநாடு 06.05.1937
- ஆம்பூர் ஆதிதிராவிடர் மாநாடு 04.07.1937
- திருச்செங்கோடு ஆதிதிராவிடர் மாநாடு 01.08.1937
- அருப்புக்கோட்டை ஆதிதிராவிடர் மாநாடு 03.01.1938

இப்படி தமிழகத்தின் மூலை முடுக்கெல்லாம் பல ஆதி திராவிடர் மாநாடுகளையும், தீண்டாமை ஒழிப்பு மாநாடுகளையும் நடத்தியவர் பெரியார்.

வரலாற்றை மறந்த அல்லது வரலாற்றைத் திரிக்கும் இந்துத்துவ வெறியர்கள் பெரியாருக்கும் அம்பேத்கருக்கும் என்ன தொடர்பு என இன்று கேட்கின்றனர்.

1936இல் லாகூரில் நடைபெறவிருந்த சாதி ஒழிப்புச் சங்கத்தார் மாநாட்டுக்கு அண்ணல் அம்பேத்கர் ஒரு தலைமை உரையை அனுப்பி வைத்ததும், அந்த உரையை அம்மாநாட்டார் மறு தலித்ததும், எனவே அந்த உரையை அம்பேத்கர் அனிகிலேஷன் ஆஃப் கேஸ்ட் என்னும் தலைப்பில் 1936 மே 15ஆம் நாள் புத்தகமாக வெளியிட்டதும் நம்மில் சிலருக்கேனும் தெரிந்த செய்திகளே. அதுவும் அருந்ததி ராய் போன்றோரே இப்போது தான் அம்பேத்கரின் அந்த உரையைப் படிக்க நேர்ந்தது என்றும், அதன் மூலமாகத்தான் சாதியத்தின் கொடூர முகத்தை உணர்ந்து கொள்ள முடிந்தது என்றும் புல்லரித்துப் பேசுகின்றனர், எழுதுகின்றனர். ஆனால் இணைய வசதியேதுமற்ற அந்தக் காலத்தில், அம்பேத்கர் உரை புத்தகமாக வெளியான இரண்டே மாதத்தில் அதனைத் தமிழில் மொழிபெயர்த்து 1936 ஜூலை 19ஆம் நாள் 'சாதி ஒழிய வேண்டும்' என்னும் தலைப்பில் குடி அரசு ஏட்டில் வெளியிடச் செய்தார் பெரியார்.

எனவே பெரியாரின் சாதி ஒழிப்புக் கருத்தியலே உண்மையான தலித் விடுதலைக்கு அச்சாணியாயிற்று என்பதில் ஐயமில்லை. ஆனால் அதற்கும் மேலாகப் பெரியார் சாதியத்துக்குக் காரணமான ஆணி வேருக்கே அமிலம் அடித்த வரலாறுதான் அவரின் மெய்யுருவை நமக்குப் படம்பிடித்துக் காட்டும்.

சாதி ஒழிப்புக்கு, தலித் விடுதலைக்குத் தடையாக நிற்கும் அகப் பகைக்கு எதிராகத் தமிழகத்தில் களங்கண்ட பெரியார் புறப் பகையையும் சரியாக அடையாளம் கண்டு முன்னிறுத்தியதில்தான் அம்பேத்கரையும் தாண்டி தனித்து நிற்கிறார். பார்ப்பனியத்தின், சாதியத்தின் காப்பரணாக இந்தியமும் இந்திய அரசமைப்புச் சட்டமும் திகழ்வதாக நிறுவினார். இந்தியத்தில் தமிழர்களுக்கு எந்த விடிவுமே கிடைக்காது என்பதால்தான் அவர் இந்தியாவின் முதல் விடுதலை நாள் (15.08.1947), தொடர்ந்து முதல் குடியரசு நாள் (26.01.1950) இரண்டையுமே துக்க நாள்களாக அறிவித்தார்.

பார்ப்பனியத்துக்கும் தமிழர்களின் அடிமைத்தனத்துக்கும் உறைவிடமாகத் திகழும் இந்திய அரசமைப்புச் சட்டத்தை எதிர்த்து வாழ்நாள் முழுதும் போராடினார் பெரியார்.

1952 ஆகஸ்டு 3ஆம் நாள் சென்னை திருவல்லிக்கேணி கடற்கரையில் பெரியார் பேசினார்:

'நான் சொல்கிறேன். இந்திய அரசியல் சட்டத்தை ஏற்க மாட்டோம். இந்த அரசியல் சட்டம் எங்களுக்குத் தீங்கிழைப்பது ஆகும். இது எங்கள் பிரதிநிதிகளால் செய்யப்பட்டதல்ல. இதை நெருப்பில் போட்டுப் பொசுக்குவோம்.'

மேலும் கூறினார்:

'இந்த அரசியல் சட்டத்தை நீ யார் சம்மதத்தின் பேரில் யாரைக் கொண்டு செய்தாய்? வெள்ளைக்காரன் காலத்திலே அவன் நலனுக்காக, அவன் வகுத்த தேர்தல் விதிகளின்படி, படித்தவனுக்கும் பணக்காரனுக்கும் ஓட்டு என்கிற அடிப்படையில் நடத்திய தேர்தலில் வந்தவர்களை வைத்துக் கொண்டு அரசியல் சட்டத்தை நிறைவேற்றிவிட்டாய். வெள்ளையன் இந்தப் பிரதிநிதிகளைக் கொண்டு செய்த சட்டத்தை எதிர்த்து நீயே சட்ட மறுப்புச் செய்திருக்கிறாய் என்பது வடவனே உனக்கு நியாபகமிருக்கட்டும்.

'100க்கு இரண்டே முக்கால் பார்ப்பானும் 100க்கு 5 பணக்காரனும் அவர்கள் கூலிகளுந்தான் இந்த நாட்டின் பிரதிநிதிகளா? இந்த நாட்டின் பெருவாரியான மக்கள் சமுதாயத்தின், ஏழைகளின் பிரதிநிதிகளைக் கொண்டா நீ அரசியல் சட்டம் செய்தாய்? 1946 தேர்தலின் போது, நீயே என்ன சொன்னாய்? 21 வயது வந்தவர்களுக்கு எல்லாம் வாக்குரிமை அளித்து அந்தப்படி வாக்குரிமை அளிக்கப்பட்டு நடத்தப் பெறுகிற தேர்தலில் வந்த பிரதிநிதிகளைக் கொண்டு அரசியல் சட்டம் செய்யப்படும் என்றுதானே சொன்னாய்? அந்தப்படி செய்தாயா?'

தமிழகத்தின் பொருளியல், சமூகநீதி இரண்டையும் அடிமைப் படுத்தும் பொறியாக இந்திய அரசமைப்புச் சட்டத்தைக் கண்டார் பெரியார். அவர் அரசியல் சட்டம் கொளுத்துவது தொடர்பாக விடுதலை ஏட்டில் 1957 நவம்பர் 16ஆம் நாள் வெளியிட்ட அறிக்கையில் கூறுகிறார்:

'சட்டத்தைக் கொளுத்துவது என்பது சாதிப் பிரச்சினையை மட்டும் வைத்துதான் என்பதல்ல, உத்தியோகம், மற்றும் மத்திய அரசாங்கம் எந்தத் தகுதியும் நியாயமுமில்லாமல் அரசியல்

சட்டத்தின் பெயரால் நடத்தும் கொடுமையான அநீதிகள், அத்தனையும் வைத்தே அதைக் கொளுத்த வேண்டும் என்கிறோம்.

'மத்திய சர்க்கார் பெயரில் அரசியல் சட்டத்தின் பெயரைச் சொல்லி எவ்வளவு கொள்ளைகள்? தபால், சுங்கம் முதலியன வருமானமுள்ள சங்கதிகள் பூராவும் அங்கு! இந்த ஆதிக்கத்திற்கு அரசியல் சட்டந்தானே இடம் தருகிறது? நீங்கள் சரியாகப் படித்துப் பார்த்தால் ஏன் கொளுத்த வேண்டும் என்பது விளங்கும்.'

> **இந்த நாட்டின் பெருவாரியான மக்கள் சமுதாயத்தின், ஏழைகளின் பிரதிநிதிகளைக் கொண்டா நீ அரசியல் சட்டம் செய்தாய்?**

இது கம்யூனிஸ்டுகளுக்கும் தோன்றாத சிந்தனை என்கிறார் பெரியார்:

'நாம் எவ்வளவு கீழ் மக்களாக ஆக்கப்பட்டிருந்தாலும் அது பற்றி யாருக்கும் கவலையில்லை. எதிர்த்துப் பேசி மத்திய சர்க்காரின் கொடுமைகளைக் கூறவும் ஆளில்லை. கம்யூனிஸ்டு, சோசலிஸ்டு எவராக இருந்தாலும் அரசியல் சட்டத்தைப் பற்றி பேசவே கூடாது என்பார்கள். எல்லோரும் இந்தக் கொடுமையான சட்டத்தை ஒப்புக்கொண்டு சட்டசபையில் போய் உட்கார்கிறார்கள். நாம்தான் இதைச் செய்ய முடியும்.'

முன்னெப்போதும் இல்லாத பெரும் ஈகத்துக்குத் தொண்டர்களை அணியப்படுத்துகிறார் பெரியார்:

'ஆகவே காலணாவுக்கு அரசியல் சட்டத்தின் சுருக்கத் தொகுப்புக் கிடைக்கும். அதை வாங்கி வைத்து, நெருப்புக் குச்சியைக் கிழித்து வைத்துக் கொளுத்த வேண்டும். தண்டனை 3 வருடமோ, 6 வருடமோ, நீங்கள் ஏன் கவலைப்படுகிறீர்கள்? இது கடமை, செய்ய வேண்டியது அவ்வளவுதான்! தாய்மார்களும் பெருமளவில் கலந்து கொள்ள வேண்டும். ஜோடி ஜோடியாகக் கொளுத்துங்கள். அங்கேயே போய் குடும்பம் நடத்தினால் போகிறது.'

அரசமைப்புச் சட்டத்தை எரிக்கும் களத்தில் 1957இல் இறங்கினார் பெரியார். போராட்டத்துக்கு நவம்பர் 26 என நாள் குறித்தார். போராட்டத்துக்கு முதல் நாள் பெரியார் கைது செய்யப்படுகிறார். குறிப்பிட்ட நாளில் பத்தாயிரத்துக்கு மேற்பட்ட திராவிடர் கழகத் தோழர்கள் இந்திய அரசமைப்புச் சட்டத்தைத் துணிந்து எரித்தனர்.

அவர்களில் மூவாயிரத்துக்கு மேற்பட்டோர் மூன்றாண்டு அளவுக்குச் சிறைத் தண்டனை பெற்றனர். சிறைக் கொடுமையில் இருவர் இறந்தனர்.

போராட்டத்தில் கைதாகி நீதிமன்றத்தில் முன்னிறுத்தப்பட்ட போராளிகள் ஒவ்வொருவரும் ஒரே வாக்குமூலத்தை ஒரு தாளில் எழுதி வைத்துக் கொண்டு வாசித்துக் காட்டினர். அவர்கள் வாசித்துக் காட்ட வேண்டிய வாக்குமூலத்தை ஏற்கெனவே *விடுதலை (21.11.1957)* நாளிதழ் வெளியிட்டிருந்தது. இந்திய அரசமைப்பு ஒழிப்பே சாதியொழிப்பு அடிப்படை என்னும் பெரியாரின் குறிக்கோளுக்கு அந்த வரலாற்று வாக்குமூலமே ஆவணமாகிறது:

'நான் சாதி ஒழிப்புக் கிளர்ச்சிக்காரன். இந்திய அரசியல் சட்டத்தில் சாதிக்கும் அதை உள்ளடக்கிய மதத்துக்கும் பாதுகாப்பு அளிக்கப் படுகிறது. அரசியல் சட்டம் தமிழர் நலனுக்காக வகுக்கப்படவும் இல்லை. அச்சட்டத்தைத் திருத்தக் கூடிய வசதியும் தமிழர்களுக்கு இல்லை. ஆதலால் என் எதிர்ப்பைக் காட்டிக் கொள்ளும் அறிகுறியாக இச்சட்டத்தைக் கொளுத்தினேன். இப்படிக் கொளுத்தியதற்கு எனக்கு உரிமை உண்டு. இதனால் எந்த உயிருக்கும் எந்தப் பொருளுக்கும் சேதமில்லை. ஆதலால் நான் குற்றவாளி அல்ல. இந்த நீதிமன்ற நடவடிக்கைகளில் நான் கலந்து கொள்ள விரும்பவில்லை. நான் எதிர் வழக்காட விரும்பவில்லை. நான் குற்றவாளி என்று கூறப்பட்டால் அதற்குரிய தண்டனையை ஏற்றுக் கொள்ளத் தயாராக இருக்கிறேன்.'

'இந்திய அரசமைப்புச் சட்டத்தை ஏற்றுக் கொள்ளாதவர்கள் தமிழ்நாட்டை விட்டு வெளியேற வேண்டும்' என ஆணவத்தோடு திருச்சிராப்பள்ளியில் பேசினார் நேரு (*இந்து, 10.12.1957*). மீறுபவர் எவரானாலும் சிறையில் வைப்பேன், பைத்தியக்கார மருத்துவமனையில் அடைப்பேன் என்றெல்லாம் எக்காளமிட்டார் அந்த சனநாயகப் புத்திரர். ஆனால் பெரியார் சளைக்கவில்லை. நேருவே! தமிழ்நாடு உன்னாடல்ல! நீ முதலில் என்னாட்டை விட்டு வெளியேறு! என முழங்கினார். இந்திய அரசமைப்புச் சட்டத்தின் மீது பெரியாருக்கிருந்த கோபம் அவர் வாழ்நாள் இறுதி வரை தணியவில்லை. அவர் கலந்து கொண்ட கடைசி மாநாட்டில் பெரியார் திடலில் 1973 டிசம்பர் 9ஆம் நாள் முழங்கினார்:

'நம் பெண்டுகளிடத்தில் போய்ச் சொல்லணும். அம்மா, விளக்குமாறு எடுத்துக் கொள், இந்த அரசியல் சட்டத்தை எடுத்துக் கொள், தெருவில் வை, போடு சீவுகட்டையாலே, அதைக் குத்தி குத்தி என்று. 'ஏனம்மா அரசியல் சட்டத்தை விளக்குமாற்றாலே போடுகிறாய்?' என யாராவது கேட்டால், 'அதனை எழுதியது அயோக்கியப் பயல்கள்' எனச் சொல்லச் சொல்கிறேன்.'

அவர் தமிழர் அடிமைத்தனம் நீக்க அரசமைப்புச் சட்டம் மட்டுமா கொளுத்தினார். தமிழ்நாடு நீங்கிய இந்தியத் தேசப் படத்தைத் தமிழ்நாடெங்கும் எரிக்கச் செய்து கைதானார் (05.06.1960). இந்தியக் கொடி எரிக்கும் போராட்டங்களையும் அடுத்தடுத்து அறிவித்தார்.

வடவரின் கொடியும் எங்களுக்கு அன்னியம், வடவர்களும் எங்களுக்கு அன்னியர்கள் என இந்தியக் கொடி எரிப்புக்குக் காரணம் கூறுகிறார் பெரியார். திருவல்லிக்கேணியில் 1955 ஜூலை 31ஆம் நாள் இந்தியக் கொடியின் யோக்யதையைத் தோரணம் கட்டித் தொங்க விடுகிறார்:

> **'ஏனம்மா அரசியல் சட்டத்தை விளக்குமாற்றாலே போடுகிறாய்?' என யாராவது கேட்டால், 'அதனை எழுதியது அயோக்கியப் பயல்கள்' எனச் சொல்லச் சொல்கிறேன்.'**

'தமிழ்நாட்டில் வடநாட்டு மொழி எப்படி தேசிய மொழியாகும். அதைப்போல் தமிழ்நாட்டில் வடவரின் ஆட்சிக் கொடி எப்படி ஆட்சிக்கொடி ஆகும். தமிழ்நாட்டின் ஆட்சிக்கொடி வேறு. இன்றுள்ள வடவரின் ஆட்சிக்கொடி வேறு.

'அது வடநாட்டுக்கு ஆட்சிக் கொடியாகலாம். எங்களுக்கு அக்கொடி ஒரு கையகலத் துணிதானே? கையலகக் கந்தல் துணிக்குள்ள மதிப்பைத்தானே நாங்கள் கொடுப்போம்.

'பாரத மாதாக் கொடி பாரத நாட்டின் கொடி என்றால், அது வட நாட்டைப் பொறுத்த மட்டுந்தான். நாங்கள் அதற்கு மதிப்புக் கொடுக்கத் தேவையில்லை. அதனிடத்தில் நாணயம் இருந்தால், உண்மையான நேர்மை இருந்தால் மதிப்புக் கொடுக்கத்தான் வேண்டும். அதன் அந்தஸ்து அதனிடத்து உள்ள உயரிய குணத்தைப் பொறுத்துதான் உள்ளது. ஏன்? மனிதனுக்கு அந்தஸ்து எப்படி உயர்கிறது? அவனிடம் உள்ள நேர்மை, உயரிய குணம்,

அறிவு ஆண்மையைப் பொறுத்துத்தானே உள்ளது. இவை இல்லையேல் அவன் வெறும் அடி முட்டாள், மடையன் என்று பொருள்? இப்படித்தான் இன்றைய அரசாங்கக் கொடி? ஏன், இன்றைய ஆட்சியாளர்களே அப்படி உள்ளதைப் பார்க்கின்றோம்.'

பெரியார் மனத்தில் இந்தியன் என்ற எண்ணமோ, வடவர்களும் நாமும் ஒரே தேசத்தினர் என்ற சிந்தனையோ துளியும் இல்லை என்பதே அவரது கொடி எதிர்ப்பில் வெளிப்படுகிறது.

அவர் 1948 ஜனவரி 10ஆம் நாள் ஆழியூரில் இந்தியக் கொடிக்கு எதிராக ஆற்றிய உரையில் பொருளியல் வகையிலும் தமிழகம் வடவர்க்கு அடிமைப்பட்டுக் கிடப்பதை வெளிப்படுத்துகிறார்:

> **'அது வடநாட்டுக்கு ஆட்சிக் கொடியாகலாம். எங்களுக்கு அக்கொடி ஒரு கையகலத் துணிதானே? கையலகக் கந்தல் துணிக்குள்ள மதிப்பைத்தானே நாங்கள் கொடுப்போம்.**

'சுதந்தர இந்தியாவின் கொடியை அவமதிக்காதீர்கள். அவமதித்தால் சும்மா விடேன்' என்று கூக்குரலிடுகிறாயே! உனக்குத்தான் பதவி கிடைத்தது. பணம் கிடைக்கிறது. கொள்ளையடிக்க வசதியும் கிடைக்கிறது. கூப்பிட்ட நேரத்துக்குக் குரல் கொடுக்க டவாலி பியூன் உனக்குக் கிடைக்கிறான். அதனால் இந்தக் கொடிக்குத் தலைவணங்குகிறாய். அதற்கு அர்த்தமும் இருக்கிறது. அந்த வசதிகள் எனக்குத் தேவையில்லை. தேவையிருந்தாலும் அக்கொடிக்கு வணக்கம் செலுத்தாமலே என்னால் அவற்றை அடைய முடிகிறது. அப்படியிருக்க, நான் ஏன் 'ஹிந்துஸ்தான்' கொடியை வணங்க வேண்டும்? என்னுடைய சூத்திரப் பட்டத்தைப் போக்குமா அந்தக் கொடி? என்னை ஒரு மார்வாரி சுரண்டாமல் பார்த்துக் கொள்ளுமா அந்தக் கொடி? எங்களுக்கு உங்கள் ஹிந்துஸ்தானத்தில் இருக்கப் பிரியமில்லை. உங்கள் ஆட்சியில் எங்கள் மக்கள் பாதுகாக்கப்பட மாட்டார்கள். ஆகவே எங்களைப் பிரித்து விட்டு விடுங்கள் என்று கூறுகிறோம். எங்களுடைய பாதுகாப்பைப் பற்றி நீ ஏன் கவலைப்படுகிறாய்? பேசாமல் பிரித்து விட்டு விடுங்கள்.'

இங்கும் அவர் வடவரை அன்னியராகவே பார்க்கிறார். சுதந்தர நாளை துக்க நாள் என அறிவித்து வெள்ளைக்காரனுக்கு சாமரம் வீசிய பெரியார்தான் தமிழர் தலைவரா என இந்திய பக்தர்கள்

கூப்பாடு போடுகின்றனர். அதுவும் இங்கிலீஷில் இனிஷியல் வைத்துக் கொண்டிருக்கும் எச். ராஜா போன்ற பாரதப் புத்திரர்களுக்கு இன்னுங்கூட கோபம் கொப்பளிக்கிறது. இதுதான் பாரதக் கோளாறு. பெரியாரிடம் அந்தக் கோளாறெல்லாம் இல்லை. அவர் வெள்ளையர், வடவர் இருவரையும் அயலினத்தவராகவே பார்த்தார். அவர் பார்வை தெளிவானது. இந்தத் தெளிவு 1948 அக்டோபர் 16ஆம் நாள் அவர் சென்னை அயன்புரத்தில் ஆற்றிய உரையில் வெளிப்படக் காணலாம்:

'வெள்ளையன் ஒழிந்தது போல் வடநாட்டானும் ஒழிய வேண்டாமா இந்நாட்டை விட்டு? இந்நாட்டிற்குச் சுதந்தரம் உண்மையாயின் எதற்காக ஒரு இமயமலைப் பார்ப்பான், ஒரு வட நாட்டவன் எங்கள் நாட்டிற்கு பிரதம மந்திரியாக இருக்க வேண்டும்? எதற்காக வட நாட்டவர்கள் இங்கிருந்து நம்மைச் சுரண்டி வர வேண்டும்? கேட்பாரில்லையே இத்தமிழ்நாட்டில்? எதற்காக 23 ஜில்லாக்களையும் 1500 மைல் சமுத்திரங்களையும் ஏராளமான நன்செய் புன்செய்களையும் ஆறுகள் ஏரி குளங்கள் வாய்க்கால்களையும் எண்ணிறந்த சுரங்கங்களையும் கொண்ட நம் நாடு அந்நிய வடநாட்டவனுக்கு ஆட்பட்டிருக்க வேண்டும்? எதற்காக இந்நாட்டை வட நாட்டவன் ஆதிக்கத்திற்கு ஒப்படைத்து விட்டு, இந்நாட்டவர்கள் அவர்களின் சிப்பந்திகளாக, ஏவலாள் களாகப் பணியாற்ற வேண்டும்? வேறு சுதந்தரம் பெற்ற நாடுகளைப் பார்த்தாயினும் உங்களுக்குப் புத்தி வரக் கூடாதா?'

அவர் என்னாடு, உன்னாடு என எந்தளவுக்கு இந்தியாவை விட்டு விலகி இருக்கிறார் பாருங்கள். வெள்ளையனும் வடவனும் அன்னியனே என்ற தெளிவு அவர் இந்திய விடுதலைக்குப் பத்தாண்டு முன்பே எழுதிய *குடிஅரசு* (23.10.1939) கட்டுரையி லேயே வெளிப்படக் காணலாம்:

'அரசியல் துறையிலும் நாம் (தமிழன்) வேறு நாட்டானுக்கே அடிமையாய் இருக்க வேண்டுமானால் அது மேல்நாட்டானுக்கு அடிமையானால் என்ன? வடநாட்டானுக்கு அடிமையானால் என்ன?

'தமிழனின் செல்வம்தானாகட்டும், தமிழ்நாட்டை விட்டுக் கடத்தித்தான் ஆகவேண்டுமானால் அது மேல்நாட்டுக்குப் போனால் என்ன? வடநாட்டுக்குப் போனால் என்ன?'

பெட்ரோல், எரிவளி, காடு என இயற்கை வளம் அனைத்தையும் தமிழர்கள் இன்று வடநாட்டானுக்குத் திருட்டு கொடுத்துவிட்டு

நிற்கும் பேரவலக் காட்சியை அன்றே உருவகித்துப் பார்த்துள்ளார் பெரியார். ஆம், அன்று பெரியார் சொன்ன பாடம் இன்றுதான் தமிழர் மண்டையில் உரைக்கிறது.

நாம் பாரத ஒற்றுமை பேசுவோரை எல்லாம் இடதுசாரிகள் என அழைப்பது எவ்வளவு பெரிய பிழை என்று பெரியார் நமக்குப் பாடம் நடத்துகிறார்.

> **'அரசியல் துறையிலும் நாம் (தமிழன்) வேறு நாட்டானுக்கே அடிமையாய் இருக்க வேண்டுமானால் அது மேல்நாட்டானுக்கு அடிமையானால் என்ன? வடநாட்டானுக்கு அடிமையானால் என்ன?**

நாம் இந்தியர் அல்ல, வடவர் நம் அன்னியர் எனப் பார்த்த பெரியாரே உண்மை மார்க்சியர், இந்தியத்தில்தான் பார்ப்பனியம் புதைந்துள்ளது, எனவே தமிழ்நாடு விடுதலையே சாதிய விடுதலை என விண்டுரைத்த பெரியாரே தெளிவான இடதுசாரி என்ற புற உண்மை நம் மனத்தில் இன்று ஆழ தைக்கிறது.

ஆக, தெளிவான இடதுசாரி சமூகநீதிப் பார்வை கொண்டு நமக்கு இந்திய மறுப்புக் கற்றுக் கொடுத்த பெரியாரையே அன்னியர் எனத் தூற்றும் மோசமான போக்கும் இன்று நச்சு மரமாக வளர்ந்து வருகிறது. ஆம், பெரியார் கன்னடர் ஆதலால் தெலுங்கர்களுக்கும் மலையாளிகளுக்கும் கன்னடர்களுக்கும் தமிழர்களைக் காட்டிக் கொடுத்துவிட்டார் என்று அபாண்டமாகப் பேசும் கூட்டம் இன்று பெரிதாகக் கிளம்பியுள்ளது. இந்த அடாத செயல் இந்துத்துவம் இன்னும் கொழுத்து வளரவே துணைசெய்யும். ஆனால் பெரியாரிடம் எந்தக் குழப்பமும் இல்லை. ஆம், அவர் வடவரை மட்டுமல்ல, தமிழர் தவிர்த்த மற்ற தென்னிந்தியர்களுக்கும் அதே இடத்தையே கொடுத்தார். தமிழகத்தில் மலையாளிகள் ஆதிக்கம் பற்றி அவர் விடுதலை *(17.09.1954)* நாளேட்டில் வெளியிட்ட *76ஆவது பிறந்த நாள் அறிக்கையில் கூறுகிறார் பாருங்கள்:*

'மலையாளிகள் தொல்லையே மாபெரும் தொல்லையாகும். அவர்கள் பெரும்பாலும் ஆரியக் கலாச்சாரத்தையும், ஆரிய மொழியையும், ஆரிய வருணாசிரம தர்மத்தையும் ஆதரிக்கிறவர் கள். ஆனதனால் வகுப்புவாரி உரிமையில் மலையாளிகளைப் பார்ப்பனரல்லாத இந்துக்கள் என்கின்ற பிரிவில் பார்ப்பனர்கள் சேர்த்துக் கொண்டு, பார்ப்பனரல்லாதாருக்கு என்கிற கணக்கில்

ஏராளமான மலையாளிகளுக்குக் கொடுப்பதையே அவர்கள் தாராளமாக வந்து புகுவதையே பார்ப்பனர்கள் ஏற்றுக் கொள்கிறார்கள், அனுமதிக்கிறார்கள். அதன் காரணத்தால் ஏறக்குறைய பார்ப்பனரல்லாத பெரும் பதவிகளிலும் மலையாளிகளே அமர்த்தப்படுகிறார்கள். முதலில் ஒரு சில உதாரணங்கள் கூறுகிறேன்.

'சென்னை அரசாங்க நிர்வாகத்தின் தலைமைப் பீடாதிபதியான சீஃப் செகரட்டரி திரு கே இராமுண்ணி மேனன்.

'சீஃப் எஞ்சினியர் திரு கே. நம்பியார்

'சூப்பரின்டெண்டிங் எஞ்சினியர் 1. திரு நாயக், 2. திரு காமத்.

'வைத்திய இலாக்கா - எழும்பூர் பிள்ளைப்பேறு ஆஸ்பத்திரி சூப்பரின்டெண்டிங் திரு. ஆர்.கே.ஏ.கே. தம்பான். அசிஸ்டெண்ட் சூப்பரின்டென்டெண்ட் திரு கிருஷ்ண மேனன், ஸ்டான்லி ஆஸ்பத்திரி சூப்பரின்டென்டெண்ட் திரு. கே. என். பிஷரொட்டி. திருவல்லிக்கேணி பெண்கள் ஆஸ்பத்திரி சூப்பரின்டென்டெண்ட் திருமதி பாருகுட்டிராமன்.'

அவர் இப்படி தொடர்ந்து கல்வித்துறை, காவல்துறை எனத் துறைவாரியாக பதவிவாரியாக மலையாளிகள் ஆதிக்கத்தைப் பட்டியலிடுகிறார். பட்டியலின் முடிவில் கூறுகிறார்:

'...இங்கே பொதுமக்கள் சிந்திக்க வேண்டும். தமிழனுக்கு ஆட்சியில் இடமெங்கே? தமிழன் வாழ்வில் ஆட்சியின் உதவி தேடுவதற்கு வழி எங்கே? தமிழனைப் பழிவாங்கும் தன்மையிலே இந்த நிலை ஏற்படுத்தப்பட்டிருக்கிறது என்பதைத் தவிர வேறு காரணம் ஒன்றும் காணோம்.

'ஆகையால் ஒவ்வொரு இனத்தாரும் ஒவ்வொரு ஜில்லாக்காரர் களும் பிரிந்து மொழிவாரி மாகாண நாடு பெறும் வகையில் பதவிகள் ஜில்லா விகிதமாவது அந்தந்த ஜில்லா அடையும்படி செய்ய வேண்டியது அவசியமாகிறது. சமீப காலத்தில் திருவாங்கூர் - கொச்சி இராச்சியத்தில் தமிழர் உரிமை கேட்டதற்காக, தமிழர்களை அந்நாட்டு மலையாளிகள் நடத்திய மாதிரியைப் பார்த்தால், குறைந்த அளவு நாம் நமது உரிமைக்காகவாவது பாடுபடக் கூடாதா எனத் தோன்றுகிறது.'

தமிழகத்தைத் தமிழ் அதிகாரிகளே ஆள வேண்டும் எனவும், அங்கு தென்னிந்திய மொழி பேசும் அதிகாரிகளுக்கு இடம் கொடுக்கலாகாது

எனவும் திட்டவட்டமாக அறிவிக்கும் பெரியாரைத்தான் மலையாளிக்கும் தெலுங்கருக்கும் கன்னடருக்கும் சோரம் போனதாகக் கயிறு திரிக்கிறார்கள். தமிழகத்தில் தமிழர்களைத் தவிர வேறெந்த வணிகருக்கும் அதிகாரிக்கும் இடம் கிடையாது எனக் கூறிய இவரல்லவோ தமிழர் தலைவர்!

வடவர் சுரண்டலற்ற, சாதி ஆதிக்கமற்ற தமிழ்நாட்டுக்கு முழு விடுதலை கோரி 1968 ஏப்ரல் 24ஆம் நாளை தில்லி ஆதிக்கக் கண்டன நாளாகக் கடைப்பிடித்தார் பெரியார்.

எனவே பெரியாரின் சாதி ஒழிப்புக் கொள்கை என்பது, தமிழர் உரிமைக் காப்பு என்பது தமிழக விடுதலையில், இந்திய ஆதிக்க எதிர்ப்பில் பின்னிப் பிணைந்துள்ளது. பாரத ஒற்றுமை பேசி சாதியை ஒழிப்பேன் என்பது பெரியார் மெய்யியலின் ஆன்மாவை வேரோடு பறிப்பதாகும். ஓட்டு வேட்டைக்கு, சந்தர்ப்பவாத அரசியலுக்குப் பெரியார் கொள்கைகள் உறுத்தலாகத்தான் இருக்கும். ஆனால் அதற்காக அவற்றைத் திரிப்பதும், புரட்டிப் பேசுவதும் அவருக்குச் செய்யும் இரண்டகம் ஆகும்.

பெரியார் விடுதலை நாளேட்டைத் தொடங்கியதிலிருந்து முகப்பில் 'தமிழ்நாடு தமிழருக்கே' என்னும் முழக்கத்தை இடம்பெறச் செய்தார். அவர் இறப்புக்குப் பின் இந்திரா காந்தியின் நெருக்கடிக் காலத்தில் அம்முழக்கத்துக்குத் தடை விதிக்கப்பட்டு அகற்றப் பட்டது. ஆனால் நெருக்கடிக் காலம் முடிவுக்கு வந்த பிறகும் அம்முழக்கத்துக்கு இன்று வரை இடந்தரவில்லை கி. வீரமணி.

பெரியார் தனித் தமிழ்நாடு கேட்ட காலத்தில் கன்னடர்கள் காவிரியைச் சிறைப்பிடிக்கவில்லை, மலையாளிகள் பெரியாற்று அணையை உடைக்கத் துடிக்கவில்லை, சிங்களவர்கள் தமிழ் மீனவர்கள் எவரையும் கொல்லவில்லை, தமிழீழத்தில் வரலாற்றின் பெருந்துயரமான இனப்படுகொலை ஏதும் நடைபெறவில்லை. எனவே முன்னெப்போதையும் விட இன்றுதான் நமக்குப் பெரியாரின் விடுதலை ஆயுதம் இன்றியமையாததாகிறது. ஆனால் இன்று பெரியாரின் விடுதலைக் கொள்கையே கதைக்குதவாது என திராவிடக் கட்சியினரும் பாரதிய கம்யூனிஸ்டுகளும் ஒன்றாகச் சொல்கின்றனர்.

அண்மையில் 2014 செப்டம்பர் 17 அன்று புதிய தலைமுறை தொலைக்காட்சியின் **நேர்படப் பேசு** நிகழ்ச்சியில் பெரியாரின் பிறந்த நாளை ஒட்டி விவாதம் நடைபெற்றது. தனித் தமிழ்நாடு என்பதே தந்தை பெரியாரின் உயிர்க் கொள்கை என்னும் கருத்தை

முன்வைத்தார் தோழர் தியாகு. விவாதத்தில் மதிமுகவின் காரை செல்வராஜ், அதிமுகவின் கோ. சமரசம், திமுக ஆதரவு சுப. வீரபாண்டியன் ஆகியோர் கலந்து கொண்டனர். மூவருமே பெரியாரின் தனித் தமிழ்நாடு கோரிக்கை இன்று சாத்தியமில்லை என ஒற்றுமையாகக் குரல் கொடுத்தனர்.

பைசா பெறாத சிக்கல்களுக்கெல்லாம் குடுமிப்பிடிச் சண்டையிடும் இந்தத் திராவிடக் கட்சிகள் தனித் தமிழ்நாடு என்னும் பெரியாரின் உயிர்க் கொள்கைக்குத் தமிழகத்தில் வேலையில்லை எனக் காட்டுவதில் ஒற்றுமை காட்டினர். இந்திய அரசமைப்புச் சட்டத்தில் மாற்றம் செய்து கூட்டாட்சியைக் கொண்டு வருவதே இன்றைக்கு நடைமுறையில் சாத்தியம் என்றார் சுபவீ. தேர்தல் கட்சிகளுக்கு என்று ஓர் எல்லை உண்டு எனக் கூறினார். பதவிச் சுகங்களைப் பங்கிட்டுக் கூட்டணி பிடிக்கத் துடிக்கும் கட்சிகளுக்கு ஓர் எல்லை உண்டு எனக் கூறியிருந்தால் பொருத்த மாக இருந்திருக்கும். உங்களின் ஓட்டு வேட்டை அரசியலுக்குப் பெரியாரின் விடுதலைக் கொள்கை முற்றுப் புள்ளியாக இருக்கலாம். ஆனால் தமிழ்த் தேசியர்களுக்குப் பெரியாரின் 'தமிழ்நாடு தமிழருக்கே' முழக்கந்தான் தொடக்கப் புள்ளியாக இருக்க முடியும்.

திராவிடக் கட்சியினரின் இந்தச் சந்தர்ப்பவாத விளக்கங்களுக்குத் தமிழ்த் தேசியர்கள் விடையளிக்க வேண்டியதில்லை. பெரியார் அன்றே விடையளித்து விட்டார். அவர் இறப்பதற்கு 3 மாதம் முன்பு தமது 95ஆவது பிறந்த நாள் விழா மலரில் பெரியாரே எழுதுகிறார்:

> **உங்களின் ஓட்டு வேட்டை அரசியலுக்குப் பெரியாரின் விடுதலைக் கொள்கை முற்றுப் புள்ளியாக இருக்கலாம். ஆனால் தமிழ்த் தேசியர்களுக்குப் பெரியாரின் 'தமிழ்நாடு தமிழருக்கே' முழக்கந்தான் தொடக்கப் புள்ளியாக இருக்க முடியும்.**

'நாம் உடனடியாக விடுதலை பெற்று, அதாவது இந்தியக் கூட்டாட்சியிலிருந்து விலகி சுதந்தரத் தமிழ்நாட்டை உருவாக்கும் முயற்சியில் ஈடுபட்டாக வேண்டியவர்களாக இருக்கிறோம். இம்முயற்சியில் இன்றைய திமுக ஆட்சி இணங்கும் என்று கூறமுடியாது. ஏனெனில் அது இந்தியக் கூட்டாட்சி ஆதிக்கத்துக்கு

உட்பட்ட மாகாண சுயாட்சியை விரும்புகிறது. மாகாண சுயாட்சி என்றால், அரசியலில்தான் ஏதோ சில மாறுதல்களைச் செய்து கொள்ள முடியுமே தவிர, சமுதாயத் துறையில் அரசியல் சட்டத்துக்கு விரோதமாக எதுவும் செய்யமுடியாது.'

பெரியாரின் தனித் தமிழ்நாடு முழக்கத்துக்கு எதிராக நிற்கும் எவரும் பெரியாருக்கு எதிரிகளே. வாஜ்பாய்க்கு ஆதரவளிக்கும் கைகளால் பெரியார் சிலைகளுக்கு மாலையிடும் தலைவர்களுக்கும், பெரியாரைச் செருப்பால் அடித்து இழிவுபடுத்தும் இந்து வெறியர்களுக்கும் அடிப்படையில் வேறுபாடேதும் இல்லை.

பெரியார் பாரதத்தின் ரத்தினம் இல்லை, தமிழர்களின் பல நூற்றாண்டுச் சமூகநீதிப் போராட்டத்தின் விளைபயனாய்த் தமிழ்த் தேசியத்துக்குத் தமிழன்னையளித்த நன்முத்து ஆவார்.

பெரியார் பதவி அரசியலுக்குப் பயன்படும் விளம்பரப் பொம்மையல்ல, சாதியறுக்கும் தமிழ்த் தேசிய விடுதலையின் திருவுரு என்பதையே தமிழகத்துக்காக, தமிழர்களுக்காக உழைக்கும் எவரும் புரிந்து கொள்ள வேண்டும்.

> **பெரியார் பதவி அரசியலுக்குப் பயன்படும் விளம்பரப் பொம்மையல்ல, சாதியறுக்கும் தமிழ்த் தேசிய விடுதலையின் திருவுரு . . .**

பெரியாரைத் தேச விரோதி என்போரிடம் உரக்கச் சொல்வோம், ஆம், உங்களின் இந்தியத் தேசியத்துக்கு அவர் பெரும் விரோதியே! எங்களின் தமிழ்த் தேசியத்துக்கோ அவர் பெரும் அறிவியலர்!

பெரியார் தேசியக் கொடி எரிப்புப் போராட்டம் அறிவித்தபோது 'திருப்பூர் குமரன் ஏந்திய கொடியை எரிப்பதா?' என அன்று பாரதிய கம்யூனிஸ்டுகள் மனம் புழுங்கினர். பெரியார் சென்னை திருவல்லிக்கேணியில் 1955 ஜூலை 31ஆம் நாள் ஆற்றிய உரையில் அவர்களுக்குக் காட்டமாகப் பதில் சொன்னார்:

'குமரன் ஒருவன் உயிர் விட்டுக் காப்பாற்றிய கொடி இதுவானால், தாளமுத்து, நடராசன் என்ற இருவர் உயிர் விட்டது, இந்திக் கிளர்ச்சிக்காகவல்லவா? குமரன் ஓர் ஆள்; எங்களில் இருவர் பலியானோமே! இதை யார் இன்றைக்குக் கூறுகிறார்கள்?'

திராவிடக் கட்சிகளே! பாரதக் கம்யூனிஸ்டுகளே! அன்று பெரியார் மொழிப் போராளிகள் இருவரின் உயிரைக் காவு வாங்கிய இந்தியக் கொடியை எரிப்பேன் என்றார். இன்று தமிழீழத்தில் லட்சக்கணக்கான உயிர்களைப் பலி வாங்கிய இந்தியக் கொடி நம் தமிழகச் சட்டமன்றத்தில் திமிராய்ப் பறக்கிறதே? அதை எரித்துச் சாம்பலாக்க உங்களின் பாரத பக்தி உங்களுக்குத் தடையாக இருக்கலாம். ஆனால் தமிழ்த் தேசியத்தின் தமிழ்ப் பற்று வருங்காலத்தில் இந்தியக் கொடியையும் எரிக்கும், இந்தியத்தையும் எரிக்கும். இதுவே பெரியார் தமிழர்களுக்கு இட்ட கட்டளை. ஆம், 1950 நவம்பர் 27ஆம் நாள் சென்னை சைதாப்பேட்டையில் பெரியார் முழங்கினார்:

> **உங்களின் இந்தியத் தேசியத்துக்கு அவர் பெரும் விரோதியே! எங்களின் தமிழ்த் தேசியத்துக்கோ அவர் பெரும் அறிவியலர்!**

‘இன்று பிரிவினை கேட்கும் நான் கிழவனாக இருக்கலாம். அதன் காரணமாக பலாத்காரத்தில் நம்பிக்கையற்றவனாக இருக்கலாம். நாளை நம் இளைஞர்களும் இப்படியே இருந்துவிட மாட்டார்கள். இரத்த வெள்ளத்தின் மத்தியில் பிரிவினை கேட்பார்கள்; கத்தி முனையில் பிரிவினை கேட்பார்கள். ஆட்சியாளர்கள் இப்படி எல்லாம் நடக்க விடாமல் நம் நாட்டை ஒழுங்காக நமக்குப் பிரித்துக் கொடுத்து விட வேண்டும் என்றுதான் ஆசைப் படுகிறேன்.’

(தமிழ் பேப்பர் என்ற இணைய இதழுக்கு எழுதி 2015 ஜூன் 15ஆம் நாள் வெளியான கட்டுரை)

11

யார் தமிழர்?

மனிதனா? தமிழனா?

சில ஆண்டுகளுக்கு முன்பு விஜய் தொலைக்காட்சியில் **நீயா? நானா?** நிகழ்ச்சி ஒன்று. இன்றைய இளைஞர்களிடம் தமிழ்ப் புத்தகங்கள் வாசிக்கும் பழக்கம் குறைந்து வருகிறதா? என்பது விவாதம். அந்நிகழ்ச்சியில் விருந்தினர்களாகக் கலந்து கொண்ட எஸ். ராமகிருஷ்ணன், சாரு நிவேதிதா உள்ளிட்ட எழுத்தாளர்கள் தமிழ் இளைஞர்களிடம் தமிழ் வாசிப்பு குறைந்து வருவதாக வருத்தப்பட்டுப் பேசினர். அப்போது சன் ஷைன் என்பவர் பேசத் தொடங்கினார். இளைஞர்களுக்குத் தமிழ் வாசிப்பில் ஆர்வம் குறைந்தால் என்ன தவறு? இங்கிலீஷில் கதைகள் வாசித்தால் என்ன குறைந்துவிடும்? என ஆங்கிலச் சிலம்பம் சுற்றத் தொடங்கினார். நமக்கு மொழிப் பற்றெல்லாம் தேவையில்லை, அவரவர் விருப்பப்படி எந்த மொழியை வேண்டுமானாலும் படித்துவிட்டுப் போகட்டுமே என்றார். சன் ஷைனின் விசால மனசு இத்துடன் நிற்கவில்லை. அவர் நிகழ்வில் பங்கெடுத்த இளைஞர் களிடம் கேட்டார், ‘நீங்கள் தமிழன் என்பதில் பெருமைப் படுவீர்களா? மனிதன் என்பதில் பெருமைப்படுவீர்களா?’ பலரையும் பொறியில் சிக்க வைக்கும் கேள்வி இது. ‘உன் மனப்பான்மை குறுகியதா? பரந்ததா?’ என மிரட்டப் பார்க்கும் கேள்வியே இது. அங்கும் அதுதான் நடந்தது. அந்த இளைஞர்கள், ‘நாங்கள்ளாம் தமிழன்னு சொல்லிக்கறத விட மனுஷன்னு சொல்லிக்கத்தான் பெருமைப்படுவோம்’ என்றார்கள்.

இந்த அப்பாவி இளைஞர்கள் என்ன? நம்மூர் பகுத்தறிவுவாதிகள், மார்க்சியர்கள், பெரியாரியர்கள் என அறியப்படும் பலரும் மனிதப் பற்று பேசுபவர்களே.

ஏன்? தமிழுணர்வு தேவையில்லையா எனப் பகுத்தறிவு பேசும் பெரியாரியர்களைக் கேட்டால், அவர்களில் சிலர் பெரியாரே தமிழன், தெலுங்கன் என்றெல்லாம் பேசியது கிடையாது, அவர் உலகளாவிய மானுடநேயம் பேசியவர் எனக் கூறுவர். 'தமிழ்நாடு தமிழருக்கே' என வாழ்நாளெல்லாம் கூறி தமிழர் மேம்பாட்டுக்காகவே பாடுபட்ட பெரியார்தான் 'எனக்குத் தேசாபிமானமோ பாஷாபிமானமோ கிடையாது' எனக் கூறினார்.

இப்படி பெரியாரிடம் இரு எதிர் எதிர்ப் போக்குகள் உண்டு. பெரியார் முன்வைத்த தமிழர் விடுதலைக் கருத்தியலைப் பிடித்து தமிழ்த் தேசியக் கருத்தியலின் திசையில் முன்னோக்கி பாய்ச்சல் கண்டவர்களும் உண்டு. தேசப் பற்று பேசுவதே அயோக் கியத்தனம் என்ற கருத்தியலைப் பிடித்துத் தொங்கிக் கொண்டு தமிழ்ப் பற்று மறந்து உலக மாந்தம் குறித்தெல்லாம் சிலாகித்துப் பேசுவோரும் உண்டு. இந்த வகையில் பெரியாரைப் பின் நவீனத்துவவாதி என வர்ணிப்போரும் உண்டு. இந்த இரண்டாம் வகைப்பட்ட பகுத்தறிவுவாதிகள் ரஜினி காந்தைக் கன்னடன் என்றால் படபடப்பார்கள். நாங்கள் அப்படி எல்லாம் இனவாதம் பேச மாட்டோம் என அகண்ட விசால மனத்தைத் திறந்து காட்டு வார்கள். ஒருவன் நல்லவனா? கெட்டவனா? எனப் பார்க்க வேண்டுமே தவிர, தமிழனா? தெலுங்கனா? எனப் பார்த்துக் கொண்டிருக்கக்கூடாதாம். இன்னும் சொல்லப் போனால், அவர்கள் உலகு தழுவிய மாந்த நேயத்தில் நம்பிக்கை வைப்பவர்களாம்.

இப்படி எல்லாம் பெரியாரியம், பகுத்தறிவு என்றெல்லாம் சிலாகிப்போர் பேசினால் புரிந்து கொள்ள முடியும். பொருள் முதல்வாதம், கருத்துமுதல்வாதம் இரண்டையும் பின்னி பெடல் எடுத்து விட்டதாகக் கூறிக் கொள்ளும் மார்க்சியர்கள் பற்றி என்ன சொல்ல? 'டைரக்டா நான் சிஎம்தான்' என சினிமா கதாநாயகன் ஆக விரும்பும் இளைஞன் ஒருவன் திரைப்படம் ஒன்றில் கூறுவது போல், இந்த மார்க்சியர்கள் ஓட்டும் சோசலிச சினிமாவில் 'டைரக்டா உலகப் புரட்சிதான்'. 'என்ன காம்ரெட், தமிழன், தமிழுணர்வுன்னு சொல்லிக்கிட்டு குண்டுச் சட்டியில் குதிரை

ஓட்டுறீங்க. நாமெல்லாம் பாட்டாளி மனிதர்கள் தோழர். நமக்கு மதமோ, சாதியோ, தேசிய இனமோ கிடையாது. நாமெல்லாம் உலகு நேசிக்கும் மனிதர்கள்' என்பார்கள். நல்லது, இவர்கள் தொழிற்சங்க அட்டையை எடுத்துக் கொண்டு போய் சோசலிச கியூபாவுக்குள் விசா இல்லாமல் நுழைந்து பார்க்கட்டுமே!

எல்லா இசங்களையும் கடந்த பகுத்தறிவு முக்தி நிலையையே அடைந்து விட்டதாகக் கருதிக் கொள்ளும் அறிவுஜீவிகள் தங்களைத் தாங்களாகவே 'உலகக் குடிமகன்கள்' எனப் பறைசாற்றிக் கொள்வார்கள். இந்த 'வேர்ல்டு சிட்டிசன்களுக்கு' எந்த நாட்டுக்குள் நுழைவதற்கும் விசா தேவையில்லை போலும்.

மனிதன் என்னும் சொல்லுக்கு இருக்கும் போதை அலாதி. மது என்பது மூளை மழுங்கடிக்கும் சொல் என்றால், மனிதன் என்பது இன அடையாளத்தை, இனப் பெருமிதத்தை மழுங்கடிக்கும் சொல் ஆகும்.

> **இந்த 'வேர்ல்டு சிட்டிசன்களுக்கு' எந்த நாட்டுக்குள் நுழைவதற்கும் விசா தேவையில்லை போலும்.**

அப்படியானால் நாம் காலங்காலமாய்க் கேட்டு வரும் மனிதன், மனிதம் என்ற சொற்களுக்குப் பொருளில்லையா? அவை பிற்போக்கானவையா? என்ற கேள்வி எழலாம். அவை பொருளற்றவையும் அல்ல, பிற்போக்கானவையும் அல்ல. அவை இயற்கைத் தேசிய இன அடையாளங்களை மறைத்து, அவற்றை இல்லாத பொதுமையில் கரைக்கும் போதுதான் சிக்கல் எழுகிறது.

நல்லது, மனிதன் என்ற புதிர்ச் சொல்லைப் புரிந்து கொள்ளப் பார்ப்போம். அதற்குச் சற்றே அறிவியலின் பக்கம் திரும்புவோம்.

அறிவியலை இயற்கை அறிவியல், சமூக அறிவியல் என இரண்டாகப் பகுக்கலாம். இப்புவியில் மனிதர் என்பவர் தவிர்த்த மற்ற இயற்கை உயிரிகள் எதுவும் சமூக வாழ்க்கை வாழ்வது இல்லை. எனவே அவற்றுக்கு இயற்கை அறிவியல் மட்டுமே பொருந்தும். ஆனால் இப்புவியில் மனிதர் என்னும் உயிர்கள் மட்டுமே சமூக வாழ்க்கை வாழ்கின்றன. எனவே மனிதர் என்ற உயிரிகளைப் புரிந்துகொள்ள எப்போதும் இயற்கை அறிவியல், சமூக அறிவியல் ஆகிய இரண்டு அறிவியல்களும் வேண்டும்.

மனிதர்களை இயற்கை அறிவியல், இங்கு குறிப்பாக உயிரியல் அறிவியல், இன்னுங்குறிப்பாக விலங்கியல் அறிவியல் ஓர் விலங்கு என்ற கோணத்தில் மட்டுமே ஆய்கிறது. அது ஆயும் மனிதர்கள் தமிழ்த் தேசத்தில் வாழ்கிறார்களா? பிரெஞ்சுத் தேசத்தில் வாழ்கிறார்களா? துருக்கித் தேசத்தில் வாழ்கிறார்களா? என்பது பற்றி எல்லாம் அதற்குக் கவலையில்லை. அது மொத்த மனிதக் குலத்தின் ஓர் அலகை, அதாவது ஓர் மனிதனை மட்டுமே ஆய்வுக்கு எடுத்துக் கொள்கிறது.

> எனவே மனிதர் என்ற உயிரிகளைப் புரிந்துகொள்ள எப்போதும் இயற்கை அறிவியல், சமூக அறிவியல் ஆகிய இரண்டு அறிவியல்களும் வேண்டும்.

விலங்கியல் அறிவியல் ஒவ்வோர் உயிரினத்தின் பண்புகள், நடத்தைகள், இயல்புகள் ஆகியவற்றை ஆய்ந்து ஒரு பொதுப் பெயரிட்டு அழைக்கும் வழக்கத்தை வைத்துள்ளது. அந்தப் பெயரை விலங்கியல் பெயர் என்று அழைப்பர். காட்டாக, விலங்கியல் அறிவியல் கரப்பான் பூச்சிகளுக்கு *பெரிப்ளானேட்டா அமெரிக்கானா* என்றும், எலிகளுக்கு *ரேட்டஸ் ரேட்டஸ்* என்றும் பொதுப் பெயர் ஒன்று சூட்டி அழைக்கிறது. அந்த வகையில் மனிதர்களை *ஹோமோ சேப்பியன்ஸ்* என அழைக்கிறது. அவர்கள் கறுப்பர், வெள்ளையர், மங்கோலியர் என எந்த நிறத்தவராகவும் இருந்து விட்டுப் போகட்டும், எந்தக் கண்டத்தை, தேசத்தைச் சேர்ந்தவர்களாகவும் இருந்து விட்டுப் போகட்டும், அவர்கள் அனைவரும் விலங்கியல் அறிவியல் நோக்கில் மனிதர்களே, *ஹோமோ சேப்பியன்களே!*

ஆக, உயிரியல் அறிவியல் மனிதர்களை மற்றெந்த உயிரினத்தையும் போல ஓர் விலங்காகவே மதிக்கிறது. அதனடிப்படையிலேயே பெயரும் வழங்குகிறது. அதாவது மனிதர்களைத் தனித் தனி அலகாகப் பார்க்கிறதே தவிர, தனித் தனிச் சமுதாயங்களாகப் பார்ப்பதில்லை.

சமூக அறிவியல் என்று வந்துவிட்டால் கதையே வேறு! அது மனிதர்களைத் தனி தனி அலகாக, அதாவது தனித் தனி மனிதனாகப் பார்ப்பதில்லை. அந்தத் தனி தனி மனிதர்களின் கூட்டாக, அதாவது ஒரு சமுதாயமாகப் பார்க்கிறது.

மனிதர்கள் எப்படி ஒரு சமுதாயமாக ஆனார்கள். டார்வின் படிமலர்ச்சிக் கோட்பாட்டின்படி, குரங்கிலிலிருந்து மனிதர்கள் தோன்றினார்கள். காலப் போக்கில் அவர்கள் அன்றாட வாழ்வை எளிமையாக்கிக் கொள்ள கருவிகள் தயாரித்தனர். காட்டாக, சிக்கிமுக்கிக் கற்களைத் தேய்த்து நெருப்பு உண்டாக்கி இரவிலும் வெளிச்சம் பெற்றனர், பின்னர் பச்சை உணவை வேக வைத்து உண்டனர். கூர் கற்கள் தயாரித்து மரங்கள் பிளந்து வீடு கட்டி வாழ்ந்தனர், விலங்குகளைக் கொன்று உண்டனர். ஒரு கட்டத்தில் இப்படிக் கருவிகள் பெருகியதில் வித விதமான பணிகள் முளைத்தன. இந்தப் பணிகளைக் கூட்டாகச் செய்ய வேண்டிய தேவை ஏற்பட்டது. இந்த வளர்ச்சிப் போக்கிலேயே அம்மனிதர்கள் குழுவாக வாழத் தொடங்கினர். குழுவாக வாழத் தொடங்கியதும், அவர்களிடம் கருவிகளின் உற்பத்தியும், அவற்றைக் கையாளும் திறனும் வளர வளர அவர்களிடம் கூடி வாழும் போக்கும் அதிகரித்தது. குறிப்பாகக் கருவிகளின் பெருவளர்ச்சியில் உழவு, தச்சு, நெசவு எனப் பெருகி வளர்ந்து, இதனால் சொத்து வளங்கள் வளர்ந்து, அரசும் ஆட்சி நிர்வாகங்கள் ஏற்பட்ட பிறகு ஒட்டு மொத்தச் சமுதாயம் ஒன்று உருவானது. ஆள்வோரும் ஆளப்படுவோரும் உரையாடவும், வணிகர்களும் தொழில்புரிவோரும் தங்களுக்குள் தொழில்நுட்பங்களை, பல தரப்பட்ட செய்திகளைப் பகிர்ந்து கொள்ளவும், இவர்கள் மக்களிடம் பொருள்களை விற்கவும், மக்கள் இவர்களிடம் பொருள்களை வாங்கவும் ஒரு பொது ஊடகம் ஒன்று அவர்களிடம் ஊன்றி வளர்ந்தது. அந்த ஊடகமே மொழி. அந்தக் குழுவே பின்னர் ஒரு மொழிச் சமுதாயமாக படிமலர்ச்சியடைந்தது. இப்படி உலகெங்கும் ஒரு நிலப்பரப்பு சார்ந்து பெருகி வளர்ந்த ஒவ்வொரு குழுவுக்கும் தனித் தனியே மொழிகள் உருவாயின.

மனிதச் சமுதாயம் கூட்டாகத் தங்களின் தொடர்பு ஊடகமாக மொழியை வளர்த்துக் கொண்டது. பதிலுக்கு அம்மொழி அச்சமுதாயத்தை வளர்த்தது. வரலாற்றுப் போக்கில் அந்த மொழியே அந்தச் சமுதாயத்தின் அடையாளமாகவும் ஆயிற்று. அந்தச் சமுதாயம் வரலாற்றுப் போக்கில் ஒரு நிலையான இடத்தில் நீண்டு நிலைத்து வாழ்ந்து, முதலில் மரபினங்கள் (races) என்ற வளர்ச்சி பெற்று, பிறகு காலப் போக்கில் மொழிவழிச் சமூகங்களாகவும், இந்தச் சமூகங்களே நவீன காலத்தில் தேசிய இனங்களாகவும் படிமலர்ச்சியடைந்தன.

அந்தத் தேசிய இனச் சமுதாயம் நவீன காலத்தை அடையும்போது மொழி பேருருவம் எடுக்கிறது. விளையாட்டுக் குழு, மாணவர்க் கூட்டம், பாட்டாளி வர்க்கம், முதலாளி வர்க்கம், அரசு நிர்வாகிகள், குடும்ப நட்பு உறவுகள், கலைஞர்கள், படைப்பாளர்கள் என யாராய் இருந்தாலும் ஒருவர் மற்றொருவருடன் உரையாட, காதல் மொழி பேச, இரங்கல் தெரிவிக்க, வணிக நலன் பேச, ஆதிக்க நலன் பேச, பாட்டாளி நலன் பேச, வாதுரை நிகழ்த்த, அறிவு கொளுத்த, வரலாற்றுவழிப்பட்ட சமூகநீதி காக்க என அனைத்துக்கும் மொழி இன்றியமையா ஊடகமாகிறது. இந்த மொழியின் அடிப்படையில்தான் தமிழர், தெலுங்கர், ஒரியர், ஆங்கிலேயர், சீனர், ஜப்பானியர் எனத் தேசிய இனங்கள் ஒற்றை அலகாய் நிலைப்பெற்றன.

ஆக, சமூக அறிவியல் மனிதனை அல்லாது ஒரு சமூகத்தையே ஒற்றை அலகாகப் பார்க்கிறது. இந்த அலகுகளை அல்லது மொழி வழிப்பட்ட சமுதாயங்களைத் தனித் தனி தேசிய இனங்களாகப் பார்க்கிறது.

மனிதன் குறித்த இரு வேறு அறிவியல்களின் பார்வைகளையும் சாரமாகப் புரிந்து கொண்டால் . . .

> **சமூக அறிவியல் மனிதனை அல்லாது ஒரு சமூகத்தையே ஒற்றை அலகாகப் பார்க்கிறது. இந்த அலகுகளை அல்லது மொழிவழிப்பட்ட சமுதாயங் களைத் தனித் தனி தேசிய இனங்களாகப் பார்க்கிறது.**

இயற்கை அல்லது விலங்கியல் அறிவியல் நோக்கில், மனிதன் உண்டே தவிர, தமிழனோ, குஜராத்தியோ, தெலுங்கனோ, சீனனோ, ஆங்கிலேயனோ கிடையாது.

சமூக அறிவியல் நோக்கில் தமிழனும் குஜராத்தியும் தெலுங்கனும் சீனனும் ஆங்கிலேயனும் உண்டே தவிர மனிதன் கிடையாது.

இன்னும் புரிந்து கொள்ளும்படி விளக்கினால், சிலை என்றால் என்ன? எனக் கேட்பவரிடத்து திருவள்ளுவர் சிலையையோ கண்ணகி சிலையையோ முருகர் சிலையையோ காட்ட முடியுமே தவிர, சிலை என்ற தனித்த ஒன்றைக் காட்ட முடியுமா?

அதே போன்றுதான், சமூக அறிவியலில் மனிதன் என்ற தனித்த ஒருவனைக் காட்ட முடியாது. அவன் சார்ந்த சமுதாயம், அதாவது

தேசிய இனம் பேசும் மொழியை அடிப்படையாகக் கொண்டு தமிழன், தெலுங்கன், சீனன், ஆங்கிலேயன் எனத்தான் அடையாளம் காட்ட முடியும்.

அப்படி ஒரு தனி மனிதன் இருந்தால் அவன் ஒரு சமூக மனிதனாக, ஒரு தேசிய இனத்தின் குடிமகனாக இருக்க மாட்டான். அவன் சமூகத்துடன் இயைந்து செல்ல முடியாத மனநோயாளியாக இருப்பான், அல்லது தாடி வளர்த்து குடுமி முடிந்து எங்கேயாவது இமயமலை முகடுகளில் பாபாக்களைத் தேடிக் கொண்டிருப்பான்.

> **‘சமூக அறிவியல் நோக்கில் தமிழனும் குஜராத்தியும் தெலுங்கனும் சீனனும் ஆங்கிலேயனும் உண்டே தவிர மனிதன் கிடையாது.’**

சன் ஷைன் போன்ற அறிவுஜீவிகளுக்கும் தேசிய இனம் மறுத்து மனிதனை முன்னிறுத்தும் பகுத்தறிவாளர்களுக்கும் புரியும்படி கூறுவதானால், ‘நீ மனிதனா, தமிழனா’ என இரு வினாக்களை ஒற்றைச் சொற்றொடராய்க் கேட்பது முட்டாள்தனம், அவை நாகரிக மொழியில் கூறினால் உண்மைக்குப் புறம்பான கருத்து.

இனி இப்படி கேள்வி கேட்டுக் குழப்பும் அதிமேதாவிகளிடம் நாம் கூறுவோம், ‘இயற்கை அறிவியல்படி நான் மனிதன், சமூக அறிவியல்படி நான் தமிழன். மனித அடையாளமும் தேசிய இன அடையாளமும் தனித் தனி அறிவியல்கள். எனவே இருவேறு அறிவியல் உண்மைகளை ஒற்றை அறிவியல் போல் காட்டி எங்களைக் குழப்பப் பார்க்காதீர்கள்.’

> **‘‘இயற்கை அறிவியல்படி நான் மனிதன், சமூக அறிவியல்படி நான் தமிழன்.’**

நம் அடையாளம் தமிழன் எனப் புரியவைக்க உலகில் வேறெங்கும் இப்படி தலையால் தண்ணி குடிக்கும் நிலை ஏற்படுமா எனத் தெரியவில்லை. மிக எளிய உண்மைகளையும் சிலர் கிளறி விட்டு குழப்புவதால்தான் நாமும் படாத பாடுபட்டு அவற்றுக்கு விளக்கமளிக்க வேண்டியிருக்கிறது.

பரந்து விரிந்த பார்வை கொண்டவர்களாகக் காட்டிக் கொண்டு மனிதன் என்று பேசி நமது இயற்கை அடையாளத்தை மறுக்கும்

போக்கு இத்துடன் முடியவில்லை. தமிழன் என்ற அடையாளம் மறுக்க இன்னும் இன்னும் பல பல குழப்பங்களும் சிக்கல்களும் தமிழகத்தில் தொடர்ந்து நிகழ்ந்து கொண்டுதான் இருக்கின்றன.

இந்தியனா? தமிழனா?

நான் முதலில் மனிதனாக இருக்க ஆசைப்படுகிறேன், பிறகுதான் தமிழனாக இருக்க ஆசைப்படுவேன் என்பது தமிழகத்தில் அடிக்கடி கேட்கும் உணர்ச்சி வசனம். இந்தக் குழப்பத்துக்கு நாம் அறிவியல் அடிப்படையில் விடை கண்டு விட்டோம். நாம் முதலாவதாக, இரண்டாவதாக, மூன்றாவதாக என எத்தனை 'ஆவதாக' போட்டாலும் நாம் தமிழன் தமிழன் தமிழன் மட்டுமே.

தமிழகத்தில் இந்த 'மனிதன் மனிதன்' என்ற வசனத்தைத் தூக்கிப் போடும் தேசபக்தி மணம் கமழும் வசனம் ஒன்று உண்டு. வேறென்ன? 'நான் முதலில் இந்தியன், பிறகுதான் தமிழன்' என்ற வசனந்தான்! பாரதப் புத்திரர்களின் பார்வையில் இப்படி வசனம் பேசினால்தான் அவன் தேச பக்தன், மார்க்சிஸ்டு, முற்போக்கானவன், குறுகிய மனப்பான்மை இல்லாதவன், இத்யாதி, இத்யாதி.

சமூக வரலாற்று நோக்கிலும், ஈராயிரம் மூவாயிரம் ஆண்டாய் பல பல இலக்கியங்களின்படியும் நமக்கிருந்த தமிழன் என்ற இயற்கைத் தேசியஇன அடையாளத்தைக் குழப்பி வைத்தவன் ஆங்கிலேயன். அவன்தான் நிர்வாக வசதிக்காக லாகூர் முதல் கன்னியாகுமரி வரையிலான நிலப்பரப்புக்குள் தமிழகத்தையும் இணைத்து இந்தியா என்ற ஒற்றைக் கட்டமைப்பை உருவாக்கினான். தெலுங்கர், தமிழர், ஒரியர், அசாமியர், சிந்தியர், மராத்தியர் எனப் பல தேசிய இன மக்களின் பெயர்களை அழித்து இந்தியர்கள் என்ற ஒற்றைத் தேசிய இனச் சொல்லை உருவாக்கினான். அது முதல் அனைவரும் இந்தியர்கள் ஆனார்கள். காங்கிரஸ், கம்யூனிஸ்டு, ஆர்எஸ்எஸ் உள்ளிட்ட பாரதக் கட்சிகள் ஆங்கிலேயன் கட்டி எழுப்பிய இந்தியக் கட்டமைப்புக்கு இந்துத்துவ சிமெண்டு பூசி பாரதத் திருக்கோயில் எழுப்பினர். தமிழர் உள்ளிட்ட பல தேசிய இனத்தவருக்கும் பாரதிய ஊசி குத்தி இந்தியர் மயக்கத்தை ஏற்படுத்தினர். தமிழர்கள், தெலுங்கர்கள் எனக் கூறிக்கொண்டாலே குறுகிய வாதம் என்ற செயற்கைத் தோற்றத்தை ஏற்படுத்தினர்.

சமூக அறிவியல் அடிப்படையில் பார்த்தால் வரலாற்று நோக்கில் ஒரே நிலப்பரப்பில் ஒரே மொழி பேசி வாழ்ந்து வரும் சமூகந்தான் ஒரு தேசிய இனமாகப் படிமலர்ச்சியடையும் எனச் சென்ற

துணைத் தலைப்பில் பார்த்தோம். ஆனால் வரலாற்றில் இந்தியத் துணைக் கண்டம் முழுக்கப் பரவி நிற்கும் வகையில் இந்தியச் சமூகம், பாரதச் சமூகம் என்பதாக ஒன்று உருவாகவே இல்லை. இந்தியாவுக்கென்று வரலாற்று வழிப்பட்ட நிலப்பரப்போ, மொழியோ, பண்பாடோ எதுவும் கிடையாது. அதற்கு இந்தியாவில் சமஸ்கிருதம் உள்ளிட்ட மொழிகளின் இலக்கியங்கள் எதிலும் இந்தியர் என்ற சொல்லுக்கு ஒற்றைச் சான்று கூட இல்லை. ஆக, இந்தியச் சமூகம் என்ற ஒன்றும் இல்லை, எனவே இந்தியர் என்றொரு தேசிய இனமும் இல்லை. இரண்டும் கற்பிதங்களே.

ஆனால் நாம் வாழும் நிலப்பரப்பில் ஒரே மொழி தமிழ் பேசியதால் உருவானதே நமது தமிழ்ச் சமூகம். அதுவே இன்று தமிழ்த் தேசியமாய் உருவாகி நிற்கிறது. தமிழ், தமிழ்நாடு, தமிழர் முதலிய சொற்கள் தொல்காப்பியம், சிலப்பதிகாரம், புறநானூறு உள்ளிட்ட பழந்தமிழ் இலக்கியங்களிலும், பக்தி இலக்கியங்களிலும் கொட்டிக் கிடக்கின்றன. 'செந்தமிழ் நாடெனும் போதினிலே' எனப் பாடினார் பாரதியார்.

ஆனால் இந்திய விடுதலைக்கு முன்பும் பின்பும் பாரதியார் உள்ளிட்ட பல தமிழறிஞர்களும் மபொசி உள்ளிட்ட தமிழ் உணர்வாளர்களும்கூட இந்தியர், தமிழர் என்ற இரட்டைக் குதிரையில் சவாரி செய்தனர். ஆனால் தமிழகத்தில் பெரியார் மட்டுமே ஏமாற்று இந்தியர்ப் பட்டம் ஏற்க மறுத்தார். சமஸ்கிருதத்திலோ தமிழிலோ வேறெந்த மொழியிலோ குறிக்கப்படாத இந்தியர் என்ற பட்டத்தை ஏற்க நாங்கள் ஏமாளிகளா? எனக் கேட்டார். பல்லாயிரம் ஆண்டாய் இயற்கையாகத் தமிழர் என்பதே எங்களின் உண்மையான அடையாளம் என்றார். பெரியார் உணர்த்திய பாடம் இன்றும் பலர் மூளைகளில் ஏறவில்லை என்றாலும், அண்டை மாநிலங்களின் ஆற்று நீர் முற்றுகையும், தில்லி அரசுகளின் தொடர்ச்சியான தமிழக விரோதப் போக்கும் கொஞ்சம் கொஞ்சமாகத் தமிழர்களுக்குத் தாங்கள் இந்தியர்கள் அல்ல என்ற உண்மையைப் புலப்படுத்தி வருகின்றன. 'நீ இந்தியனா? தமிழனா?' எனக் கேட்டால் 'இந்தியன் என் அடிமைப் பட்டம், தமிழன் என்பதே என் உண்மை அடையாளம்' என்ற விடை எதிர்காலத் தமிழரின் வாயில் உறுதியாய் ஒலிக்கும்.

நாம் ஏன் இந்தியன் இல்லை? என்பதற்கு ஆழ்ந்து பரந்த விளக்கங்களை இந்நூலின் மற்ற பல கட்டுரைகள் தருவதால், நமக்கு இன்னும் நீண்ட விளக்கங்கள் தேவையில்லை.

மனிதன், இந்தியன் எல்லாம் தாண்டி தமிழன் போய் விழும் இன்னொரு குழியை அடுத்து பார்ப்போம்.

திராவிடனா? தமிழனா?

இந்தியர் என்ற பொய் முகமூடியைக் கழற்றச் சொன்ன பெரியாரே தமிழர் என்ற அடையாளம் சிதைக்கும் வகையில் வேறொரு மூகமூடியைத் தமிழருக்குக் கொடுத்தார். அந்த வரலாற்றைப் பார்ப்போம்.

பல நூறு ஆண்டாய் பார்ப்பனர்கள் தமிழர்களைச் சாதி அடிப்படையில் தாழ்த்தி கல்வியற்ற தற்குறிகளாக்கிவிட்டார்கள், சூத்திரப் பட்டம் சூட்டி தமிழர்களை இழிவுபடுத்திவிட்டார்கள், சேரிக்குள் தாழ்த்தப்பட்ட மக்களை அடைத்து அவர்களைத் தீண்டத்தகாத மனிதராக்கிவிட்டனர் என அவர்களைக் கடுமையாகச் சாடினார் பெரியார். பெரியாரின் பார்ப்பன எதிர்ப்புக் கொள்கை முழு நியாயமானது, சமூகநீதிக்கானது என்பதில் ஐயமில்லை. ஆனால் பார்ப்பனரல்லாத தமிழர்களைக் குறிப்பதற்குத் திராவிடர் என்ற சொல்லைப் பயன்படுத்தியது சரிதானா என்பதே வினா.

திராவிடர் என்ற சொல்லே பார்ப்பனர்களின் ஆரியக் கருத்தியலை எதிர்ப்பதற்குச் சரியான சொல் என்றார் பெரியார். மேலும் தமிழர்கள் என்றால் பார்ப்பனர்களும் இயக்கத்தில் நுழைந்து விடுவார்கள் என்றும், திராவிடர்கள் என்றால் அவர்கள் உள்நுழைய வாய்ப்பில்லை என்றும் கூறினார். இந்தக் காரணங்களால் அவர் கண்ட அமைப்புக்கு திராவிடர் கழகம் எனப் பெயரிட்டார்.

பார்ப்பனர்கள் தமிழர்கள் இல்லை என்பது சரிதானா? அதற்காக திராவிடர் என்ற பெயர் தேவையா என அடுத்த துணைத் தலைப்பில் பார்ப்போம். ஆனால் திராவிடர் என்ற பெயர் தமிழருக்கு உயர்வு தரும் சொல்தானா? பார்ப்போம்.

பெரியார் பார்ப்பனர்களைத் தமிழரை விட்டு விலக்கி வைக்கப் பயன்படுத்திய திராவிடர் என்ற பெயரும், யார் தமிழர்? என்பதில் குழப்பத்தை ஏற்படுத்திவிட்டது. இந்தியத்தின் இந்தியர் என்னும் பொய் அடையாளத்தைச் சரியாகத் தூக்கி எறிந்த பெரியாரே தமிழருக்கு இன்னொரு பொய் அடையாளத்தைத் தந்தவராகவும் ஆகிவிட்டார். அன்று பெரியார் ஆரிய எதிர்ப்புக்கு திராவிடர் எனக் கூடுதல் பெயர் ஒன்றைத் தமிழருக்குத் தந்தாலும், வரலாற்றின் வளர்ச்சிப் போக்கில், இன்று நமக்குப் பல பாடங்கள் கிடைத்துள்ளன.

திராவிடத்துக்கும் தமிழருக்கும் கிஞ்சிற்றும் தொடர்பில்லை என்றும், இது கால்டுவெல் செய்த பெரும் பிழை என்றும் தெளிவான கருத்தை முன்வைத்தார் சி.பா. ஆதித்தனார். இன்று பேராசிரியர் த. செயராமன் போன்ற வரலாற்றறிஞர்கள் திராவிடர் என்ற பெயரே தமிழர் வரலாற்றில், தமிழ் இலக்கியங்கள் எதிலும் இடம்பெற்றதில்லை என்றும், அது உள்ளபடியே வட இந்தியாவிலிருந்து தென்னிந்தியாவுக்குப் பிரிந்து சென்ற ஆரியர்களைக் குறிப்பிடுவதற்கு சமஸ்கிருத நூல்கள் பயன்படுத்திய சொல் என்றும் மெய்ப்பித்துவிட்டனர்.

தமிழ்ச் சான்றோர்கள் எப்போதுமே ஆரியம் எதிர்க்க, குறிப்பாகத் தமிழ்ப் புலவர்கள் ஆரிய சமஸ்கிருதம் ஒழிக்க தமிழ், தமிழர்கள் என்ற சொற்களையே பயன்படுத்தினர். ஆரியருக்கு எதிர் திராவிடர் எனத் தமிழிலக்கிய வரலாற்றில் எங்கும் காணமுடியாது. எந்த மனுநீதியைப் பெரியார் வாழ்நாளெல்லாம் எதிர்த்தாரோ, அந்த மனுநீதியிலிருந்து எடுத்த திராவிடர் என்ற சொல்லையே கால்டுவெல் கையாண்டார். அதனைத் தென்னிந்தியர்களைக் குறிக்கப் பயன்படுத்தினார். அந்த திராவிடர் என்ற சொல்லைப் பார்ப்பனரல்லாத தென்னியந்தியர்களைக் குறிக்கும் வகையில் நடேசனார் பயன்படுத்தினாலும், அச்சொல் ஏற்க தெலுங்கர்கள் மறுத்ததால், அதனை அவர் கைவிட்டார். அந்தத் திராவிடர் என்ற சொல்லே பிற்பாடு பெரியாரிடம் ஆரியப் பண்பாட்டை, பார்ப்பனரை எதிர்ப்பதற்குமான சொல்லாகவும் பயன்படலாயிற்று.

ஆனால் திராவிடர் என்பது மனுநீதி வழங்கிய சொல்லெனும் உண்மையைத் த. செயராமன் போட்டுடைத்து விட்ட பின்னரும், பெரியார் வழிவந்தவர்கள் திராவிடர் என்னும் ஆரிய அடையாளத்தைத் தமிழர்களுக்குத் தொடர்ந்து பயன்படுத்துவது என்ன நியாயம்? அதுவும் இப்படி ஒரு பொய் அடையாளத்தைப் பயன்படுத்துவது தமிழர் என்னும் மெய் அடையாளத்தை அழிக்க முயலும் வேலையல்லவா? திராவிடர் போன்ற செயற்கையான புனைசொற்கள் மெய்யான தமிழர் என்ற சொல்லின் இயற்கைப் பண்பின் முனைமழுங்கச் செய்து விடாதா? தமிழர் ஓர்மை கெடுத்துவிடாதா?

மேலும், பெரியார்வழி வந்த கொளத்தூர் மணி இராமர், கிருஷ்ணர் ஆகியோர் கருப்பு நிறத்தவர் என்பதால், அவர்கள் சூத்திரர்கள் என ஒரு முறை குறிப்பிட்டார். ஆண்டாண்டுக் காலமாய் ஆரிய-திராவிடப் போரே இராமாயணம் எனக் கூறி, எனவே திராவிடன்

இராவணின் பெயரைத் தமிழர்கள் சூட்டிக் கொள்வதை ஒரு கொள்கையாகவே வலியுறுத்தி வருபவர்கள், திடீரென இராமனையும் கிருஷ்ணனையும் சூத்திரர்கள் பட்டியலில் சேர்ப்ப தென்றால், அவர்களையும் திராவிடர்கள் என ஏற்பதாகத்தானே பொருள்? திராவிடத் தலைவர்கள் இவ்வளவு வெளிப்படையான தன் முரண்பாட்டில் சிக்கிக் கொள்வதற்கான காரணத்தை யோசித்துப் பார்க்க வேண்டாமா? இயற்கைவழிப்பட்ட இன அடையாள ஏற்புக்கான மறுப்பே இத்தகைய இனவியல் குழப்பங் களுக்கு இட்டுச் செல்வதை அவர்கள் புரிந்து கொள்வார்களா?

நாம் ஏற்கெனவே பார்த்தது போல், தமிழர் முதலிய எந்தத் தேசியஇனப் பெயரும் ஓர் இனத்துக்கு வரலாற்று நோக்கில் மொழிவழிப்பட்டு வாய்க்கும் பெயரே தவிர, எந்த ஒரு மனிதரும் பார்த்துத் தருவதல்ல. பெற்றோர் ஒரு மகள் பிறந்ததும் அவளுக்கு ஒரு பெயர் சூட்டுகின்றனர், பிறகு அவளைப் பள்ளிக்கூடம் சேர்க்கும் போது அங்கு வேறொரு பெயர் சூட்டுகின்றனர் என்பது போல் ஓர் இனத்துக்கும் புதுப் புது பெயர் சூட்ட முடியுமா?

தமிழர் என்ற சொல் மொழி விடுதலைக்குப் பயன்படுமே தவிர ஆரியத்துக்கு எதிரான பண்பாட்டு விடுதலைக்குப் பயன்படாது என்பதால், திராவிடர் என்ற ஆரியச் சொல்லுக்குள் பெரியார் ஆரிய எதிர்ப்பு என்னும் கருத்தியலை அடைத்தார் எனக் கூறுகிறார்கள். அப்படியானால், ஆரிய எதிர்ப்பை சூத்திரர் சொல்லுக்குள்ளும் அடைத்து ஏன் தமிழர்களுக்கு உணர்வூட்டி யிருக்கக் கூடாது? ஒரு தனி மனிதர் ஓர் இனத்துக்கு ஒரு பெயரைக் கொடுத்து அதற்குள் இந்தப் பொருளை ஏற்றுகிறேன் எனக் கூறுவது அறிவுடைமையாகுமா? அப்படியானால் இந்தியத்தை எதிர்க்க ஓர் இனச்சொல், அமெரிக்க உலகமயத்தை எதிர்க்க ஓர் இனச்சொல் எனத் தமிழர்களுக்குப் புதுப் புது இனப்பெயர்களைச் சூட்டிச் சென்றால் அதற்கு முடிவுண்டா? உலகின் அடிமைப்பட்ட எந்தத் தேசிய இனமாவது தன்னை ஆதிக்கம் செய்யும் இனத்துக்கு எதிராகப் போராடுவதற்கென்றே புது இனப்பெயர் ஒன்றைச் சூட்டிக் கொண்டதாக வரலாறு உண்டா?

பாலஸ்தீனர்கள் இஸ்ரேல் ஆதிக்கத்துக்கு எதிராக, வியத்னாமியர் கள் அமெரிக்க வல்லாதிக்கத்துக்கு எதிராக, ருஷ்ய மக்கள் ஜார்ஜ் மன்னனின் கொடுங்கோன்மைக்கு எதிராக, ஏன், நமது தமிழீழ மக்கள் சிங்கள-பௌத்த பேரினவாதத்துக்கு எதிராகப் போராடு வதற்கு ஏதாவது புது இனப் பெயர் ஒன்றைச் சூட்டிக்

கொண்டார்களா என்ன? அந்தப் போராடும் மக்கள் தங்களின் இயற்கையான இனப் பெயர்களைத்தானே போராட்ட அடையாள மாகப் பயன்படுத்திக் கொண்டனர்?

> **ஆரிய எதிர்ப்பை சூத்திரர் சொல்லுக்குள்ளும் அடைத்து ஏன் தமிழர்களுக்கு உணர்வூட்டியிருக்கக் கூடாது?**

ஏன்? வெள்ளையின நிறவெறிக்கு எதிராகப் போராடிய இளைய மார்ட்டின் லூதர் கிங் உள்ளிட்ட போராளிகள் தங்களின் இயற்கை நிறத்தைப் பெருமிதத்துடன் குறிப்பிட்டுத்தான் கருப்பின மக்களைப் போராட்டக் களத்துக்கு அழைத்தார்கள். இதற்கு மாறாகக் கருப்பினப் போராளிகள் தங்களின் மக்களுக்கு உணர்வூட்ட, வெள்ளை நிறவெறியை எதிர்ப்பதற்கெனத் தனிப் பெயர் எதையும் கருப்பின மக்களுக்குச் சூட்டவில்லை. இயற்கைக் கருப்பையே போராட்டக் குறியீடாக்கினர். ‘வெள்ளையனே, நான் கருப்பிதான், அது எனக்கு அழகுதான்’ எனக் கருப்பழகின் பெருமிதம் பாடி வெள்ளை வெறிக்குச் சம்மட்டி அடி கொடுத்தார் கவிஞர் கமீல் எலிசெபெத்.

எனவே தமிழினத்துக்கும் ஆரியம், சாதியம், இந்தியம், உலகமயம், அமெரிக்க வல்லாதிக்கம் உள்ளிட்ட எந்த ஆதிக்கத்துக்கு எதிராகப் போராடுவதற்கும் தமிழன் என்ற இயற்கை அடையாளம் ஒன்றே போதும். திராவிடன் போன்ற எந்தச் செயற்கை அடையாளமும் தேவையில்லை.

நம்மை ஆங்கிலேயன் வந்து இந்தியன் என்பதும், சமூகநீதித் தலைவர்கள் வந்து திராவிடன் என்பதும், பிறகு நாமும் அதையே சூடித் திரிவதும்தான் பகுத்தறிவா என்பதை இனியேனும் திராவிடச் சிந்தனையர்கள் யோசித்துப் பார்க்க வேண்டும்.

இந்தியர், திராவிடர் என எந்தப் பொய்ப் புனைவுகளும் தமிழர் அடையாளம் சிதைக்கவே பயன்படும். எனவே பெரியார் சொல்லிவிட்டார் என்பதற்காக எதையும் ஏற்க வேண்டியதில்லை. அதைப் பெரியாரும் விரும்பமாட்டார்.

நாம் பெரியாரின் இந்திய மறுப்புக் கொள்கையை ஏற்பவர் என்றால் இந்தியர் என்ற அடிமை அடையாளம் துறப்போம், நாம்

பெரியாரின் மனுநீதி எதிர்ப்புக் கொள்கையை ஏற்பவர் என்றால், திராவிடர் என்ற பொய் அடையாளம் துறப்போம், தமிழர் என்னும் உண்மை அடையாளம் உணர்ந்து வாழ்வோம்.

சமூக அறிவியல் நோக்கில், நாம் மனிதர் அல்ல, இந்தியர் அல்ல, திராவிடர் அல்ல, தமிழர் என உணர்வோம்.

பார்ப்பனர் தமிழரா?

நாம் தமிழர் என்பதை மனிதன், இந்தியன், திராவிடன் என்ற மாயச் சொல்லாடல்கள் மறைத்ததைப் பார்த்தோம். அந்த மாயை அகற்றி யார் தமிழர் என்பதில் தெளிவு பெற்றோம். ஆனால் ஏதோ ஒரு பொய்ப் பெயரால் மட்டும் தமிழர் ஓர்மை கெடுவதில்லை. வரலாற்றுவழிப்பட்ட தமிழக எல்லைக்குள் வாழ்வோரில் எவர் தமிழர் என்ற தவறான வரையறுப்புகளாலும் தமிழர் ஓர்மை கெடுகிறது.

பார்ப்பனர்கள் தமிழர்களா? என்ற கேள்வி தமிழகத்தில் பெரியார் காலந்தொட்டு இருந்து வருகிறது. பெரியார் பார்ப்பனர்களைத் தமிழர்கள் என ஏற்க மறுத்தார். எனவே அவர்களைத் தமது இயக்கப் பணிகளில் சேர்த்துக் கொள்ளக் கூடாது என நினைத்தார் எனக் கண்டோம்.

ஆரிய ஆதிக்கம், பிறப்பு அடிப்படையில் மனித நீதி மறுப்பு, தீண்டாமை ஆதரவு, தமிழ் அழிப்பு, சமஸ்கிருத ஆதரவு, ஆரிய மனப்பான்மை எனப் பல மாபாதகச் செயல்களுக்கு மூலவித்தாக இருந்து வருபவர்கள் பார்ப்பனர்கள் என்பதால், அவர்களைத் தமிழர்களாக ஏற்க மறுத்தார் பெரியார். பார்ப்பனர்கள் குறித்த பெரியாரின் பார்வை முழுக்க நியாயமானதே. ஆனால் இதைக் காரணங்காட்டி பெரியார் அவர்களைத் தமிழரல்லர் எனக் கூறுவது சரிதானா? எனக் காண்போம்.

பெரியார் 'நாம்' என்று பேசும் போதெல்லாம் பார்ப்பனரல்லாத தமிழர்களையே குறித்தார். அவர் வாழ்நாள் கடைசி வரை பார்ப்பனர்களைத் தமிழர்கள் என்று மறந்தும் சொன்னாரில்லை. அதுமட்டுமல்ல அவரது திராவிடர் கழகத்தில் பார்ப்பனர்களை உறுப்பினராக்கத் தடை விதித்தார்.

பெரியார் அத்துடன் நிற்கவில்லை. நாம் தமிழர்களை நமது இயக்கத்தின் உறுப்பினராக்குகிறோம் என்று அறிவித்தால்

பார்ப்பனர்களும் தங்களைத் தமிழர்கள் எனக் கூறிக் கொண்டு உள்ளே நுழைந்து விடுவார்கள் என அச்சம் தெரிவித்தார். ஆக, பார்ப்பனர்களுக்குத் தங்களைத் தமிழர்கள் என அழைத்துக் கொள்வதில் தயக்கமில்லை எனப் பெரியார் ஏற்றுக் கொள்வதாகத்தான் தெரிகிறது. இருந்தாலும் பார்ப்பனர்களைத் தமிழர்கள் இல்லை என்றார்.

பார்ப்பனர்களைத் தமது கழகத்துக்குள் அண்டவிடாது தடுப்பதற்கே அவர் திராவிடர் என்ற பெயர் கண்டதாகப் பார்த்தோம். மேலும் அவர் திராவிடர் என்பது பிறப்பை அடிப்படையாகக் கொண்ட சொல் அல்ல என்றும், அது ஆதிக்க ஆரியப் பண்பாட்டுக்கு எதிரான குறியீட்டுச் சொல் என்றும் கூறினார். ஒருவேளை பார்ப்பனர்கள் எவரும் தங்களை திராவிடர் என்று அழைத்துக் கொள்ளத் தயாராய் இருந்தால், அவர்களை ஏற்பதில் தயக்கமில்லை எனப் பெரியார் சொன்ன தருணமும் உண்டு. ஆனால் அது வெறும் மேடைப் பேச்சேதவிர நடைமுறையில் அப்படி எதுவும் திராவிடர் கழகத்தில் நடக்கவில்லை. அவர் வாழ்நாள் முடியும்வரை ஒரு பார்ப்பனர்கூட திராவிடர் கழக உறுப்பினராக வில்லை. அப்படியானால் அவர் வாழ்நாளில் திராவிடர் எனக் கூறிக் கொண்ட அல்லது பூணூல் அறுத்துச் சாதி துறந்த ஒரு பார்ப்பனரைக்கூட பார்க்கவில்லையா?

இன்று தமிழ்ச் சமரன் என அறியப்படும் நாத்திகன் கேசவன் சமூகநீதித் தமிழ்த் தேசம் இதழில் எழுதினார். அவரை நாத்திகராக, சாதி மறுப்பாளராக மாற்றியது ஜோதி சங்கர் என்னும் பார்ப்பனர் ஆவார். அது மட்டுமல்ல, ஜோதி சங்கர் தலித் கிறிஸ்தவப் பெண்ணை மணந்து கொண்டு, சாதி துறந்து, பகுத்தறிவு வாழ்க்கை வாழ்ந்து வந்தவர் ஆவார். அவரையும் அழைத்துக் கொண்டு பெரியார் திடல் சென்றார் நாத்திகன் கேசவன். அங்கு பெரியாரைச் சந்தித்து தாமும் தன் அறிவாசான் ஜோதி சங்கரும் திராவிடர் கழகத்தில் இணைய விரும்புவதாகக் கூறினார். நீங்கள் மட்டும் வேண்டுமானால் திராவிடர் கழகத்தில் இணையலாம், உங்கள் நண்பர் பகுத்தறிவாளராக இருந்தாலும், பார்ப்பனர் என்பதால் திராவிடர் கழகத்தில் இணைய முடியாது எனப் பெரியார் சொல்லிவிட்டாராம். அப்படியானால் நானும் உங்கள் கழகத்தில் சேர மாட்டேன் எனக் கூறி பெரியார் திடலை விட்டு வெளியேறினார் நாத்திகன் கேசவன்.

பெரியார் பார்ப்பனரைத் தமிழர் அல்லர் எனக் கூறியது பிறப்பின் அடிப்படையில்தான் என்பது தெளிவாகிறது.

ஒருவரின் தேசிய இன அடையாளத்தை அவர் மனத்தில் என்ன கருத்து வைத்துள்ளார், அவர் தன்னைப் பற்றி என்ன நினைத்துக் கொண்டிருக்கிறார் என்பது போன்ற அகக்காரணிகள் ஏதும் தீர்மானிக்காது, அவர் ஒரே நிலப் பரப்பில் பல காலம் வாழ்ந்து வருபவரா, ஒரே மொழி பேசி வருபவரா என்பன போன்ற புறக் காரணிகளே தீர்மானிக்கும். புறக்காரணிகள் மறுத்து அகக்காரணிகள் கொண்டு தேசிய இனத்தைத் தீர்மானிப்பது அப்பட்டமான கருத்து முதல்வாதமாகும். ஆனால் இதைத்தான் பெரியார் செய்தார். அறிவியலற்ற தேசியஇனப் பார்வையைத்தான் பெரியார் முன்வைத்தார். பார்ப்பனர்கள் தமிழரில்லை எனக் காட்ட, அவர்கள் சாதிய ஆதரவாளர்கள், சமஸ்கிருத ஆதரவாளர்கள், தமிழ் விரோதிகள் போன்ற அகக் காரணங்களையே சான்றாகப் பயன்படுத்தினார். ஆனால் பார்ப்பனர்கள் ஒரே நிலப் பரப்பில் தமிழ் மொழியை மட்டுமே பேசுகிற மக்கள் கூட்டத்துடன் பல நூறு ஆண்டாகவாழ்ந்து வருகிற, மற்றவர்களுடன் உரையாட தமிழ் மொழியை மட்டுமே பயன்படுத்தி வருவோர் ஆவர். இந்தப் புறக்காரணிகளே பார்ப்பனர்கள் தமிழர்களே என மெய்ப்பிக்கப் போதுமானவை.

> **ஒருவரின் தேசிய இன அடையாளத்தை அவர் மனத்தில் என்ன கருத்து வைத்துள்ளார், அவர் தன்னைப் பற்றி என்ன நினைத்துக் கொண்டிருக்கிறார் என்பது போன்ற அகக்காரணிகள் ஏதும் தீர்மானிக்காது,**

பார்ப்பனர்களின் ஆதிக்கக் குணங்களை உயிரியல் காரணிகள், அதாவது அவர்களின் மரபணு ஏதும் தீர்மானிப்பதில்லை. எனவே அவர்களின் குணங்களுக்குப் பிறப்புக் காரணமன்று. அப்படி யானால் அவர்களின் குணங்களைத் தீர்மானிப்பது அவர்கள் வளர்ந்து வாழும் பார்ப்பனச் சாதிச் சமூகமே. எனவே பார்ப்பனர் களின் குணம் மாறக் கூடியது. பார்ப்பனர் ஒருவர் ஆதிக்கக் குணங்கள் எதையும் மாற்றிக் கொள்ளாது இருந்தால், அவர் சாதிவெறித் தமிழராய் இருப்பார், அவர் ஆதிக்கக் குணம் மறுத்துச் சமூகநீதிக் கருத்தை ஏற்றால், சாதிமறுப்புத் தமிழராய் இருப்பார், அவ்வளவுதான். அவர் எந்நிலையிலும் தமிழரல்லாதவர் ஆக மாட்டார்.

நாம் உறுதியாகச் சொல்லலாம், பார்ப்பனர்களில் பெரும்பாலானோர் வர்ணாசிரமத்தை மூளையிலும் சமஸ்கிருதத்தை நெஞ்சிலும், இந்துத்துவ இந்தியத்தை நாடி நரம்புகளிலும் ஏந்துபவர்கள். இவர்களின் இந்தப் போக்குதான் பார்ப்பனர்கள் தமிழரில்லை என்ற கூற்றுக்குக் காரணமாகிறது. ஆனால் காரணங்களே பார்ப்பனர்கள் தமிழரில்லை என்ற கூற்றை நியாயமாக்கி விடாது என்பதையும் பெரியார்வழித் தோழர்கள் புரிந்துகொள்ளவேண்டும்.

அதேபோது சமஸ்கிரும்-இந்தி-ஆங்கிலம் என்ற அயல்மொழி ஆதிக்கத்தை ஆதரிப்பது பார்ப்பனர்களின் வளர்ச்சிக்கே எதிரானது என்பதை அவர்கள் உணரவேண்டும். மறுபுறம், தமிழ் வளர்த்து அறிவு கொளுத்தி தமிழ்த் தேசிய ஓர்மையைக் கட்டமைக்கும் பணியில் சமூகநீதி ஆற்றல்கள் பாடுபடும்போது அது தமிழியத் தட்பவெட்பத்தை ஏற்படுத்தி பார்ப்பனர்கள் உள்ளிட்ட எவரையும் தவிர்க்கவியலாது தமிழர் ஓர்மையில் கரைத்துவிடும். மேலும் புதுப் பார்ப்பனராகத் துடிக்கும் பார்ப்பனரல்லாத மக்களின் போக்கையும் தடை செய்து நிறுத்தும். இதுவே சமூக இயங்கியலின் வழிநடப்போர் செய்யவேண்டிய பணியாகும்.

இந்தச் சமூக இயங்கியல் போக்கைப் பெரியார் பார்க்கத் தவறுகிறார். பறையர் சாதியில் பிறந்த இளையராஜா சமஸ்கிருத மொழியைப் புகழ்கிறார், அவர்தம் இசை மேதமையில் கால் தூசுக்கும் பெறாத பார்ப்பன இசைக் கலைஞர்களின் காலில் சாஷ்டாங்கமாக விழுகிறார், சங்கரமடப் பீடத்திலும் ரமணாஸ்ரமத் திண்ணையிலும் தவங்கிடக்கிறார். இப்படி பறையர் இளையராசா சாஸ்திரி இளையராஜாவாக சாதியேற்றம் பெறுகிறார். இப்படி நடப்பதற்கு நிகழ்தகவு இருக்குமானால், பகுத்தறிவாளர் ஏஎஸ்கே, எழுத்தாளர் சின்னக்குத்தூசி, நக்சல்பாரி போராளி கோவை ஈஸ்வரன், மகஇக தலைவர் மருதையன் போன்று பார்ப்பனச் சாதி மறுத்து ஒடுக்குண்டோர் தளத்துக்கு வரும் முற்போக்குச் செயல்கள் நடப்பதற்கான நிகழ்தகவும் கட்டாயம் உண்டு. இரு போக்கு களையும் சரியாகப் புரிந்துகொள்வோரே சரியான சமூக அறிவியலர்.

சேரிகளில் வாழ்ந்து தாழ்த்தப்பட்ட மக்களுக்காகவே உழைத்து இறந்துபோன பார்ப்பனர்களும் உண்டு. 1938 இந்தி எதிர்ப்புப் போரில் கலந்து கொண்ட, அந்தப் போராட்டத்தை ஆதரித்த நீண்ட பார்ப்பனர்கள் பட்டியலைத் தமிழன் தொடுத்த போர் நூலில் தருகிறார் மா. இளஞ்செழியன். சுவரொட்டி ஒட்டுதல், மேடை போடுதல் போன்ற உடலுழைப்பு வேலைகளை பல முற்போக்கு

அமைப்புகளில் உறுப்பினராகச் சேர்ந்தும், சில நேரம் சேர்த்துக் கொள்ளப்படாமலும் செய்து வருகின்ற பார்ப்பனர்களும் உண்டு. ஆனால் முற்போக்கு அமைப்புகளில் உடலுழைப்பு செய்யும் ஒரு பார்ப்பனரை நான் இதுவரை கண்டதில்லை என்றும், அப்படி இருந்தால் அவர்களை அமைப்பில் சேர்த்துக் கொள்வது பற்றிப் பார்ப்போம் என்றும் கொளத்தூர் மணி ஒரு பேட்டியில் கூறினார். அவர்கள் நேரடியாக உயர் பொறுப்புகள் கோருகிறார்கள் என்றும் குற்றஞ்சாட்டினார். அப்படியானால் திக, திவிக உள்ளிட்ட பெரியார்வழி அமைப்புகளில் சேர்வோர் அனைவரும் நேரடியாகச் சுவரொட்டி ஒட்டி விட்டுத்தான் அமைப்புக்குள் சேர்கிறார்களா என்ன? இது போன்ற அமைப்புகளில் நிதி மட்டும் அளித்துக்கொண்டு வெறுமனே இயங்காதிருக்கும் உறுப்பினர்கள் இல்லையா என்ன?

திராவிடர் கழகம் பார்ப்பனர் இல்லாது வடிகட்டிப் பார்த்துப் பார்த்துதானே அமைப்பை வளர்த்தது. ஆனால் அந்த அமைப்பு கடைசியில் பார்ப்பனர் ஜெயலலிதாவை ஒரு சட்டமன்றத் தேர்தலில் ஆதரித்துவிட்டது எனக் கூறித்தானே அந்த அமைப்பை விட்டு விலகி பெரியார் திராவிடர் கழகம் உருவானது. ஆனால் பின்னர் அந்த அமைப்பே 2009 நாடாளுமன்றத் தேர்தலில் பார்ப்பனர் ஜெயலலிதா தலைமையிலான அதிமுகவை ஆதரித்தது எப்படி? காங்கிரஸ், திமுக வேட்பாளர்களைத் தோற்கடிப்பதே இத்தேர்தலில் தமிழர் கடமை என்று விடுதலை இராசேந்திரன் அறிவித்தாரே? அதிலும் குறிப்பாக, 'ஈழத்தில் தமிழினம் பூண்டோடு அழிக்கப்படாமல் இருக்க, காங்கிரஸ்-திமுக கூட்டணி தோற்கடிக்கப்பட வேண்டும் என்ற நிலையில், அதிமுக கூட்டணிக்கு வாக்களிப்பதன் மூலமே அது சாத்தியமாகும் என்று பெரியார் திராவிடர் கழகம் கருதுகிறது' என்று அறிவித்தாரே (புரட்சிப் பெரியார் முழக்கம், ஏப்ரல் 02, 2009). நாடாளுமன்றத் தேர்தலில் 'திராவிடர்' கலைஞர் வென்றால் தமிழினம் பூண்டோடு அழியும் என்றும், 'பார்ப்பனர்' ஜெயலலிதா வென்றால் தமிழினம் பூண்டோடு அழிக்கப்படாமல் தடுக்க முடியும் என்றும் பெரியார் திராவிடர் கழகம் நம்பியது. இதற்காக ஜெயலலிதா வெற்றி பெறவேண்டும் என உறுதியேற்றது. ஆனால் பார்ப்பனர் ஒருவர் கழக உறுப்பினர் ஆனாலே அமைப்பு குலைந்துவிடும் எனப் பதறுகிறது. ஏனிந்த முரண்பாடு?

கி. வீரமணி பார்ப்பனர் ஜெயலலிதாவுக்குச் சமூகநீதி காத்த வீராங்கனைப் பட்டம் கொடுத்தார், இது பழைய செய்தி. அவர்

அண்மையில் டைம்ஸ் ஆஃப் இந்தியா நாளிதழுக்கு (06.01.2017) அளித்த பேட்டியில், ஜெ. ஜெயலலிதாவை திராவிட அரசியலர் (dravidian politician) என ஏற்பதாக அறிவிக்கிறாரே, ஏனிந்தத் தலைகீழ் மாற்றம்? பார்ப்பனர் திராவிடர் ஆக முடியுமானால், தமிழர் ஆக முடியாதா? திக உறுப்பினராக முடியாதா? ஏன் இத்தனைக் குழப்பங்கள்?

> **‘நாடாளுமன்றத் தேர்தலில் ‘திராவிடர்’ கலைஞர் வென்றால் தமிழினம் பூண்டோடு அழியும் என்றும், ‘பார்ப்பனர்’ ஜெயலலிதா வென்றால் தமிழினம் பூண்டோடு அழிக்கப்படாமல் தடுக்க முடியும் என்றும் பெரியார் திராவிடர் கழகம் நம்பியது.’**

வரலாறு இத்தகைய நேரடிப் பாடங்களைக் கற்றுக் கொடுத்தாலும், திக, திவிக உள்ளிட்ட அமைப்புகளும், ஏன், சில தமிழ்த் தேசிய அமைப்புகளுமேகூட பார்ப்பனர் தமிழர் அல்லர் எனத் தொடர்ந்து கூறிவருகின்றன.

அண்மைய மரபணுவியல் ஆய்வுகள் ஐந்தாயிரம் ஆண்டு முன்பு அயலவர்க் கூட்டம் ஒன்று, திராவிடச் சிந்தனையர்கள் கூறுவது போல் ஆரியர் எனப்படுவோர் கைபர் போலன் கணவாய் வழியே நுழைந்தது உண்மைதான் என்றும், அவர்களின் மரபணுச் சுவடுகள் மிக அதிகமாகத் தென்னிந்தியப் பார்ப்பனர்களிடமும், அந்தச் சுவடுகளின் தாக்கம் சாதியடுக்கில் கீழ்நோக்கிச் செல்லச் செல்ல குறைந்து செல்வதாகவும் விண்டுரைத்துள்ளன. எனவே ஐயாயிரம் ஆண்டு முன்பு நுழைந்தோரே இன்றைய தமிழ்ப் பார்ப்பனர்கள் என்பது இன்று ஓர் உயிரியல் உண்மை.

ஆனால் பார்ப்பனர்களுக்குள், ஐயர் சாதிகளுக்குள் இருக்கும் உட்சாதி அமைப்பில் கீழடுக்கில் இருப்போரின் மரபணுப் பதங்களை எந்தளவுக்கு இந்த மரபணுவியல் ஆய்வுகள் கணக்கில் கொண்டன எனத் தெரியவில்லை. குறிப்பாக, ஐயர் உட்சாதிகளில் முக்காணி, சவுண்டி போன்ற பார்ப்பனர்களின் கல்வித் தரமும் வாழ்நிலையும் மிகக் கீழானவை. இவர்களை உயரடுக்கு ஐயர்கள் கோயில்களில் உடலுழைப்பு சார்ந்த வேலைகளைச் செய்வதற் கென்றே பார்ப்பனரல்லாத சாதியினரிலிருந்து தேர்ந்தெடுத்து, பூணூல் அணிவித்து, புதுப் பார்ப்பனர்கள் ஆக்கியிருக்கும் வாய்ப்பு

உண்டு. ஏனென்றால் இன்றும் கோயில்களில் தீபாரதனை விளக்கு, சமையல் பாத்திரங்கள் கழுவும் வேலைகளைச் செய்பவர்கள் இவர்களே. மேலும், ஐயனார் உள்ளிட்ட தமிழ்த் தெய்வங்களைக் குலதெய்வங்களாகக் கும்பிடும் ஐயர் சாதிகளும் உண்டு. இனவியல் ஆய்வில் இத்தகைய ஐயர் உட்பிரிவுகளைத் திராவிடச் சிந்தனையர்கள் கணக்கில் கொண்டதுண்டா?

பெரியாரும் பெரியாரைப் பின்பற்றுபவர்களும் ஆரியர்கள் அல்லது பார்ப்பனர்கள் கைபர் போலன் கணவாய் வழியே நுழைந்த வந்தேறிகள் எனக் கூறி வருவது இன்று ஓர் அறிவியல் உண்மையே என்றாலும், திராவிடர்களும் கூட கைபர் போலன் கணவாய் வழியே நுழைந்த வந்தேறிகளே என இன்றைய மரபணுவியல் ஆராய்ச்சிகள் தெள்ளத் தெளிவாக மெய்ப்பித்து விட்டன. அப்படியானால் யார் முதல் வந்தேறி? யார் இரண்டாம் வந்தேறி? எனப் பார்ப்பதுதான் இனவியல் ஆராய்ச்சியா?

பார்ப்பனர்கள் தமிழர் அல்லர் என்ற தவறான இனவியல் கோட்பாட்டில் திராவிடச் சிந்தனையர்கள் இறங்குவதால்தான் இத்தகைய தன் முரண்பாடுகளில் மாட்டிக் கொள்கிறார்கள்.

> **‘திராவிடர்களும் கூட கைபர் போலன் கணவாய் வழியே நுழைந்த வந்தேறிகளே என இன்றைய மரபணுவியல் ஆராய்ச்சிகள் தெள்ளத் தெளிவாக மெய்ப்பித்துவிட்டன.’**

திராவிடச் சிந்தனையர்களின் தவறான கோட்பாடுகள் அவர்களைப் புறவியல் உண்மைகளை ஏற்கவிடாமல் தடுக்கின்றன. இயற்கை யாக ஏற்படும் சமூகவியல் வளர்ச்சியைப் பார்க்க விடாது மறைக்கின்றன. கடைசியில் பிறப்பின் அடிப்படையில் எதிர்ப் பாகுபாடு காட்டும் நிலைக்குத் தள்ளுகின்றன.

ஆம், பார்ப்பனரின் வர்ணாசிரம நீதி உழைக்கும் மக்களுக்கு அறிவு மறுத்ததென்றால், பெரியாரின் திராவிட நீதி பார்ப்பனர்களுக்குத் தமிழின அடையாளம் மறுத்தது. இரண்டுமே ஒருவருக்குப் பிறப்பின் அடிப்படையில் சமவுரிமை மறுப்பவையே!

இத்தகைய போக்கு இறுதியில் இனவாதப் போக்கில்தான் முடியும். அதைத்தான் நாம் பெரியார் காலத்திலும் அவருக்குப் பின்பான காலத்திலும் காண்கிறோம்.

பார்ப்பனர்களைத் தமிழ்நாட்டை விட்டு வெளியேற்றவே தாம் திராவிடர் கழகத்தில் தொண்டாற்றி வருவதாகப் பெரியார் கூறிய ஒன்றிரண்டு தருணங்களும் உண்டு. இதனைப் பார்ப்பன எதிர்ப்பு உணர்ச்சிப் பெருக்கில் பெரியார் கூறிவிட்டதாய் வைத்துக் கொண்டாலும், அவர் பார்ப்பனர்களைத் தமிழர் அல்லர் என எந்த மாற்றமுமின்றிக் கூறி வந்தது பெரும் தவறாகும். யார் தமிழர்? என்ற வினாவையே குழப்பக் கூடியதாகும். தமிழர் ஓர்மையைக் கெடுக்கக் கூடியதாகும். ஆண்டாண்டுக் காலமாய்த் தமிழர் களுடன் தமிழில் மட்டுமே உரையாடி வாழ்ந்து வரும் பார்ப்பனரைத் தமிழர் அல்லர் எனச் சொன்னதன் மூலம் இனவாதக் கருத்தியலுக்கு வித்திட்ட தவறைச் செய்தவர் ஆகிறார் பெரியார். இதற்கு ஆதரவாகப் பெரியாரும் இன்று வரையிலான அவரது ஆதரவாளர்களும் எத்தனை எத்தனை காரணங்கள் கூறினாலும், ஒரு குறித்த மக்களை மட்டும் ஒரு தேசிய இனத்தை விட்டு விலக்கி வைக்க நினைப்பதை ‘இனவாதம்’ என்றுதான் வர்ணிக்க முடியும்.

> **பார்ப்பனரின் வர்ணாசிரம நீதி உழைக்கும் மக்களுக்கு அறிவு மறுத்ததென்றால், பெரியாரின் திராவிட நீதி பார்ப்பனர்களுக்குத் தமிழின அடையாளம் மறுத்தது.**

பார்ப்பனர் தமிழர் இல்லை என்ற இனவாதம் தமிழகத்தில் இன்று வேறு வகை இனவாதப் போக்குகள் வளரவும் துணைசெய்து விட்டது.

ஆம், இன்று நாம் தமிழர் கட்சி முதன்மை ஒருங்கிணைப்பாளர் சீமானிடம் நீங்கள் தெலுங்கர்களைத் தமிழர் இல்லை என்று எந்த ஆய்வுக்கூடத்தில் கண்டுபிடித்தீர்கள் என திராவிடக் கட்சியினர் கேட்கிறார்களே எனக் கேள்வி கேட்டால், அவர்கள் திராவிடர்கள் யார் என்ற ஆராய்ச்சியை நடத்திய அதே ஆய்வுக்கூடத்தில்தான் நானும் கண்டுபிடித்தேன் எனப் பதிலுக்குக் கூறுகிறார்.

ஓர் இனவாதம் இன்னோர் இனவாதத்துக்கு எப்படி துணைசெய்கிறது பாருங்கள். இதற்கு என்ன பதில்? அடுத்த நமது ஆய்வும் அது பற்றித்தான்.

தெலுங்கர், கன்னடர் தமிழரா?

1973 பிப்ரவரி கலைமகள் இதழுக்குப் பெரியார் நேர்காணல் அளிக்கிறார்.

நேர்காணல் செய்யும் பாணன் வினா தொடுக்கிறார்: 'தமிழைத் தாய்மொழியாகக் கொண்டவர்களையே அவர்கள் பிராமணர்கள் என்ற காரணத்துக்காகத் 'தமிழர் அல்லர்' என்று சொல்கிறார்கள். 'கைபர் போலன் கணவாய் வழி வந்தவர்கள்' என்றுகூடப் பேசுகிறார்களே! இதை நீங்கள் ஆதரிக்கிறார்களா?'

இதற்குப் பெரியார் சிரித்துக் கொண்டே விடையளிக்கிறார்: 'ஏன் என்னையே தமிழன் இல்லைன்னு சொல்றாங்களே? என் தாய்மொழி கன்னடம் என்பதால் சொல்றாங்க.'

பார்ப்பனர் தமிழரா? என்ற கேள்விக்குப் பதில் சொல்லாமல் பெரியார் தவிர்க்கிறார். இது குறித்துப் பெரியார் கொள்கை என்ன? என்று விரிவாகப் பார்த்துவிட்டோம். ஆனால் கன்னடம் அவரது தாய்மொழி என்பதாலேயே அவரைத் தமிழர் அல்லர் எனக் கூறுவதாகச் சொல்கிறார். இத்தனைக்கும் அவருக்குக் கன்னடம் பேசத் தெரியாது என அவரது பதிலில் தொடர்ந்து கூறுகிறார். ஆக, கன்னடர்களும் தமிழர்களும் தமிழகத்தில் பல நூற்றாண்டு முன்பு குடியேறி, தமிழர்களோடு இரண்டறக் கலந்து, அவர்கள் தாய்மொழி மறந்து, தமிழையே வீட்டு மொழியாகவும் நாட்டு மொழியாகவும் ஏற்றுக் கொண்ட பின்னரும் அவர்களைத் தமிழர் இல்லை எனக் காட்டும் போக்கு அன்றே இருந்ததைப் பெரியாரின் பதில் நமக்கு உணர்த்துகிறது.

ம. பொ. சிவஞானம் தெலுங்கர்களைத் தமிழரல்லர் என்ற சிக்கலைக் கிளப்பியவர்தான் என்றாலும், அவர் புதிதாகக் குடியேறி தமிழகப் பதவிகளையும் பொறுப்புகளையும் கைப்பற்றிக் கொண்ட தெலுங்கர்களையே தமிழரல்லர் எனப் பார்த்தார். ஆனால் தமிழகத்தில் பல நெடுங்காலம் முன்பே குடியேறிவிட்ட தெலுங்கர்களைத் தமிழரல்லர் எனக் கருதவில்லை. இதற்கு அவர் வீரபாண்டிய கட்டபொம்மனைப் பாராட்டி எழுதியதே சான்று.

திமுகவை உடைத்து அதிமுக என்ற பெயரில் எம்ஜிஆர் தனிக் கட்சி கண்டதும், அவரை மலையாளி என விமர்சிக்கத் தொடங்கினார் மு. கருணாநிதி. எம்ஜிஆர் திமுகவில் இருக்கும்போது தமிழராய் இருந்து, அதிமுக தொடங்கியதும் மலையாளி ஆனாரா தெரியவில்லை. ஆனால் எம்ஜிஆர் மலையாளி என்ற சர்ச்சை அத்துடன் அடங்கிப் போனது.

விஜயகாந்த் அரசியலுக்குள் நுழைந்த போது அவர் தெலுங்கர் என்ற பேச்சு எழுந்தது. ஆனால் இந்தப் பேச்சும் சிறு சலசலப்பு என்ற அளவிலேயே இருந்து வந்தது.

2009 மே தமிழீழ இனக்கொலைக்குப் பிறகே யார் தமிழர்? என்னும் வினா தமிழக அரசியலில் முன்னுக்கு வந்தது. குறிப்பாக மு. கருணாநிதி ஒரு தெலுங்கர் என்றும், அதனால்தான் அவர் முதலமைச்சராக இருந்த அக்காலத்தில் தமிழீழ இனக்கொலையை மத்திய காங்கிரசுடன் சேர்ந்து ஆதரித்தார் என்ற பேச்சு கொஞ்சம் வலுவாகவே எழத் தொடங்கியது. கலைஞர் காங்கிரசின் தமிழீழக் கொலைக்கு ஆதரவு நல்கினார் என்பது உண்மைதான் என்றாலும், அவர் 'தெலுங்கர்' என்பதால்தான் இப்படிச் செய்தார் என வாதிடுவதில் என்ன தர்க்கம் உள்ளது?

பெரியார் கன்னடர், அதனால்தான் தமிழைக் காட்டுமிராண்டி மொழி எனக் கூறினார், ஜெ. ஜெயலலிதா கன்னடர், அதனால்தான் தமிழீழ விடுதலைப் புலிகளை ஒழிப்பதற்கு ஆதரவு நல்கினார், எம்ஜிஆர் மலையாளி அதனால் முல்லை பெரியாற்றில் தமிழருக்கு இரண்டகம் செய்தார் என்று இந்தப் பட்டியல் நீண்டு கொண்டே சென்றது.

ஆக, தமிழர்களின் சிக்கல்களுக்கு எல்லாம் காரணம் தமிழகத்தைக் கன்னடர், தெலுங்கர், மலையாளி என அன்னியர் ஆண்டதே என்றும், ஒரு தமிழன் ஆண்டிருந்தால் தமிழருக்கு இந்தப் பேரவலம் ஏற்பட்டிருக்காது என்றும் தீவிரப் பரப்புரைகள் முன்னுக்கு வந்தன.

இந்தப் பரப்புரையில் பெருமளவுக்கு ஈடுபடத் தொடங்கியது சீமான். அவர் தமிழீழ இனப்படுகொலைக்கு எதிராகத் தீவிரப் பரப்புரை செய்தார். அதனால் கிடைத்த புகழ் வெளிச்சத்தில் அரசியலுக்கு வந்தார். தமிழ்த் தேசியமே அவரது கருத்தியல் எனக் கூறி நாம் தமிழர் கட்சி என்ற அமைப்பை உருவாக்கினார். அவரைப் போன்றே தமிழ்த் தேசிய அமைப்புகள் நடத்துகிற இன்னும் பலரும், சமூக வலைதளங்களில் தமிழ்த் தேசிய ஆதரவாளர்களாக அறிவித்துக் கொண்டு வலம் வருவோரும் யார் தமிழர்? எனக் குருதி அடையாளம் காணும் வேலையில் தீவிரமாக ஈடுபடத் தொடங்கினர்.

'தமிழாய்ந்த தமிழன்தான் தமிழ்நாட்டின் முதலமைச்சாய் வருதல் வேண்டும்' என்ற பாரதிதாசன் பாடல் வரியே சீமானின் தாரக மந்திரமாக உள்ளது. பாவேந்தரே சொல்லிவிட்டார், எனவே தமிழ் நாட்டைத் தமிழரே ஆண்டால்தான் தமிழர் உரிமைகளை மீட்டெடுக்க முடியும் என்கிறார்.

பாரதிதாசன் வரியைச் சீமான் எடுத்துக் கொண்டதில் தவறில்லை. ஆனால் யார் தமிழன்? என அவர் இலக்கணம் வகுப்பதில்தான் சிக்கல். அவரைப் பொறுத்தவரை, ஒருவர் எத்தனை நூறு ஆண்டுக்கு முன்பு தமிழகத்தில் நுழைந்திருந்தாலும், அவரின் முன்னோர் தமிழ் பேசாதவர் என்றால் அவர் தமிழரில்லை. அப்படியானால் இவர் கூறும் அந்தத் 'தூய' தமிழர்கள் யார்? அவர்கள் 50,000 ஆண்டாய் இன்றைய தமிழக நிலப்பரப்பில் தமிழ் பேசி வாழ்ந்து வருபவர்களாம்! அது மட்டுமல்ல உலகின் மூத்த குடிகளே தமிழர்கள்தான் என்கிறார். இந்தக் கருத்தில் ஒரு மில்லியாவது அறிவியல் இருக்கிறதா? அண்மைய மரபணுவியல் ஆராய்ச்சிகளின்படி, இவர் சொல்லும் தூய தமிழர்களே கூட கைபர் போலன் கணவாய் வழியாக நுழைந்த வந்தேறிகள்தானே? பல்லாயிரம் ஆண்டுமுன் மனித வாசனையே இல்லாத இடமாகத்தானே தமிழகம் உள்ளிட்ட முழு இந்தியப் பரப்புமே இருந்தது? பிறகு இந்த மூத்த குடி இளையான்குடி கதையெல்லாம் எங்கிருந்து வந்தது? புராணக் கதைகளுக்கும் இந்த மூத்த குடி கதைகளுக்கும் எந்த வேறுபாடும் இல்லை. உலகின் பூர்வ குடி என்று யாராவது இருப்பாராயேனால் அவர்கள் ஆப்பிரிக்காவின் தென்பகுதியில் வாழ்ந்த கருப்பின மக்களே! மற்றபடி, இன்றைய உலகில் பூர்விக அடிப்படையிலோ, குருதி அடிப்படையிலோ தூய இனம் என்பதாக எங்கும் இல்லை. அது தமிழர்களுக்கும் பொருந்தும்.

‘**பாரதிதாசன் வரியைச் சீமான் எடுத்துக் கொண்டதில் தவறில்லை. ஆனால் யார் தமிழன்? என அவர் இலக்கணம் வகுப்பதில்தான் சிக்கல்.**’

மேலும் சீமான் கூறுகிறார், ஏதோ ஒரு காலத்தில் தமிழகத்துக்கு வந்த தெலுங்கு, கன்னட, உருது வம்சாவழியினர் தமிழகத்தில் வாழ்வதற்குத் தடையில்லையாம், ஆனால் அவர்களைத் தமிழர்களாகக் கருத முடியாதாம், அவர்கள் தேர்தலில் போட்டியிட்டுச் சட்டமன்ற உறுப்பினர்கள் ஆவதற்கும், அமைச்சர்கள் ஆவதற்கும் கூட தடையில்லையாம், ஆனால் தமிழகத்தின் முதலமைச்சர் பதவிக்கு மட்டும் வந்துவிடக் கூடாதாம்.

ஒருவருக்குத் தேசியஇன அடையாளம் கிடைப்பது எப்படி? அவருக்கு ஒரு நாட்டின் அரசில் தலைமைப் பொறுப்புக்கு வர என்ன அடையாளம் தேவைப்படுகிறது? என்பதற்குச் சீமானும்

அவரை ஒட்டிப் பேசும் பலரும் கொடுக்கும் இலக்கணங்கள் அனைத்தும் அபத்தமானவை. அவை எதுவும் உலகின் எந்தத் தேசத்திலும் கடைப்பிடிக்கப்படுவதில்லை.

அர்ஜெண்டைனா, அமெரிக்கா, கொலம்பியா, பிரான்சு, ஜெர்மனி போன்ற தேசங்களில் அந்தத் தேசங்களின் அல்லது வேறு தேசத்தவரின் தம்பதியருக்குப் பிறந்த எவரும் அத்தேசத்தின் குடிமகன் ஆகலாம். மெக்சிகோ முதலிய தேசங்களில் அயல் நாட்டுத் தம்பதியருக்கு இரு தலைமுறை கழித்துப் பிறப்பவர் எவரும் அத்தேசத்தின் குடிமகன் ஆகலாம். இப்படி ஒருவர் அந்தத் தேசங்களின் குடிமகன் ஆகிவிட்ட நாளே அவர் அத்தேசத்தின் தேசிய இனஅடையாளத்தைப் பெறுகிறார். இப்படிக் குடிமகன் ஆகும் எவரும் தகுந்த வயதுக்கு வந்ததும் அத்தேசங்களின் தேர்தலில் போட்டியிட்டு நாடாளுமன்ற உறுப்பினராகி, தொடர்ந்து தலைமை அமைச்சராக, அதிபராகப் பதவியேற்க எந்தத் தடையுமில்லை.

காட்டாக, பிரான்சில் குடியேறிய இத்தாலியத் தம்பதியர் அங்கு இத்தாலியரே! ஆனால் அவர்களுக்குப் பிறப்பவர் பிரெஞ்சுக் குடியுரிமை பெற தடையில்லை, குடியுரிமை பெற்றதுமே அவர் பிரெஞ்சுக்காரர் ஆகிறார். தொடர்ந்து அவர் அந்நாட்டுத் தேர்தல்களில் போட்டியிடுவதற்கும், பிரெஞ்சு அதிபர் ஆவதற்கும் எந்தத் தடையுமில்லை.

ஆக, அயலவராகக் கருதும் ஒருவரைத் தமிழகத்தின் முதலமைச் சராக்க விரும்பவில்லை என்றால், அவருக்குக் குடியுரிமை மறுப்பது ஒன்றே ஒரே வழி. எனவேதான் நாம் சீமானின் நிலைப்பாடு இனவாதத்துக்கு வழிவகுக்கும் எனக் கூறுகிறோம்.

அவர் முதலாம், இரண்டாம் தலைமுறையாக வாழும் தெலுங்கரையோ, கன்னடரையோ கூட மொழிச்சிறுபான்மையினர் எனக் கூறுவதுதான் நியாயமாக இருககக முடியும். சில பல நூற்றாண்டுகளாக தமிழ்நாட்டுக்குள் நுழைந்து வாழும் வேற்று மொழியாரை எல்லாம் தமிழர் இல்லை எனக் கூறுவதில் என்ன அறம் உள்ளது? உலக நீதி உள்ளது?

இந்த உலகப் பார்வைக்கு மாறாகக் கேள்விகள் கேட்பதால்தான் சீமானும் இன்னும் பலரும் இனவியல் கருத்துகளில் தன்முரண் பாட்டில் சிக்கிக் கொள்கிறார்கள். காட்டாக, அவர்கள் கேட்கிறார்கள்,

இங்கு தெலுங்கனும் கன்னடனும் மலையாளியும் முதலமைச்சராவது போல், உலகில் வேறெங்கும் நடக்குமா? வேறு இந்திய மாநிலத்தில் நடக்குமா? என்கின்றனர்.

ஏன் நடக்கவில்லை? 1800களில் கரீபியன் தீவுகளில் ஒன்றாகிய கயானாவுக்குத் தேயிலைத் தோட்டத் தொழிலாளிகளாக அழைத்துச் செல்லப்பட்ட தமிழர்களின் வம்வாவழியில் வந்த மோசஸ் நாகமுத்து அதே கயானா தேசத்தின் தலைமை அமைச்சராக இருக்கிறாரே? இது தமிழர்களுக்குப் பெருமையா? இழுக்கா?

ஏன்? நமது பக்கத்து மாநிலம் கர்நாடகத்தில் 2004-06 காலக் கட்டத்தில் முதலமைச்சராக இருந்த என். தரம் சிங் ராஜஸ்தான் மாநிலத்தைச் சேர்ந்த ராஜபுத்திரர் ஆவார். அவர் ராஜபுத்திரர் என்பதற்காகக் கர்நாடகக் காவிரி நலனுக்கு எதிராகச் செயல் பட்டாரா? அவர் காலத்தில் தமிழகத்துக்குக் காவிரியைத் தாராளமாகத் திறந்து விட்டாரா?

இத்தனை நாள் முதலமைச்சர்களாக இருந்தவர்கள் தமிழர்கள் அல்ல, சரி, இப்போதுதான் எடப்பாடி என்னும் தமிழர் ஆட்சிப் பொறுப்புக்கு வந்துவிட்டாரே? இனி என்ன கவலை? எனச் சீமானைக் கேட்டால், அவரிடம் தமிழர் அறம் இல்லை என்கிறார்.

பெரியாரே காமராசரைத்தான் பச்சைத் தமிழன் என்றாராம், அவர் கன்னடர் என்பதால் பதவிக்கு வரவில்லையாம். தேர்தலையே புறக்கணித்த பெரியார் தான் கன்னடன் என்பதால் ஆட்சிப் பொறுப்புக்கு வர விரும்பவில்லை எனக் கூறுவது வேடிக்கை. பெரியாரின்வழி சீமானும் காமராசரைப் பச்சைத் தமிழர் என்கிறார். அந்தப் பச்சைத் தமிழர்தானே தமிழ்நாடு எனப் பெயர் வைக்கக் கோரி பட்டினிப் போராட்டம் இருந்த சங்கரலிங்கனாரின் கோரிக்கையை நிறைவேற்ற மறுத்து அவரைச் சாகடித்தார். இதுதான் சீமான் எதிர்பார்க்கும் தமிழர் அறமா?

அவர்களே தமிழர்கள் இல்லை என ஒத்துக் கொள்ளும் போது நாம் ஏன் அவர்களைத் தமிழர்கள் என அழைக்க வேண்டும், உருது பேசும் முஸ்லீம் உருதுக்காரனாகவே வாழட்டும், தெலுங்கு, கன்னடம் பேசுபவன் தெலுங்கன், கன்னடனாகவே வாழட்டும் என இந்தப் புது இனவெறிக் கூட்டம் அனுமதி தருகிறதாம். யார் யாருக்கு அனுமதி தருவது? யார் தமிழன்? யார் தமிழனில்லை? எனச் சான்றிதழ் தர இவர்களுக்கு யார் அதிகாரம் கொடுத்தது?

இன்று எந்தத் தெலுங்கர் வீட்டில் தெலுங்கு பேசுகிறார்? பாவா, நைனா என ஒரு சில சொற்களைத் தவிர அவர்கள் வீட்டிலும் வெளியிலும் புழங்குவது தமிழில்தான். பள்ளி விண்ணப்பங்களில் தாய் மொழி தமிழ் என்றே குறிப்பிடுகின்றனர். இவர்களையும் தமிழர் என ஏற்க மாட்டேன் என இனத்தைக் கூறு போட்டு தொண்டை புடைக்கக் கூச்சலிடுவதுதான் தமிழர் அறமா?

இப்படி தெலுங்கன், கன்னடன் என இனஅடையாளம் கண்டுபிடிப்பதற்குள்ள வழி என்ன? இவர் நாயுடு, இவர் நாயக்கர், இவர் ஒக்கலிகர், இவர் அருந்ததியர் எனச் சாதி ஆராய்ச்சி செய்வதுதானே. கடைசியில் இனவெறி ஆராய்ச்சி சாதிவெறிச் சேற்றில்தான் நம்மை ஆழ்த்தும். இனவாதத்தில் சாதியவாதத்தைக் கண்டெடுப்பதுதான் தமிழினவாதத்தின் சாதனையா? அப்படி யானால் இந்த இனவாதக் கூட்டத்துக்கு சாதிஒழிப்பில் நம்பிக்கை இல்லையா? நாம் வருங்காலத் தமிழர் வரலாற்றில் சாதி ஒழியும் என்பதில் நம்பிக்கை வைத்துள்ளோம் என்றால், அப்போது தெலுங்கரையும் கன்னடரையும், ஏன், பார்ப்பனரையும் கூட எப்படி அடையாளம் காண்பீர்கள்? தமிழினவாதம் பேசுவோரே, அயலின ஆராய்ச்சி செய்து சாதிச் சாக்கடையில் மூழ்கப் போகிறீர்களா? அல்லது நாமனைவரும் தமிழர் என்ற ஓர்மை ஏற்று சாதியற்ற தமிழ்த் தேசப் படைப்புக்கு ஒப்புக் கொடுக்கப் போகிறீர்களா? எந்தப் பக்கம் நிற்பது தமிழர் அறம்? முடிவுசெய்யுங்கள்.

> **‘இனவெறி ஆராய்ச்சி சாதிவெறிச் சேற்றில்தான் நம்மை ஆழ்த்தும். இனவாதத்தில் சாதியவாதத்தைக் கண்டெடுப்பதுதான் தமிழினவாதத்தின் சாதனையா?’**

ஆனால் இவர்களாகத் தமிழர் அறம் என்ற தனி இலக்கணம் ஒன்றை வகுத்து, அதைப் பின்பற்றுபவர்தான் தமிழர் எனப் புது புது வரையறை தந்தால், அவரவருக்குப் பிடித்த வரையறை களையும் இலக்கணங்களையும் உருவாக்கிக் கொள்ள வேண்டியது தான். வீட்டில் ஓரிரண்டு தெலுங்குச் சொற்கள் பேசுவோரையே நாங்கள் தமிழர் என ஏற்க மாட்டோம் என்கிறீர்களே? மழலையர் கல்வி முதல் ஆங்கிலவழியில் படித்து வளர்ந்தோரை, பிள்ளை களை பெரிய கான்வென்டுகளுக்கு அனுப்பி, அவர்கள் நுனி நாக்கு ஆங்கிலம் பேசுவது கண்டு மகிழும் பெற்றோரைத் தமிழர் என இந்தப் புதிய இனவாதிகள் ஏற்பார்களா? அல்லது அவர்களை

இங்கிலீஷ்காரர்கள் என்பார்களா? இந்த இலக்கணம் ஏற்றால், அந்த இனவாதிகள் நடத்தும் கட்சிகளில் எவரும் மிஞ்சுவாரா?

இப்படி இனவாதம் செய்யும் கூட்டத்தினரிடம் தமிழீழ இனக்கொலைக்குத் துணை செய்த ப. சிதம்பரத்தைத் தமிழர் என ஏற்க முடியுமா? எனக் கேட்டுச் சிலர் எதிர்வாதம் செய்கின்றனர். இத்தகைய எதிர்வாதங்களும் தமிழர் யார்? என்ற கேள்வியை மென்மேலும் குழப்பவே பயன்படும்.

மீண்டும் ஒன்றைத் தெளிவாகப் புரிந்து கொள்வோம், ஒருவரின் தனிப்பட்ட குணங்கள், பண்புகள் அவரின் தேசிய இனத்தைத் தீர்மானிக்காது. சமஸ்கிருதமே தெய்வ மொழி என உயர்த்தி தமிழைத் தூற்றும் சோ, குருமூர்த்தி வகையறாக்களாக இருந்தாலும் சரி, இந்துத்துவ வெறியுடன் உலவும் அர்ஜுன் சம்பத், எச். ராஜா ஆனாலும் சரி, கீழவெண்மணி தலித் படுகொலையை நிகழ்த்திய கோபாலகிருஷ்ண நாயுடு ஆனாலும் சரி, தமிழீழ இனக்கொலையை ஆதரிக்கும் ஈ. வி. கே. எஸ். இளங்கோவன், அருணன் ஆனாலும் சரி, நான் தமிழனில்லை இந்தியன் மட்டுமே என அறிவித்துக் கொள்ளும் பாரத பக்தர்கள் ஆனாலும் சரி, அவர்கள் யாவரும் தமிழர்களே. அவர்களின் அகப் பண்புகள் மாறக் கூடியவை, ஆனால் மொழிவழிப்பட்ட வரலாற்றால் அவர்களுக்கு வாய்க்கப் பெற்ற தமிழன் என்ற அடையாளம் மாறாதது.

உலக மகாக் கொடுமைகள் செய்த இட்லர் பெயரை உச்சரிப்பதே பெரும் குற்றம் எனக் கருதும் ஜெர்மானியர்களே கூட அவரை ஜெர்மானியரல்லர் எனச் சொல்வதில்லை. ஆம், ஆரியவெறியுடன் உலகையே அழிக்கத் துணிந்த இட்லரும் ஜெர்மானியர்தான்! உலக மானுடத்துக்கே விடுதலைக் கோட்பாட்டைப் படைத்தளித்த மார்க்சும் ஜெர்மானியர்தான்!

தமிழைத் தாழ்வாக நினைத்து இந்தியை உயர்வாகக் கருதுபவர் இந்திக்காரர் ஆகி விட முடியுமா? அப்படியானால் ஜெர்மன் மொழியை உயர்வாக நினைத்து அவர் எளிதில் ஜெர்மன் குடிமகனாகி விட முடியுமா?

இன்னும் சொன்னால், எவரும் தமிழ் நாட்டில் இந்தியர், திராவிடர் என நினைத்துக் கொள்வதாலேயே இந்தியனாகவோ திராவிடனாகவோ ஆகி விட முடியாது! மாறாக, தமிழ்நாட்டில் எவரும் தன்னைத் தமிழர் இல்லை என நினைத்துக் கொள்வதாலேயே தமிழன் இல்லை என்றாகி விடாது! விட்டால்,

நம்மில் பலர் இன்றே தங்களை அமெரிக்கர்களாக நினைத்துக் கொண்டு அமெரிக்கக் குடிமகனாகக் கிளம்பி விட மாட்டார்களா என்ன?

இந்தத் தேசியஇன அறிவியல்கள் அறியாது எல்லாம் தெரிந்தது போல் பேசும் ஒரு தற்குறிக் கூட்டத்தை இன்று புதிதாய் எழுந்துள்ள இனவாதக் கூச்சல் உருவாக்கியுள்ளது. இவர்கள் முகநூல் பரப்புகளில் அறிவார்ந்த விவாதங்கள் எதற்கும் மதிப்பளிப்பதில்லை, கருத்திடுபவரின் ஈகப் பின்னணி, களப் பணி, துறைசார் மேதைமை எதையும் பொருட்படுத்துவதில்லை, அவர்கள் முன்வைக்கும் கருத்துகளைக் கருத்தால் சந்திப்பதில்லை. நேரடியாக நீ தெலுங்கன், மலையாளி, பார்ப்பான் என அவர்களின் சாதியறிந்து வன்மமான பதிவுகளை நண்டு சிண்டுகளும் இடுகின்றனர். இன்று தமிழ்த் தேசியம் பேசுகிறோம் என்ற பெயரில் கிளம்பியுள்ள இந்தக் கூட்டம் வாதம் நடத்தும் முறையையே கேலிக்கூத்தாகியுள்ளது. சனநாயக வெளியையே பாழ்படுத்தி யுள்ளது. இதுதான் இந்த இனவாதக் கூட்டத்தின் ஒரே சாதனை.

> **ஆரியவெறியுடன் உலகையே அழிக்கத் துணிந்த இட்லரும் ஜெர்மானியர்தான்! உலக மானுடத்துக்கே விடுதலைக் கோட்பாட்டைப் படைத்தளித்த மார்க்சும் ஜெர்மானியர்தான்!**

பெரியாரோ, கலைஞரோ, எம்ஜிஆரோ, ஜெலலிதாவோ, விஜயகாந்தோ எவரையும் அவர்கள் எடுக்கும், எடுத்த அரசியல் நடவடிக்கைகளின் அடிப்படையில், அவர்கள் முன்வைத்த கொள்கைககளின் அடிப்படையில் திறனாய்வு செய்யலாம். எவ்வளவு கடுமையாகவும் விமர்சனம் செய்யலாம். ஆனால் அவர்கள் முன்னோர்கள் பேசிய மொழியை வைத்து, சாதியை வைத்து வசவுகள் செய்வது இனவாதத்துக்கு வழிசெய்யுமே தவிர எள்ளளவும் அந்த மனிதர்கள் செய்த தவறுகளை மக்களிடம் கொண்டு சேர்க்கத் துணைசெய்யாது.

தமிழர்களின் சிக்கல்களை முன்வைத்து, அதற்குரிய தீர்வுகளின், அதனடிப்படையில் வகுத்த கொள்கைகளின் அடிப்படையில் தமிழக ஆட்சியாளர்களை விமர்சிப்பதே தமிழ்த் தேசிய வளர்ச்சிப் போக்குக்கு வழிசெய்யும். எவன் தமிழன்? என்ற போர்வையில் நடத்தப்படும் இனவாதக் கேடுகெட்ட ஆராய்ச்சிகள் யாவும் தமிழன் ஓர்மைக்கே உலை வைக்கும். அது பார்ப்பனியச் சாதிய

ஆதிக்கமும் இந்திய வல்லாதிக்கமும் மேலும் மேலும் வலுப்பெறவே துணைசெய்யும்.

அதேநேரத்தில், சீமான் இனம் சார்ந்து முன்வைக்கும் அத்தனைக் கருத்துகளையுமே இனவாதம் என்று ஒதுக்கிவிட முடியாது. சில பத்தாண்டு முன்பு தமிழகம் நுழைந்து திரை வெளிச்சத்தில் மக்கள் புகழ் சம்பாதித்திருக்கும் கன்னடர் ரஜினி காந்த் தமிழ் நாடு முதலமைச்சராக நினைப்பதை எதிர்க்கும் சீமானின் இனவுரிமைக் கருத்து நியாயமானதே. அதேபோது, ரஜினியை அவருக்குரிய 'கன்னடர்' என்ற சரியான இனப் பெயர் சொல்லி அழைப்பதையும், ஒரு கன்னடர் தமிழகத்தின் முதலமைச்சராகக் கூடாது என்ற இனவுரிமைக் கோரிக்கையையும் 'இனவாதப் பேச்சு' என்ற பெட்டிக்குள் போடப் பார்ப்போரின் முயற்சி சமூக அறிவியலுக்குப் புறம்பானதாகும்.

சொல்லப் போனால், சீமான் போன்றார் முன்னிறுத்தும் தவறான இனவாதக் கொள்கைகள் காரணமாகத்தான், அவரே முன்வைக்கும் ரஜினி காந்த் எதிர்ப்பு உள்ளிட்ட நியாயமான இனவுரிமைக் கோரிக்கைகளையும் இனக் குழப்பல்வாதிகள் தந்திரமாக இனவாதமெனச் சித்திரிப்பதற்கு வழிவகுத்து விடுகிறது.

உள்ளபடியே, தமிழகம் சந்திக்கும் இனச் சிக்கல் ரஜினி எதிர்ப்புடன் முடிந்து விடவில்லை. அதையும் தாண்டியது. இன்று தமிழகத்தில் பேராபத்தாகத் திகழ்ந்து கொண்டிருப்பது வடநாட்டைச் சேர்ந்த, ஏன், ஒரியா, நாகா, அசாம் பகுதிகளைச் சேர்ந்த தொழிலாளர் களின் அத்துமீறிய எண்ணிக்கையிலான வருகையாகும். இது தமிழகத்தின் தொழிலாளர்களின் வேலைவாய்ப்பை நேரடியாகப் பாதித்துள்ளது. இந்த அடிப்படையில் 'வெளியாரை வெளியேற்று வோம்' என்ற கோரிக்கையைத் தேர்தல் மறுக்கும் தமிழ்த் தேசிய அமைப்புகள் நீண்ட காலமாகவே முன்வைத்துப் பல போராட்டங் களை நடத்தியுள்ளன. இது போன்ற நியாயமான கோரிக்கைகளை முன்னெடுப்பதே துல்லியமான இனவியல் பார்வையாக அமையும். இது சாத்தியந்தானா எனக் காண்போம்.

யார்தான் தமிழர்?

தமிழகத்தில் வந்தேறும் அனைவரையும் தமிழர் என ஏற்பதுதான் உண்மைத் தமிழ்த் தேசியம் எனக் கருதிவிட வேண்டியதில்லை. ஒரு தேசத்தில் அயல்தேசத் தாய் தந்தையருக்குப் பிறக்கும் எவரும்

அத்தேசத்தின் குடியுரிமை பெறுவதே பெரும்பாலும் உலக நீதியாக இருக்கிறது எனக் கண்டோம். ஆனால் ஒன்றை மறந்து விடக் கூடாது. அத்தேச ஆட்சிப் பரப்புக்குள் எவரை உள்ளே விடலாம்? எத்தனை பேரை உள்ள விடலாம்? என்பதைக் கட்டுப்பாடு செய்ய அத்தேசத்துக்கு முழு இறைமை உள்ளது.

ஆனால் தமிழகச் சட்டமன்றத்துக்கு, தமிழர்களுக்கு இன்று தங்களின் நிலப்பரப்பை ஆளும் இறைமை ஏதும் இல்லை. அந்த அதிகாரம் அனைத்தும் தில்லியிடம். இந்திய அரசமைப்புச் சட்டப்படி, தில்லி நினைத்தால் தமிழகத்தின் எந்த நிலப்பரப்பை யும் பிடுங்கி வேறெந்த இந்திய மாநிலத்துக்கும், வேறெந்தத் தேசத்துக்கும் கொடுத்துவிடலாம். அந்த அடிப்படையில்தான் நாம் ஆந்திரத்திடம் திருப்பதியை, கர்நாடகத்திடம் கோலாரை, கேரளத்திடம் தேவிகுளம் பீர்மேட்டை, இலங்கையிடம் கச்சத் தீவை இழந்தோம்.

மேலும், வெறும் இந்தியன் என்ற அடையாளத்தை வைத்துக் கொண்டு தமிழக எல்லைக்குள் நாள்தோறும் வெளிமாநிலத்தவர் வந்து குவிகின்றனர். குறிப்பாக இந்திக்காரர்களின் பீகாரிகளின் எண்ணிக்கை நாளுக்கு நாள் பெருத்துச் செல்கிறது. அவர்கள் எவரையும் நாம் தமிழர்களாக ஏற்க இயலாது. ஏனென்றால் அவர்கள் நம் தமிழ் மக்கள் ஏற்பிசைவுடன் நுழைந்தவர்கள் இல்லை. இவர்களின் நுழைவு கட்டாயம் தமிழ்ப் பண்பாட்டைச் சீர்குலைக்கும். மிகைப்படியான சேட்டு மக்களின் நுழைவே ஆர்எஸ்எஸ், இந்து முன்னணி அமைப்புகள் பிள்ளையார் ஊர்வலம் போன்ற இந்துவெறி நிகழ்வுகள் நடத்தக் காரணமாயிற்று. இந்திக்காரர் கொண்டாடும் ஹோலியும் ரட்சா பந்தனும் மெது மெதுவாகத் தமிழர் கொண்டாட்டமாகி வருகின்றன. இது தமிழர்களின் பண்பாட்டைக் கலப்படப் பண்பாடாக்கும் கெடுவாய்ப்பு உள்ளது. எனவே அயலவர் நுழைவைக் கட்டுப்படுத்தி வைக்க, அதிகப்படியாக நுழைந்தவர்களை வெளியேற்ற நாம் போராடவேண்டும். இது சாத்தியமா எனக் கவலைப்பட வேண்டியதில்லை. இதற்கு இந்தியளவில் முற்காட்டுகள் உள்ளன.

நாகலாந்து அரசுக்கு அயலவர் எவரும் உள்ளே நுழைவதைக் கட்டுப்படுத்தி வைக்கும் அதிகாரம் உள்ளது. அவர்கள் **எல்லை நுழைவு உரிமம்** (inner line permit) என்னும் சிறப்பு அதிகாரத்தின்

வழியாக இதைச் செய்கிறார்கள். எனவே வெளி மாநிலத்தவர் எவரும் நாகலாந்து எல்லைக்குள் நுழைய வேண்டுமானால், நாகலாந்துக் காவல்துறையிடம் எல்லை நுழைவு உரிமத்தை வாங்கிக் கொண்டுதான் நுழைய முடியும்.

நாமும் நாகலாந்துக்கு இருப்பது போல், எத்தனை வெளியார் தமிழகத்துக்குள் நுழையலாம் என முடிவு செய்யும் உரிமை கோருவோம். அதன் பிறகு தமிழகத்துக்குள் இந்தியன் என்ற பெயரில் அதிகப்படியாக நுழைந்த சேட்டுகளையும் தெலுங்கர் களையும் பீகாரிகளையும் வெளியேற்றக் கோருவோம்.

யார் தமிழர் என்றால், இனத்தால், மொழியால், பண்பட்டால், வரலாற்றெல்லையால் நான் தமிழன் மட்டுமே. வெற்று மனிதனோ இந்தியனோ திராவிடனோ இல்லை என்ற தெளிவு பெறுவோம்.

> **தமிழகத்துக்குள் இந்தியன் என்ற பெயரில் அதிகப்படியாக நுழைந்த சேட்டுகளையும் தெலுங்கர் களையும் பீகாரிகளையும் வெளியேற்றக் கோருவோம்.**

யார் தமிழர் என்றால், உருது பேசும் இஸ்லாமியரோ, பார்ப்பனரோ ஐந்நூறு அறுநூறு ஆண்டு முன்பே நுழைந்த தெலுங்கரோ கன்னடரோ மலையாளியோ அனைவருமே தமிழர்தான் என்ற உண்மையை நெஞ்சில் நிறுத்துவோம்.

இந்தச் சமூக அறிவியல் வெளிச்சத்தில் நாம் அனைவருமே தமிழர் என்னும் வரலாற்று அடையாளம் கொண்ட தமிழ்த் தேசியர் களாகிய நம் அனைவரையும் பிணைக்கும் ஒரே உயிர்க்கொடி தமிழ் என உணர்வோம். இந்த ஒற்றுமையில் இழந்த தமிழர் உரிமைகள் அனைத்தும் மீட்டெடுப்போம், புதிய சமூக நீதித் தமிழ்த் தேசம் படைப்போம்.

(இன்றைய அரசியல் சூழல் கருதி இந்த நூலுக்கென எழுதிய சிறப்புக் கட்டுரை)

12

செம்மொழித் தமிழே எப்போதும் வேண்டும்!

சங்கப் பரிவாரத்தின் பத்தாண்டு ஆரண்ய காண்டம் முடிந்து, மோடி பட்டாபிஷேகமும் கோலாகலமாக நடந்தேறிவிட்டது! மந்திரிசபையும் களைகட்டத் தொடங்கிவிட்டது! ஆனால் இடையே கிஷ்கிந்தா காண்டத்தில் மோடிக்கு முடிசூட்டப் பாடாற்றிய அனுமர்களை எட்டி உதைத்து விட்டது பாஜக. மோடி அரியணையின் கீழ் சாமரம் வீசும் இடமேனும் கிடைக்காதா என ஏங்கித் தவிக்கின்றனர் சில சுக்ரீவர்கள்!

இவர்களின் நிலையை என்னென்பது? வசப்படாக் காவிரி முதல் எட்டாக் கச்சத்தீவு வரை எதையும் வளைத்துக் காட்டுவார் எங்களின் மோடிஎனத் தமிழகமெங்கும் முழங்கியவர்கள் இன்று அம்மனிதரின் திருவிளையாடல்கள் கண்டு திகைத்து நிற்கிறார்கள். தமிழனுக்குக் காவிரியும் கிடையாது, கச்சத்தீவும் கிடையாது எனச் சொல்வதற்கு வெட்கப்படவில்லை பாஜக அரசு. எல்லாம் போகப் போகச் சரியாகி விடும் என வெட்கமில்லாமல் சமாளிக்கும் தமிழகப் பங்காளிகளும் இருக்கிறார்கள்.

தமிழரின் பாரம்பரிய உரிமைகளைத் தர மறுக்கும் மோடி இந்துத்துவத்தின் பாரம்பரியக் காவிச்சரடுகளைத் தமிழகத்தில் அவிழ்த்துவிடத் தயங்கவில்லை. சமூக வலைத்தளங்களில் இந்தியைப் பின்னுகிறார், அரசு வேலைகளில் இந்தியை நுழைக்கிறார், மத்திய அரசுப் பள்ளிகளில் சமஸ்கிருத வாரம் கொண்டாடுகிறார்.

பாவம்! மோடிஆட்சிக்குப் புதுசாம்! அதனால் புரியாமல் ஏதேதோ செய்கிறாராம்! மோடிக்குக் கம்பளம் விரித்தவர்கள் அவருக்குப் புரியாததைப் புரிய வைத்து விடுவார்களாம். மோடி கூட்டத்துக்கு இவர்களின் மொழிக் கொள்கையைப் புரிய வைக்க 'ஷாகா'க்கள் ஏதும் திறக்கப் போகிறார்களா, தெரியவில்லை.

மோடிக்கு இவர்கள் மொழியியல் வகுப்பெடுப்பது சரி, மொழித் திணிப்பு பற்றி இவர்களின் பார்வை தெளிவானதுதானா? கலைஞர், ஜெயலலிதா, வைகோ, கி. வீரமணி என எவரானாலும் ஏதேனும் இந்திச் சலசலப்பு வரும்போதெல்லாம் இந்தித் திணிப்பை என்றும் எதிர்ப்போம் என்ற மந்திரத்தை உச்சரிக்கத் தவறுவதில்லை. இந்தித் திணிப்பை என்றும் எதிர்ப்பதென்றால், அவ்வெதிர்ப்பு நம் தமிழின் வாழ்வை என்றென்றும் தழைத் தோங்க வழிசெய்துள்ளதா?

தமிழ்ப் பெற்றோர்களிடம் உங்கள் பிள்ளைகளைத் தமிழ்வழிக் கல்வியில் படிக்க வைக்கலாமே என எவரும் வாயைத் திறந்தால் போதும்! உடனே அவர்கள் எங்க பிள்ளைகளுக்கு இங்கிலீஷ் எப்படி வரும் எனப் படபடப்பார்கள். இதே போல் நம் திராவிடக் கட்சியினரிடம் எத்துறையிலும் நமக்குத் தமிழே வேண்டுமெனக் கேட்டால், உடனே இங்கிலீஷின் இடத்தில் இந்தி புகுந்து விடாதா? என பயங்காட்டுவார்கள்.

தமிழகத்தில் இந்தியின் இடமென்ன? ஆங்கிலத்தின் இடமென்ன? தமிழின் இடமென்ன? என்னும் குழப்பத்தில் விளையும் வினாக்கள் இவை.

இந்தி மொழி 1938 இராஜாஜி தொடங்கி 2014 மோடிவரை 2 காரணங்களைச் சொல்லி தமிழகத்துள் நுழைந்துவருகிறது. கல்வியகங்களில் ஒரு பாட மொழி, இந்திய ஒன்றிய அரசுக்கும் மாநில அரசுகளுக்குமான ஓர் இணைப்பு மொழி ஆகிய இரண்டே இந்தித் திணிப்பின் அடிப்படைகள் எனலாம்.

1938இல் அன்றைய சென்னை மாகாணத் தலைமையமைச்சராக இருந்த இராசகோபாலாச்சாரி பள்ளிக்கூடங்களில் இந்தியைப் புகுத்தினார். அதனை மறைமலையடிகள் உள்ளிட்ட தமிழறிஞர்கள் கடுமையாக எதிர்த்தனர். பெரியாரின் தலைமையில் பெரும் போராட்டம் பற்றிப் படர்ந்ததன் விளைவாகப் பள்ளிகளில் இந்தி வெளியேறிது. ஆனால் அதே காலக்கட்டத்தில் பள்ளிகளில்

கோலோச்சி வந்த ஆங்கிலத்துக்கு எந்தத் தொந்தரவும் இல்லை. இராஜாஜி இத்தனைக்கும் இந்தியைக் கட்டாயமாக யாரும் படிக்கவேண்டாம், தேர்வும் எழுதவேண்டாம், விரும்பியவர் படித்துக் கொள்ளலாம் என மழுப்பினார். ஆனால் இராஜாஜியின் இந்தச் சூதுத் திட்டத்தைத் தெளிவாகவே உணர்ந்து ஏற்க மறுத்தவர் எவரும் தமிழ்ப் பள்ளிகளில் ஆங்கிலம் எதற்கு? எனக் கேட்கவில்லை. கட்டாய ஆங்கிலத்தை எதிர்க்கத் தேவையில்லை என்றே பெரியார் தெளிவாகச் சொன்னார். அன்றைய நிலையில், பொறியியல், மருத்துவத்தை ஆங்கிலத்தில்தான் படிக்க முடியும் என்ற போதும் அவற்றைத் தமிழில் கற்பிக்க வேண்டும் என்ற கோரிக்கையை எவரும் எழுப்பவே இல்லை.

1948, 1950 எனத் திரும்பத் திரும்பத் தமிழகப் பள்ளிகளில் இந்தியைக் கட்டாயப்படுத்த காங்கிரஸ் அரசு செய்த முயற்சிகள் பெரியார், அண்ணா உள்ளிட்டோர் நடத்திய போராட்டங்களால் முறியடிக்கப்பட்டன.

*1950*இல் இந்திய அரசமைப்புப் பேரவையில் இந்தியை இந்தியாவின் ஒரே அலுவல் மொழியாக்க முயற்சிகள் நடந்தபோது, இதனைத் தென்னிந்தியர்கள் ஏற்க மாட்டார்கள் என இராஜாஜி முணுமுணுத்தார்! தென்னிந்தியா பிரிந்தே போகுமென டி. டி. கிருஷ்ணமாச்சாரி எச்சரித்தார்!

தமிழ் ஒழிந்தால் போதும்! இந்தியின் இடத்தில் ஆங்கிலமே இருந்துவிட்டுப் போகட்டும் என்பதே இராஜாஜி உள்ளிட்டோரின் நிலை. ஆம்! 1938இல் இந்திக்கு வக்காலத்து வாங்கிய இந்த இராஜாஜி 1957இல் சென்னை நுங்கம்பாக்கத்தில் நடைபெற்ற இந்தி எதிர்ப்புக் கூட்டம் ஒன்றில் பெரியாருடன் சேர்ந்து கலந்துகொள்ளத் தயங்கவில்லை! இந்த அரங்கில் இராஜாஜி அப்படியே குட்டிக்கரணம் அடித்தார். இந்தியைக் கடுமையாக எதிர்த்துப் பேசினார். சரி, இந்தியின் இடத்தில் தமிழை ஆதரித்தாரா? இல்லவே இல்லை! அதற்குப் பதிலாகத் தமிழகத்தில் ஆங்கிலமே ஆட்சி மொழியாகவும் பயிற்று மொழியாகவும் இருக்க வேண்டுமென முழங்கினார். இதைத் தொடர்ந்து பேசிய பெரியார் ஆங்கிலத்துக்கு ஆதரவான இராஜாஜியின் கருத்து தமக்கும் உவப்பானதே என்றார். தமது இந்தி எதிர்ப்பு என்பது இந்தி கூடாது என்பதற்காகத்தானே தவிர, அவ்விடத்தில் தமிழ் வேண்டும் என்பதற்காக அல்ல என்றும், ஆங்கிலமே தமிழனின் பேச்சு மொழியாக, வீட்டு மொழியாக ஆகவேண்டும் எனக் கூறி தமது மொழிக் கொள்கையைத் தெளிவுபடுத்தினார்.

'தென்னக மக்கள் சார்பில் நான் எச்சரிக்க விரும்புகிறேன்: தென்னிந்தியாவில் இப்போதே பிரிவினை வேண்டும் என்போர் உள்ளனர். உத்திரப் பிரதேசத்தைச் சேர்ந்த என் மாண்புமிகு நண்பர்கள் 'இந்திப் பேராதிக்கம்' என்ற தங்கள் கருத்தை முடிந்தவரை முடுக்குவது எவ்வகையிலும் எங்களுக்குத் துணை செய்யாது. ஆகவே என் உத்திரப் பிரதேசத்து நண்பர்களே, இரண்டில் ஒன்றை நீங்கள்தான் தேர்வு செய்ய வேண்டும்: முழு இந்தியா வேண்டுமா? இந்தி-இந்தியா போதுமா?

- இந்திய அரசமைப்புப் பேரவையில் திரு. டி. டி. கிருஷ்ணமாச்சாரி ஆற்றிய உரையிலிருந்து.

இந்த இந்தி எதிர்ப்புக் கூட்டத்தில் கலந்து கொண்ட இராஜாஜி, பெரியார் இருவருமே அந்தக் கூட்டத் தலைப்புக்குத் தொடர்பே இல்லாமல் ஆங்கிலமே தமிழகத்தில் கோலோச்ச வேண்டுமெனப் பேசுகின்றனர். இந்தியைக் காட்டி தமிழகத்தில் ஆங்கிலத்தை நுழைக்கும் பணியை இராஜாஜி இங்கு வெற்றிகரமாகத் தொடங்கி வைக்கிறார். அதனைப் பெரியாரும் வழிமொழிகிறார்.

1959இல் அன்றைய குடியரசுத் தலைவர் ராஜேந்திர பிரசாத் இந்தி(ய)வெறி வழிய அறிக்கை ஒன்றை வெளியிட்டார். அதன்படி 1965 சனவரி 26க்குப் பிறகு இந்தி மட்டுமே இந்தியாவின் ஒரே அலுவல் மொழியாக இருக்க முடியுமென்றும், அன்று முதல் இந்தியாவில் ஆங்கிலத்துக்கு வேலையில்லை என்றும் சொன்னார்.

இந்த அறிவிப்பு வந்த நாள் முதலே தமிழகம் கொந்தளிக்கத் தொடங்கிவிட்டது. தென்னிந்தியாவிலும், இன்னும் பல மாநிலங்களிலும் எதிர்ப்பு வலுத்தது. 1959 செப்டெம்பர் மாதத்தில் இந்திய நாடாளுமன்றத்திலும் இது எதிரொலித்தது. குறிப்பாகத் திமுக நாடாளுமன்ற உறுப்பினர்கள் இந்திக்கு எதிராக முழங்கினர். நேரு இந்திச் சூட்டைத் தணிக்க முயன்றார். இந்தி பேசாத மக்கள் விரும்பும் வரை, இந்தியுடன் ஆங்கிலமும் ஒரு துணை ஆட்சி மொழியாக நீடிக்கும் எனத் தேனொழுகப் பேசினார். நேரு எய்த மாய அம்பில் வீழ்ந்தோர் அவரின் வஞ்சக உரைக்கு 'நேரு உறுதிமொழி' எனப் பெயர் சூட்டி மகிழ்ந்தனர். அர்த்தம் தெரிந்தோ தெரியாமலோ நேருவின் உறுதிமொழியைக் காப்பாற்று என இன்றைய அரசியல் நண்டு சிண்டுகளும் முழங்குகின்றன.

தமிழர் நாவில் அவர்கள் ஒப்புதலுடனேயே தமிழ்க்கொல்லி மருந்து தடவிய நேரு உண்மையிலேயே பெரிய ராசதந்திரிதான். நேருவின் பாரத விலாசில் தமிழன் விரும்பும் வரை ஆங்கிலம் கிடைக்கும், அவனே விரும்பினால் இந்தியும் கிடைக்கும். ஆனால் அவன் எவ்வளவு விரும்பினாலும் தமிழ் மட்டும் கிடைக்கவே கிடைக்காது. தமிழனுக்கு நேரு கிண்டிக் கொடுத்த இந்தத் தில்லிவாலா அல்வாவைத்தான் அமுதெனச் சுவைத்தனர் திராவிட இயக்கத்தினர்.

என்னதான் நேரு உறுதிமொழி கொடுத்தாலும் இந்தி ஏதோ ஒரு வடிவத்தில் நுழைந்து கொண்டுதான் இருந்தது. ஆல் இண்டியா ரேடியோவாக இருந்த அகில இந்திய வானொலியின் பெயர் ஆகாஷவாணி என இந்திக்கு மாற, உடனே பல தமிழ்

எழுத்தாளர்களும் எதிர்க்க, தில்லி பின்வாங்கியது. தமிழகத்தில் இந்தி நுழையும்போதெல்லாம் நேரு பழைய உறுதிமொழியை நினைவுபடுத்துவார், உடனே தமிழகக் கொதிப்பு சற்றே அடங்கிப் போகும்.

கல்வியகங்களில் ஆங்கிலம், தமிழுடன் இந்தியும் படிக்கலாம் என நடுவணரசு சமயம் கிடைக்கும் போதெல்லாம் கூறி வந்தது. தில்லியின் இந்த மும்மொழிக் கொள்கை அநீதியானது என்றும், தமிழகத்துக்குத் தமிழ், இந்திய, உலகத் தொடர்புகளுக்கு ஆங்கிலம் எனும் இருமொழிக் கொள்கையே முறையானது என்றும் அண்ணா அறிவித்தார். மும்மொழிக் கொள்கையா? இருமொழிக் கொள்கையா? என்னும் வினா அதைத் தொடர்ந்து வந்த காலங்களில் தமிழக மொழிக் கொள்கையின் மையப் புள்ளியாயிற்று!

> **தமிழர் நாவில் அவர்கள் ஒப்புதலுடனேயே தமிழ்க் கொல்லி மருந்து தடவிய நேரு உண்மையிலேயே பெரிய ராசதந்திரிதான்.**

நேரு உறுதிமொழியை அண்ணா ஏற்றுக்கொண்டாலும், அப்போது இந்திய ஒன்றிய நாடாளுமன்ற மாநிலங்களவை உறுப்பினராக ஒன்றைத் தெளிவுபடுத்தினார். ஆங்கிலத்துக்குத் தாம் ஆதரவளிப்பது ஓர் இந்திய இணைப்பு மொழியாக மட்டுமே என விளக்கிப் பேசினார். மேலும், அந்தந்த மாநிலங்களுக்குள் நடுவணரசு அலுவலகங்கள் உட்பட அனைத்துத் துறைகளிலிலும் அந்தந்த மாநில மொழிகளே ஆட்சி மொழிகளாக இருக்க வேண்டும் என்றும், அதற்கேற்ப இந்தியாவின் அனைத்து மொழி களையும் ஆட்சி மொழிகளாக்கும் வண்ணம் சட்டத் திருத்தம் செய்யவேண்டும் என்றும் வலியுறுத்தினார். அண்ணாவின் இந்த மாநிலங்களவைப் பேச்சு வெறும் மேடைப் பேச்சே என்பதைத் திமுகவின் நடைமுறை அரசியல் உணர்த்தியது. இந்தி புகுந்தால் ஆங்கிலம் புகுந்துவிடும் என்ற மாய வலையையே திமுக திரும்பத் திரும்பப் பின்னிக் கொண்டிருந்தது. எப்போதும் நேரு உறுதி மொழியிலேயே மூழ்கிக் கிடந்தது.

நேரு உறுதிமொழியை மீறி இந்தி ஒட்டகம் அவ்வப்போது தலையை நுழைத்துக்கொண்டே இருந்ததால் 1965 வந்தால் இந்தி முழு இடத்தையும் பிடித்துக் கொள்ளுமோ என்ற அச்சத்தால்

எழுந்த இந்தி எதிர்ப்புணர்வு தமிழர் நெஞ்சில் தணலாய்க் கனன்று கொண்டேதான் இருந்தது.

இந்தச் சிக்கலை முடிவுக்குக் கொண்டு வர 1963 சனவரி 21 அன்று நேரு தன் உறுதிமொழியை நாடாளுமன்றத்தில் சட்டமாக முன்மொழிந்தார். 1965க்குப் பிறகுங்கூட இந்திய அலுவல் மொழியாக ஆங்கிலம் தொடரலாம், அதாவது English may continue என்றது சட்டம். இல்லை, 'தொடரலாம்' என்ற சந்தேகச் சொற்றொடர் கூடாது, 'ஆங்கிலம் தொடர வேண்டும்', அதாவது English shall continue என்ற கட்டாயச் சொற்றடருடன் சட்டம் அமைய வேண்டும் என்றார் அண்ணா. **மே** சொல்லுக்கு **ஷல்** என்றும், அதாவது 'வேண்டும்' என்றும் பொருளுண்டு என்றார் நேரு. அப்படியானால் **ஷல்** சொல்லே இருந்து விட்டுப் போகட்டுமே, சந்தேகத்தைக் கிளப்பும் **மே** எதற்கு எனக் கேட்டார் அண்ணா. ஒன்றுக்கும் உதவாத நேரு உறுதிமொழி காக்கவே இத்தனை ஆர்ப்பாட்டம். இந்தி காக்க நேருவும் ஆங்கிலம் காக்க அண்ணாவும் இங்கிலீஷ் இலக்கணத்தில் பல்லாங்குழி ஆடினர். நேருவின் இந்தி விளக்கமாற்றுக்கு **ஷல்** என்று ஆங்கிலக் குஞ்சலம் கட்ட முனைந்தார் அண்ணா! இறுதியில் நேருவின் **மே** குஞ்சலம் கட்டிக் கொண்டு 1963 அலுவல் மொழிகள் சட்டம் நாடாளுமன்றத்தில் அரங்கேறியது. இந்தத் தமிழ்க்கொல்லிச் சட்டத்துக்கு **ஷல்** குஞ்சலம் கட்டினால்தான் ஆர்சு எனத் திமுகவினர் போராட்டங்களில் குதித்தனர்.

1963 நவம்பரில் அண்ணா இந்தியைத் திணிக்கும் இந்திய அரசமைப்புச் சட்டத்தின் 17ஆம் பகுதியைக் கொளுத்தி 500 தொண்டர்களுடன் சிறைப்பட்டார். 1964 சனவரி 25 அன்று திமுக உறுப்பினர் கீழப்பழூர் சின்னச்சாமி இந்தியை எதிர்த்து முழக்கமிட்டபடி தீக்குளித்தார். தமிழகமெங்கும் நடுவணரசு அலுவலகப் பெயர்ப் பலகைகளில் இந்தி எழுத்துக்களைத் திமுகவினர் தார் பூசி அழித்தனர்.

> **இந்தி காக்க நேருவும் ஆங்கிலம் காக்க அண்ணாவும் இங்கிலீஷ் இலக்கணத்தில் பல்லாங்குழி ஆடினர்.**

1964 மே 27 நேருவின் மறைவுக்குப் பிறகு இந்த **மே, ஷல்** கூத்துக்கெல்லாம் வேலையில்லாமல் போயிற்று. அவருக்குப் பின் தலைமையமைச்சரான இந்தி வெறியர் லால் பகதூர் சாஸ்திரியும், அவரது கூட்டாளிகள் மொரார்ஜி தேசாய், குல்சாரிலால் நந்தா உள்ளிட்டவர்களும் இந்திக்கு ஆதரவான செயல்பாடுகளில்

விறுவிறுவென ஈடுபடத் தொடங்கினர். நடுவணரசும் மாநில அரசுகளும் இனி இந்தியில்தான் தொடர்பு வைத்துக் கொள்ள வேண்டும் என்றெல்லாம் பேசத் தொடங்கினர். தில்லியில் அவர்கள் முடுக்கிய இந்தி எக்ஸ்பிரஸ் 1965 சனவரி 26 அன்று சரியாகச் சென்னையை வந்தடையும் என்பதைத் துல்லியமாக மோப்பம் பிடித்தனர் திமுகவினரும் தமிழக மாணவர்களும். அதை ஒட்டி இந்தி எதிர்ப்புப் போராட்டங்கள் மளமளவென வெடித்தன.

அக்காலக்கட்டங்களில் நடைபெற்ற இந்தி எதிர்ப்பு மாநாடுகளில் இராஜாஜி தலை காட்டத் தொடங்கினார். அப்போதுதான் அவரது உள் அந்தரங்கம் அம்பலமானது. அது அவர் குரலில் முழக்கமாய் ஒலித்தது:

இந்தி
ஒருபோதும் வேண்டாம்!
ஆங்கிலமே
எப்போதும் வேண்டும்!

நேரு நீட்டி முழக்கிய உறுதிமொழிக்கு Hindi Never; English Ever என்று இங்கிலீஷ் ஹைக்கூ பாடினார் இராஜாஜி. நேரு மாமாவுக்கு ஆங்கிலம் ஒருபோதும் வேண்டாம்! இந்தியே எப்போதும் வேண்டும்! ராஜரிஷி ராஜாஜிக்கு இந்தி ஒருபோதும் வேண்டாம்! ஆங்கிலமே எப்போதும் வேண்டும்! ஆக மொத்தம் இரு மேதாவிகளுக்கும் தமிழ் ஒருபோதும் வேண்டாம்!

நேருவின் இந்திக்கு இராஜாஜியின் ஆங்கிலம் மேல் எனத் திமுக கருதியது! படிப்படியாக அதுவே திமுகவின் உறுதியான முழக்கமும் ஆயிற்று.

இந்தியம் இந்தியை அரியணையேற்றக் குறித்த அந்தச் சனவரி 26ஆம் நாள் நெருங்க நெருங்கத் தமிழகமெங்கும் இந்தி எதிர்ப்புப் போராட்டங்கள் தீவிரமடைந்தன. அந்நாளை துக்க நாளாகக் கொண்டாடுவதெனத் திமுக செயற்குழு 1965 ஜனவரி 8ஆம் நாள் முடிவெடுத்தது. தமிழகத்தின் பல பகுதிகளிலும் திமுகவினரும் கல்லூரி மாணவர்களும் இந்திய அரசமைப்பின் 17ஆவது பிரிவைக் கொளுத்திச் சாம்பலாக்கினர். இந்தி அரக்கி உருவப் பொம்மை களுக்கு எரியூட்டினர். இந்தப் பெரும் போராட்டங்கள் தகித்துக் கொண்டிருக்கையில், அந்த ஜனவரி இருபத்தாறும் நெருங்கியது.

மொழிப் போராட்டத்தைத் தடுத்து ஜனவரி இருபத்தாறை இந்தியின் இன்ப நாளாக்கிடக் கருதிய அன்றைய தமிழக முதல்வர் பக்தவத்சலம் 25 அன்றே தலைவர்கள் பலரையும் சிறையிலடைத்தார். மதுரை

காங்கிரசைச் சேர்ந்த சுப்பராயயன் **சு. கா. படை** (சுதந்தரம் காக்கும் படை) என்ற அமைப்பை நடத்தி வந்தார். அந்த அமைப்பின் காங்கிரஸ் குண்டர்கள் இந்தி எதிர்ப்புப் போராட்டக்காரர்களைக் காவல்துறை கண்முன்னே நையப் புடைத்தனர்.

காங்கிரஸ் அட்டூழியத்தையும் அரசின் அடக்குமுறையையும் எதிர்த்து 1965 ஜனவரி 27ஆம் நாள் அமைதி ஊர்வலம் சென்ற சிதம்பரம் அண்ணாமலைப் பல்கலைக்கழக மாணவர்கள்மீது காவல்துறை நடத்திய சரமாரித் துப்பாக்கிச் சூட்டுக்கு இளநிலை அறிவியல் 2ஆம் ஆண்டு படித்துக் கொண்டிருந்த இராசேந்திரன் பலியானார். நெடுமாறன் என்ற மாணவர் படுகாயமுற்றார். திமுக உறுப்பினர் சிவலிங்கம் சென்னை கோடம்பாக்கம் தொடர்வண்டி நிலையமருகே தீக்குளித்தார். சென்னையில் விருகம்பாக்கம் அரங்கநாதனும் தீக்குளித்தார்.

போராட்டத் தீ தமிழகப் பட்டி தொட்டியெங்கும் பரவியது. இந்த உண்மையான தமிழ்த் தேசிய எழுச்சியை நசுக்க காங்கிரஸ் அரசு இராணுவத்தை அனுப்பியது. இந்திய இராணுவத் தாக்குதலுக்கு 300 போராளிகளுக்கு மேல் பலியாகினர். தமிழ் காக்க 5 ஈகியருக்கு மேல் தீக்குளித்தனர். இது மென்மேலும் போராட்டத் தீயை வளர்த்தது.

1938இல் கல்விக் கூடங்களில் இந்தியைத் திணித்த இராஜாஜி 1965 இந்தி எதிர்ப்புப் போராட்டத்தை ஆதரித்தார் என்றால், பெரியார் இதற்கு நேர்மாறான நிலைப்பாட்டை எடுத்தார். ஆம், 1938இல் இராஜாஜியின் இந்தித் திணிப்பை எதிர்த்துப் பெரும் போராட்டம் நடத்திய பெரியார் 1965 இந்தி எதிர்ப்புப் போராட்டத்தை எதிர்த்தார். போராட்டம் செய்வோரை அடித்து நொறுக்காமல் காவல்துறை ஏன் வேடிக்கை பார்க்கிறது எனக் கேட்டார். மத்தியில் இருப்பவன் அவன் செலவில் அரசு அலுவலகங்களில் இலவசமாக இந்தி கற்றுக் கொடுக்கிறான் என்றால் படித்து விட்டுப் போயேன் என்றார். 1965இல் இராஜாஜியின் காங்கிரஸ் எதிர்ப்பும், பெரியாரின் காங்கிரஸ் ஆதரவும் இருவரின் மாறுபட்ட நிலைப்பாடுகளுக்கு ஒரு முக்கியக் காரணம் எனலாம்.

தீக்குளித்த மொழிப்போர் ஈகியர்

1. கீழப்பழுவூர் சின்னச்சாமி 25.01.1964
2. கோடம்பாக்கம் சிவலிங்கம் 26.01.1965
3. விருகம்பாக்கம் அரங்கநாதன் 27.01.1965
4. கீரனூர் முத்து 28.01.1965
5. ஐயம்பாளையம் வீரப்பன் 11.02.1965
6. சத்தியமங்கலம் முத்து 11.02.1965
7. மாயவரம் சாரங்கபாணி 16.03.1965

தமிழக வீதிகளில் போராட்டங்கள் முற்றிச் சென்ற நிலையில், நேருவின் உறுதிமொழி காக்கப்படுமென காங்கிரஸ் தில்லி ஆண்டைகள் வேறுவழியின்றி அறிவித்ததும் அண்ணாவும் இராஜாஜியும் போராட்டத்தைக் கைவிடுமாறு மாணவர்களுக்கு வேண்டுகோள் விடுத்தனர். எப்போதும் போல் நேருவின் வெற்று உறுதிமொழி ஏற்று 50 நாள் நடைபெற்ற அந்த வீரஞ்செறிந்த பெரும் போராட்டம் முடிவுக்கு வந்தது. உலகத்தின் மாபெரும் மொழிப் போராட்டங்களில் ஒன்றெனப் போற்றப்படும் இரண்டாவது மொழிப் போர் இந்தி எதிர்ப்புப் போராட்டத் தலைவர்களுக்குப் பதவி வாங்கிக் கொடுத்ததே தவிர, தமிழன்னையை அரியணையில் ஏற்றவில்லை. அதற்குத் திமுக தலைமை கடைப்பிடித்த அரைகுறை மொழிக் கொள்கையே காரணம் என உறுதியாகக் கூறலாம்.

ஆம், அந்தப் போராட்டங்களில் திமுகவினரும் மாணவர்களும் எரியூட்டிய அரசமைப்புச் சட்டத்தின் 17ஆவது பிரிவை நீக்கவோ திருத்தவோ எந்த வாக்குறுதியும் இன்றியே போராட்டம் ஓய்ந்தது பெருந்துயரமே! இந்தி திணிக்கும் 17ஆவது பிரிவுக்கு எந்தச் சேதாரமும் இல்லை. நேரு இருந்தபோது தீட்டிய திட்டம் அவருக்குப் பிறகும் சிறப்பாகவே வேலை செய்தது, செய்து கொண்டிருக்கிறது. இந்திப் பகை தடுக்கும் கேடயமே ஆங்கிலமென அன்றும் இன்றும் கூறி வருகின்றன திராவிடக் கட்சிகளும், திராவிட ஒட்டு அமைப்புகளும்.

இந்தி இந்தியாவின் அலுவல் மொழியானால் அது இந்தி மேலாதிக்கத்தைத் தூக்கிப் பிடிக்கும். அவ்விடத்தில் ஆங்கில

மொழி வந்தால் அது இந்தியாவின் பல மொழிபேசும் மக்களிடையே சரிநிகரான வாய்ப்பை ஏற்படுத்திக் கொடுக்கும் என்பதே அண்ணா காலந்தொட்டுப் பலரும் விளம்பி வரும் கருத்து. அதைத்தான் இன்றைய ஞாநிகள் லெவல் ப்ளேயிங் ஃபீல்டு என்கின்றனர். கல்வியகங்களில் ஆங்கிலத்தை ஒரு மொழிப் பாடமாகத் தமிழச்சியும் படித்து, இந்திக்காரியும் படித்தால் அது நிகரான போட்டிக் களத்தை உருவாக்குமாம்.

> **இந்திப் பகை தடுக்கும் கேடயமெனத் திமுக ஏந்திய ஆங்கிலம் இன்று தமிழ்க் கழுத்தறுக்கும் கொலைவாளாகிப் போயிற்று.**

நல்லது! நாம் கட்டுரைத் தொடக்கத்திலேயே கண்டது போல், இந்தி நுழைவது கல்வியைச் சொல்லி மட்டுந்தானா? நடுவணரசின் அலுவல் மொழி என்ற பெயரிலும்தானே? இந்திய அரசமைப்புச் சட்டம் சொல்வதன்படி, இந்தி முதன்மை அலுவல் மொழி என்றால், ஆங்கிலம் வெறும் துணை ஆட்சி மொழி மட்டுமே! அதுவும் தமிழன் விரும்பி ஏற்கும் வரையே! இங்கே நிகர்ப் போட்டிக் களம் எங்கே வந்தது? உபிக்காரனும் மபிக்காரனும் வக்கணையாக ஜீ, மாஜீ என்று இந்தியில் பேசிக் கொள்வானாம். ஆனால் தமிழனும் மலையாளியும் மட்டும் ஐயா, அம்மை எனப் பறையாது சார், மேடம் என உறவாட வேண்டுமாம்! என்ன கதை இது? என் அரசும் கேரள அரசும் தமிழிலும் மலையாளத்திலும் உரையாடிக் கொள்ளுமென மொழியுரிமை நாட்டியிருந்தால் அதைத் தமிழனுக்கும் மலையாளிக்கும் இந்திக்காரனுக்குமான சம மொழி நீதி எனக் கொள்ளலாம். அலுவல் மொழி அவனுக்கு இந்தி, நமக்கு ஆங்கிலம் என்பது எப்படி நிகர்ப் போட்டிக் களமாகும்?

வங்கிக் காசோலை, தொடர்வண்டிப் பயணச்சீட்டு என மைய அரசு அடையாளங்கள் அனைத்திலும் இந்தியும் ஆங்கிலமும் மட்டுந்தானே துருத்தி நிற்கின்றன? சீர்காழியிலிருந்து திருவாரூருக்குத் தொடர்வண்டிப் பயணம் செய்ய தமிழ்ப் பாமரன் அந்நிய மொழி ஆங்கிலம் கற்க வேண்டுமாம்! ஆனால் உபிக்காரன் தாய்மொழி இந்தியிலேயே நெல்லூர், அம்பத்தூர் என எங்கும் வலம் வருவானாம்! இதெப்படிச் சமநிகர்க் களமாகும்?

நடுவணரசு அலுவல் மொழியாக, மாநில அரசுகளுக்கு இடையிலான தொடர்பு மொழியாகத் தமிழ் கூட வேண்டாம், ஆங்கிலம்

மட்டுமே கோலோச்சலாம், அங்கு இந்திக்கு வேலையில்லை என தில்லி பேசினாலேனும் இந்த நிகர்க்கள நீதியின் நியாயத்தைக் கொஞ்சம் புரிந்துகொள்ளலாம். என்னால நீ கெட்ட, உன்னால நான் கெட்டன் என்பது போல், உனக்கும் உன் தாய்மொழி இந்திக்கு இடமில்லை, எனக்கும் என் தாய்மொழி தமிழுக்கு இடமில்லை என்றால், இருவர் ஆட்டத்துக்கும் ஆங்கிலம் ஒரு வகையில் சமமான போட்டிக் களத்தை அமைத்துக் கொடுக்கும் எனலாம். ஆனால் மத்திய நடவடிக்கை என்றாலே வடக்கத்தியானுக்கு இந்தி, தமிழனுக்கு ஆங்கிலம் என்றால், அது சுத்தப் போங்காட்டம் இல்லையா?

ஆமாம்! நேருவின் உறுதிமொழியை எந்தப் புளி தேய்த்துக் கழுவினாலும் இந்திதான் இளிக்கும், மிஞ்சிப் போனால் ஆங்கிலம் பல்லைக் காட்டும். ஒருபோதும் தமிழ் ஒளிராது.

நேருமீது தமிழ்வெறியில் கல்லெறிவதாகப் பண்டித நேரு அன்பர்கள் முகம் சுழிக்கலாம். எங்கள் தலைவர் நேரு பிரான் கூற்றுக்கு உள்நோக்கம் கற்பிப்பது முறைதானா? என்றும்கூட கோபிக்கலாம். ஆனால் நேருவின் அந்தரங்க நோக்கமறிய நாம் கொஞ்சம் பின்னே போய் அவரது பழைய கடிதம் ஒன்றைப் பிரித்துப் படிப்பது தவறில்லைதானே? அது நேரு தமது நாடாளுமன்ற உறுதிமொழிக்கு முன்பே இந்திக் கொள்கை பற்றி எழுதிய கடிதம்! ஆமாம், தமிழக இந்தி எதிர்ப்பைச் சமாளிக்கும் நோக்கில், 1950கள் தொடக்கத்திலேயே இந்தியின் இடத்தில் ஆங்கிலத்தையும் வைத்துக் கொள்ளலாம் என்றெல்லாம் நேரு பசப்பத் தொடங்கியிருந்தார். அந்த மழுப்பலைக்கூட அன்றைய அவரது அரசின் கல்வி அமைச்சர் மௌலானா அபுல் கலாம் ஆசாத் பொறுக்க மாட்டாமல் எதிர்த்தபோது, அவரை ஆற்றித் தேற்ற 26.08.1956 தேதியிட்டு ஒரு கடிதம் எழுதினார் நேரு.

‘நேருவின் உறுதிமொழியை எந்தப் புளி தேய்த்துக் கழுவினாலும் இந்திதான் இளிக்கும், மிஞ்சிப் போனால் ஆங்கிலம் பல்லைக் காட்டும். ஒருபோதும் தமிழ் ஒளிராது.’

அன்பு நண்பர் திரு மௌலானா அவர்களே, தயவுசெய்து புரிந்து கொள்ளுங்கள்! இன்றைய சூழலில் ஆங்கிலத்தின் இடத்தில் இந்தியைத் திணித்தால் மாநில மொழிகள் அந்தந்த இடத்தில் அமரும்

பெரும் அபாயம் உள்ளது! அப்படி ஒரு வேளை ஆங்கிலத்தையும் வெளியேற்றி விட்டோம் என்று வைத்துக் கொள்ளுங்கள், இந்திக்கு அதற்குரிய இடம் ஒருபோதும் கிடைக்காமல் போய்விடும் அல்லவா? எனவே ஆங்கிலத்தின் இடத்தை இந்தி பிடிக்கும் வகையில் நாம் வேலை செய்ய வேண்டும் ஐயா!

ஆகா! நேரு முகத்தில் இந்திக் காமம் வழிவது கடிதத்தில் என்னமாய்த் தெரிகிறது பாருங்கள்! மாநில மொழிகள் ஒருபோதும் வேண்டாம், இந்தியே எப்போதும் வேண்டுமெனத் தமது அந்தரங்கச் சதியைப் பிட்டு பிட்டு வைக்கிறார். ஆசை வெட்கமறியாது, நேருவின் இந்திக் காமம் நேர்மையறியாது. இதுதான் நேரு உறுதி மொழியின் உள்குத்து.

நேருவின் நரித் தந்திரத்தைத் திமுகவுடன் உறவாடி நிறைவேற்றினார் மூதறிஞர் இராஜாஜி. 1957இலேயே ஆங்கிலழிக் கல்வியை ஆதரித்தவர்தானே? 'எப்போதும் ஆங்கிலம்' என்ற இராஜாஜியின் மந்திரம் ஓதித் தமிழக நிர்வாகத்துக்கு, கல்விக்கு அடிக்கல் நாட்டினர் திமுகவினர். பின்னர் வந்த திமுக, அதிமுக ஆட்சிகளில் ஆங்கிலம் மளமளவென வளர்ந்து இன்று பல்லடுக்கு மாடிக் கட்டடமாக நெடிதுயர்ந்து நிற்கிறது.

2014 நாடாளுமன்றத் தேர்தல் அறிக்கையில்கூட நேருவின் உறுதிமொழி காப்போம் என்றே திமுக முழங்குகிறது. அரசமைப்புச் சட்டத்தின் 17ஆவது பிரிவை நீக்குவது பற்றி எல்லாம் பேச்சுமில்லை, மூச்சுமில்லை.

இந்திய ஆட்சியர் பணித் தேர்வுக்கு ஆங்கில அறிவு கட்டாயம் தேவை என்ற நிலையைத் திராவிடக் கட்சிகள் எதிர்க்கவில்லை, போகட்டும். ஆனால் தமிழக அரசுக்கான விஏஓ, டிஎன்பிஎஸ்சி போட்டித் தேர்வுகளில் ஆங்கில அறிவைக் கட்டாயப்படுத்தும் வன்கொடுமையை எப்படி நியாயப்படுத்துவது? இந்த ஆங்கிலத் திணிப்பு எந்த இந்தித் திணிப்பை எதிர்ப்பதற்கு?

தமிழக அரசுப் பள்ளிகளில் 1970கள் முதற்கொண்டு இன்று வரை திமுகவும் அதிமுகவும் மாறி மாறி ஆங்கிலவழி வகுப்புகளைத் திறந்து வருகின்றனவே? இதுகூட இந்தித் திணிப்பை எதிர்க்கும் கேடயந்தானா? ஆனால் திராவிடக் கட்சிகளின் ஆங்கிலத் திணிப்பு உள்ளபடியே இந்தியையும் தடுத்து விடவில்லை என்பதே உண்மை. இன்று சென்னை உள்ளிட்ட பெருநகரங்களின் தனியார் பள்ளிகளில் எல்கேஜி முதலே இந்தி திணிக்கப்பட்டு

மும்மொழிக் கொள்கை கடைப்பிடிக்கப்படுகிறதே? இதுதான் திமுக, அதிமுகவின் இந்தி எதிர்ப்பு லட்சணமா? இந்தி பேசாத மாநிலங்கள் எல்லாம் கல்விக்கூடங்களில் மும்மொழிக் கொள்கையைக் கடைப்பிடிக்கும் நிலையில், தமிழகம் மட்டுமே இருமொழிக் கொள்கையைப் பின்பற்றுவதற்கு நாங்கள் ஆங்கிலக் கேடயத்தைப் பயன்படுத்துவதே காரணமெனப் பீற்றிக் கொள்ளும் திமுக ரசிகர்கள் இப்போது என்ன சொல்லி ஆங்கிலத் திணிப்பை ஆதரிப்பார்களாம்? இந்திக்கு மருந்துக்கும் இடமில்லாத தமிழக அரசின் வேலைவாய்ப்பிலும் கல்வியிலும் ஆங்கிலத்தைத் திணிக்கின்றனவே திராவிடக் கட்சிகள்? இதற்கும் திராவிட ஆதரவாளர்களிடம் ஏதாவது காரணம் இருக்குமா?

இந்திப் பூச்சாண்டி காட்டி ஆங்கிலம் திணிப்பதில் கலைஞர், ஜெயலலிதா இருவருமே கில்லாடிக்குக் கில்லாடிகள்!

1999 ஏப்ரலில் தமிழ்ச் சான்றோர் பேரவையின் 100 தமிழர் பட்டினிப் போராட்ட முயற்சியைத் தொடர்ந்து, ஐந்தாம் வகுப்புவரை கட்டாயத் தமிழ்க் கல்விக்குக் கலைஞர் அரசாணை பிறப்பித்த போது, ஜெயலலிதாவும் கி. வீரமணியும் பதறினர். ஐயோ! பள்ளிக் கல்வியில் தமிழ் வளர்ந்தால், இந்திப் பாம்பு புகுந்து விடாதா? எனப் பீதி கிளப்பினர்.

தமிழுரிமைக் கூட்டமைப்பினரும், விடுதலைச் சிறுத்தைகள், பாமக இணைந்த தமிழ்ப் பாதுகாப்பு இயக்கத்தினரும் ஆங்கிலப் பெயர்ப் பலகை எதிர்ப்பு, ஆங்கிலத் திரைப்பெயர் எதிர்ப்புப் போராட்டங்களை நடத்தியபோது, கலைஞரும் வைகோவும் 'நமக்கு இந்திப் பிசாசு பிடித்துவிடும், எச்சரிக்கை' என மிரட்டினர்.

தமிழனிடம் இந்திப் பூச்சாண்டி காட்டி ஆங்கிலம் புகட்டியதன் விளைவு? அது இன்று தமிழன்னையைச் சிறைப்படுத்தும் பூதமாய் உருப்பெருத்து நிற்கிறது. இந்திப் பகை தடுக்கும் கேடயமெனத் திமுக ஏந்திய ஆங்கிலம் இன்று தமிழ்க் கழுத்தறுக்கும் கொலைவாளாகிப் போயிற்று.

அப்படியானால் இந்தி எதிர்ப்புக்குச் செய்த தியாகம் வீணா? இந்திக்கு எதிராக அன்று போராட்டம் நடத்திய திமுகவினர் பதவிக்கு வந்த பின் சென்னையிலேயே இந்தியில் விளம்பரம் செய்து வாக்குக் கேட்கும் இழிநிலையைப் பாருங்கள்! இதைச் சொல்லி பாஜக இல. கணேசனும், காங்கிரஸ் பீட்டர் அல்ஃபோன்சும் கிண்டலடிக்கிறார்களே? அப்படியானால் இந்தி

எதிர்ப்புப் போராட்டம் வெறும் பதவி வேட்டை அரசியலுக்குத் தானா? என இன்று பல தமிழ் இளைஞர்களும் கேள்வி கேட்கின்றனர்.

இந்தக் கேள்விக்குப் பதிலளிக்க வரும் திமுக ஆதரவாளர்களும் பல தமிழுணர்வாளர்களும் இந்தித் திணிப்பை எதிர்த்ததால்தான் நம்மால் ஆங்கிலத்தில் படித்துப் புலமை பெற முடிந்தது, பெரிய ஐடி நிறுவனங்களில் வேலை பார்த்து பெரும் சம்பாத்தியம் மிக்க வேலைகளைத் தட்டிச் செல்லமுடிகிறது, தமிழர்கள் இன்று அமெரிக்கக் குழுமங்களில் போய் கொடி கட்டிப் பறக்க முடிகிறது என்றெல்லாம் பெருமை கொள்கின்றனர். ஓர் இனத்தின் தற்சார்பு வளர்ச்சி என்பது இதுவல்ல. அதைக் கட்டாயம் ஆங்கிலப் படிப்பு கொடுக்கவில்லை. அமெரிக்கப் பெருங்குழுமங்களிடம் டெக்னோ க்ராட்ஸ் எனப்படும் தொழில்நுட்பக் கூலிகளாக வேலை பார்த்துச் சில ஆயிரங்கள் ஈட்டுவதை வைத்தா நாம் பெருமைப்பட்டுக் கொள்வது? நமக்கான தற்சார்பு தொழில், வணிக வளர்ச்சியை, அதனால் விளையும் தற்சார்பு வேலைவாய்ப்பு வளர்ச்சியை இந்தி, ஆங்கிலம் உள்ளிட்ட எந்த அந்நிய மொழியும் பெற்றுத் தர இயலாது. அது தாய்மொழி தமிழால் மட்டும்தான் முடியும். இந்தி தவிர்த்து ஆங்கிலம் படித்ததால்தான் தமிழர்கள் ஐடி துறையில் ஓங்கி வளர்ந்தார்கள் என்ற வாதம் உண்மையானால், அதே துறையில் இந்தியும் ஆங்கிலமும் படித்த கன்னடக்காரர்கள் நம்மைவிட இன்னும் ஓங்கி நிற்கிறார்களே, சென்னையைவிட பெங்களூரு தகவல் தொழில்நுட்பத்தின் பெரும் வணிகத் தளமாக உயர்ந்துள்ளதே, இந்தியாவின் சிலிக்கன் பள்ளத்தாக்கு எனப்படுகிறதே, இதற்கு ஆங்கில ஆதரவாளர்களால் என்ன பதில் கூற முடியும்?

இந்தி எதிர்ப்புப் போராட்டம் இந்தியக் கட்சிகள் சொல்வது போல் வெறும் பதவி வேட்டை அரசியலுக்குத்தானா? என்ற தமிழ் இளைஞர்களின் கேள்விக்கு என்னதான் பதில்?

இந்தக் கேள்வி நமது இந்தக் கட்டுரையிலும் வெளிப்படுவதாகத் தோன்றலாம். ஆனால் திமுகவின் இந்தி எதிர்ப்புப் போராட்டம் பற்றிய இந்தியக் கட்சிகளின் கிண்டலும் நமது விமரிசனமும் அடிப்படையிலையே வேறுவேறு. திமுகவின் சந்தர்ப்பவாத மொழிக் கொள்கையைச் சாக்கிட்டுத் தமிழைக் குழிதோண்டிப் புதைப்பதே அவர்கள் நோக்கம்; திமுகவின் மொழிக் கொள்கை முரண்பாட்டைச் சுட்டிக்காட்டுவது மட்டுமல்ல, ஆங்கிலம், இந்தியின் இடத்தில் தமிழை நிலைநிறுத்துவதே நமது நோக்கம்.

இருமொழிக் கொள்கை, நேரு உறுதிமொழி ஏற்பு எனத் திமுக மொழிக் கொள்கையில் சறுக்கிய இடங்கள் பல என்பது உண்மையே. ஆனால் கொள்கைச் சறுக்கல்களுக்கு இடையே 1938 தொடங்கி 1965இல் உச்சம்தொட்ட அந்த இந்தி எதிர்ப்புப் போராட்ட வரலாறு தமிழர் வாழ்வில் ஏற்படுத்திய தாக்கமும் மாற்றமும் புரட்சிகரமானவை.

தமிழ் மறுமலர்ச்சி இயக்கமும், அதன் தொடர்ச்சியாக எழுந்த சமஸ்கிருத-இந்தி எதிர்ப்பும்தான் 'அவாள்ளாம் வந்தா இவாள்ளாம் போவா' என அக்கிரகாரத் தமிழ் பேசிக் கொண்டிருந்த தமிழ்த் திரைப்படங்களை அழகு தமிழில் உரையாட வைத்தன. ஸ்ரீமான், ஸ்த்ரீ, நமஸ்காரம் எனப் புழங்கிக் கொண்டிருந்த அன்றைய சமஸ்கிருத சீதோஷ்ணம் அழித்துத் திருவாளர், தாய்மார், வணக்கம் எனத் தமிழ்த் தட்பவெப்பத்தைத் தமிழகத்தில் படரச் செய்தன.

மணிப்பிரவாள நடை அழித்து அன்றைய ஜெயகாந்தன் தொடங்கி இன்றைய ஜெயமோகன் வரை, அன்றைய பக்தவத்சலம் தொடங்கி இன்றைய இல. கணேசன் வரை, நல்ல தமிழில் எழுதவும் பேசவும் கற்றுக் கொடுத்தது தமிழ் மறுமலர்ச்சியும் வடமொழி எதிர்ப்புமே!

இந்தித் திரையிசைப் பாடல்களில் மூழ்கிக் கிடந்த தமிழர்களைத் தமிழிசைப் பக்கம் புரட்டிப் போட்டவர் இளையராஜா என அவரைப் பலரும் புகழ்வதுண்டு. ஆனால் அந்த இசைஞானி இசையாட்சிக்குக் களமமைத்துக் கொடுத்தது இந்தி எதிர்ப்புப் போராட்டமே. 1938 தொடங்கி இந்தி எதிர்ப்புப் போர் தொடுத்தவர்களின் அரும் பெரும் தியாகத்தின் நல்விளைச்சலே இளையராஜாவின் வெற்றி. எஸ்.டி. பர்மன், சங்கர் ஜெய் கிஷன், முகமது ரஃபி, லதா மங்கேஷ்கர் எனத் தமிழகம் நோக்கிப் படையெடுத்து வந்த இந்தி இசைப் படைப்பாளிகளை விலக்கி நிறுத்தும் களத்தை அமைத்துக் கொடுத்தது மொழிப் போராட்டப் படையணியே என்பதை நாம் மறக்கலாகாது.

நம்மை எல்லாம் இந்தி படிக்காதடித்துவிட்டுத் திமுகக்காரன் வீட்டுப் புள்ளைங்க மட்டும் இந்தியில் படிக்கறாங்க என அங்கலாய்க்கிறார் விஜயகாந்த். ஆனால் அமீர் கான், ஷாரூக் கான் எனக் கன்னடம், ஆந்திரம் உள்ளிட்ட முழு இந்தியாவையே கலக்கிக் கொண்டிருக்கும் சிவப்புத் தோல் நடிகர்களைத் தமிழகத்துள் அண்ட விடாது தடுத்துக் கறுப்பு எம்ஜியாரை மிளிரச் செய்தது எது? தமிழர்களின் இந்தி எதிர்ப்பே அல்லவா?

இந்தி படிக்காமல் போனதால்தான் தமிழன் கீழ்மை அடைந்து விட்டான் என்பது எவ்வளவு பெரிய புளுகு! ஆங்கிலத்தில் தயாரிக்கப்படும் இந்திய விளம்பரங்கள் இந்திக்கு அடுத்து மொழி பெயர்க்கப்படுவது அல்லது மொழிமாற்றப்படுவது தமிழில் தான். டிஸ்கவரி, ஹிஸ்டரி எனப் பல ஆங்கிலத் தொலைக்காட்சி சேனல்களும் மொழிமாற்ற சேனல்கள் தொடங்குவது இந்திக்குப் பிறகு அதிகம் தமிழில்தான். இந்தியாவிலேயே செய்தி தரும் காட்சி ஊடகங்களும் அச்சு ஊடகங்களும் பெருமளவில் நடைபெறுவது தமிழில்தான். இதன்மூலம் தமிழர்களுக்குப் புதுப் புது வேலைவாய்ப்புகள் பெருகியிருக்கும் உண்மையைக் கல்லூரி மாணவர்கள் உணரவேண்டும்.

இந்தியில் அமீர்கான் குடித்துக் காட்டும் கோக்கைத் தமிழில் பருகிக் காட்டும் வாய்ப்பை 'இளைய தளபதி' விஜய்க்கு வாங்கிக் கொடுத்ததுங்கூட அன்றைய இந்தி எதிர்ப்புப் போராட்டங்களின் உண்மைத் தளபதிகளே!

இந்தி படிக்காமல் போனதால் தமிழர்கள் குண்டுச் சட்டியில் குதிரை ஓட்டவில்லை. மாறாகத் திரைப்படம், தொலைக்காட்சி எனத் தமிழ் ஊடகங்கள் வட இந்திய ஊடகங்களுக்கு இணையாக வெற்றி உலா வருவது இந்தி எதிர்ப்பின் வீரியத்தைக் காட்டும்.

எனவே தமிழ் இளைஞர்களே! இந்திக்கு எதிராக இன்னுயிர் நீத்த அந்த மொழிப் போராளிகளின் ஈகம் எள்ளி நகையாடித் தள்ளி விடத்தக்கதன்று; உங்கள் பிழைப்பைக் கெடுக்க வந்த வெற்றுச் செயலன்று; உங்கள் வயிற்றுப் பாட்டுக்கும் மான வாழ்வுக்கும் வழி சமைக்க வந்த அரும் பெரும் செயலது! உள்ளபடியே, நீங்கள் உங்கள் வேலைவாய்ப்பைப் பெருக்கிக்கொள்ள விரும்பினால் இந்தியைத் துரத்தியடியுங்கள்! வணிகர்களாகத் துடித்தால் இந்தி ஆதிக்கத்தை ஒழித்துக் கட்டுங்கள்! இந்தி எதிர்ப்பு வெறும் மொழிப் பற்றில் அடங்கி விடுவதன்று, அது உங்கள் பொருளியல் நலனோடு பின்னிப் பிணைந்தது.

திராவிடக் கட்சிகளின் குறைப் புரிதல் தோய்ந்த இந்தி எதிர்ப்பே தமிழர் வளர்ச்சிக்கு உதவியிருக்கக் கூடுமானால், இந்தியைக் கல்வித் துறையிலிருந்து விரட்டியதே நம் வாழ்வை வளப்படுத்தி யிருக்கக் கூடுமானால், நமது அயல் மொழி ஆதிக்க எதிர்ப்புக் கொள்கையை இன்னும் இன்னும் நேராக்கிக் கூராக்குவது தமிழர்களை எந்தக் கொடுமுடியில் ஏற்றி நிறுத்தும் என்பதை எண்ணிப் பாருங்கள்.

நடுவணரசின் ஆட்சியர்ப் போட்டிக்கான நுழைவுத் தேர்வை இந்திக்காரர்கள் இந்தியில் எழுதும்போது, நாங்கள் மட்டும் ஏன் ஆங்கிலத்தில் எழுதவேண்டும் என்னும் கேள்வியை முன் வைத்துத் தமிழக மாணவர்கள் போராடத் தொடங்கியிருப்பது ஒரு நல்ல அறிகுறியே. இது நேருவின் உறுதிமொழி என்ற மோசடியை மட்டுமல்ல, சமப் போட்டிக் களம் என்ற சரசக் கூத்தையும் வீழ்த்தக் கட்டியம் உரைப்பது.

இந்தியைத் தமிழர் விரும்பும் வரை, ஆங்கிலம் தொடரலாம் என்னும் நேருவின் உறுதிமொழியும் சரி, ஆங்கிலம் எப்போதும் தொடர வேண்டும் என்னும் அண்ணாவின் எண்ணமும் சரி, இரண்டுமே தமிழுக்குக் கேடானவை. எம்மை ஆள இந்தியும் வேண்டாம், ஆங்கிலமும் வேண்டாம், எந்தமிழே வேண்டும் என்பதே மொழிச் சமநீதியை நிலைநாட்ட உதவும்.

தமிழகக் கல்வியகங்களில் இந்தித் திணிப்பு மட்டுமல்ல, ஆங்கிலத் திணிப்பும் கூடாது, வேறெந்த மொழித் திணிப்பும் கூடாது, அங்கு தமிழ் மொழி ஒன்று மட்டுமே பயிற்று மொழியாக வேண்டும், முதல் கட்டாய மொழிப் பாடமாக வேண்டும் என்பதே சமநீதி மொழிக் கொள்கை. இரண்டாம் மொழிப் பாடமாகக் கன்னடம், இந்தி, ஆங்கிலம், பிரெஞ்சு என எதையும் அவரவர் விரும்பிப் படிக்கத் தடையில்லை.

இந்தியோ, ஆங்கிலமோ, இந்திய ஒற்றுமை பேண ஓர் ஒற்றை இணைப்பு மொழி தேவை என்பதும் ஏமாற்றுத் திட்டமே. இந்தியத்தின், ஏன், உலகத்தின் தேசிய இனங்களை இணைக்க ஒன்றல்ல, இரண்டல்ல, பற்பல மொழிகள் தேவை. தமிழகம் ஆந்திரத்துடன் எந்த மொழியில் உறவாட வேண்டுமென தில்லி சொல்லத் தேவையில்லை.

இப்படி மொழி அரசியல் செய்வது வளர்ந்து வரும் அறிவியல் உலகில் பிற்போக்குத்தனமில்லையா? எனக் கேட்போரும் உண்டு. உள்ளபடியே, வளர்ந்துவரும் கணினிமயச் சூழலில் ஒற்றை இணைப்பு மொழி பற்றிப் பேசுவதுதான் பெரும் மூடநம்பிக்கை. எந்திரத்தனமான அரசு நிர்வாகக் கடிதப் பரிமாற்றங்களை மொழி பெயர்த்துத் தர எளிய மென்பொருள் சாதனங்களே போது மானவை. ப்ராத்மிக், மத்யமா என ஏமாற்றும் தம்பட்ட இந்திப் பிரசார சபாக்களேதும் தேவையில்லை.

பெரியார், மறைமலை அடிகள், அண்ணா உள்ளிட்ட மொழிப் போர்த் தலைவர்களும், ஆயிரக்கணக்கான மொழிப் போர்

வீரர்களும் ஏற்கெனவே வகுத்துக் கொடுத்துள்ள போராட்டப் பாதையில் மென்மேலும் முன்னேறுவோம். ‘எங்கும் தமிழ், எதிலும் தமிழ்’ என நம் தமிழ்ச் சான்றோர்கள் உணர்வு பொங்கக் கூறியதை மெய்ப்பித்துக் காட்டுவோம். ‘அன்னைத் தமிழ் காப்போம்’ என்பது வெறும் உணர்ச்சி முழக்கமன்று, அது தமிழ் இளைஞர்களின் வாழ்வுரிமையோடு, உண்மைப் பொருளியல் வளர்ச்சியோடு பின்னிப் பிணைந்தது என்பதைத் தமிழர்களுக்குப் புரிய வைப்போம்! இந்தப் புரிதலின் வெளிச்சத்தில் தமிழன்னையை அரியணை ஏற்றிக் காட்டுவோம்! தமிழை வாழ வைப்போம், தமிழர்களை ஆள வைப்போம்!

இதை நனவாக்கிக் காட்ட என்ன வழி? நேரு உறுதிமொழிக் குப்பையைப் பெருக்கித் தள்ளுவோம்! மொழிப் போரில் இன்னுயிர் நீத்த, இன்னலுற்ற அந்த மாவீரர்களின் நினைவாய்ப் புத்தம் புது உறுதிமொழியைத் தமிழர்க்களிப்போம்! அந்த உறுதிமொழியே இனி முரணற்ற மொழிக்கொள்கை முழக்கமாகத் தமிழர்தம் மேடைகளில் ஒலிக்கும்:

இந்தியும் ஆங்கிலமும்
ஒருபோதும் வேண்டாம்!
செம்மொழித் தமிழே
எப்போதும் வேண்டும்!

(தமிழ்த் தேசம் 2014 செப்டம்பர் இதழில் எழுதிய கட்டுரை)

13

தமிழ்நாட்டில் ஆங்கிலம் : விருப்பப் பாடமா? கட்டாயப் பாடமா? தோழர் பெ. மணியரசனுடன் ஒரு விவாதம்

தமிழ்த் தேசியப் பேரியக்கத்தின் தலைவர் தோழர் பெ. மணியரசன் அவர் ஆசிரியராக இருந்து வெளிவரும் *தமிழ்த் தேசியத் தமிழர் கண்ணோட்டம்* இருகிழமை ஏட்டின் 2015 ஆகஸ்ட் 1-15 இதழில் எழுதிய ஆசிரியர் உரையில், 'தனியார் துறைப் பள்ளிகளில் தமிழை முதல்நிலைக் கட்டாய மொழிப் பாடமாகச் செயல்படுத்துவதற்கும் தனியார் துறையை ஒழித்தால்தான் முடியும் என்று கருதுவது சரியல்ல' எனக் குறிப்பிட்டிருந்தார். இதற்கு நான் 2015 ஆகஸ்ட் 1-15 இதழில் எழுதிய எதிர்வினையில் தனியார் உள்ளிட்ட அனைத்துத் தமிழகப் பள்ளிகளிலும் தமிழ் ஏற்கெனவே கட்டாயப் பாடமாகத்தான் உள்ளது எனக் குறிப்பிட்டிருந்தேன். ஆனால் அதையும் தாண்டி நான் குறிப்பிட்டிருந்த ஒரு கருத்துதான் எனக்கு அவருக்குமான விவாதத்துக்கு வழிவகுத்தது.

தமிழகப் பள்ளிகளில் மொழிப் பாடம் என்ற வகையில் தமிழ் மட்டுமே கட்டாயப் பாடமாக இருக்க வேண்டும் எனவும், ஆங்கில மொழியும் தமிழுக்குச் சமமாகக் கட்டாயப் பாடமாக இருக்கக் கூடாது எனவும், ஆங்கிலம் பிற மொழிகளுடன் சேர்ந்து ஒரு கட்டாய விருப்பப் பாடமாக மட்டுமே இருக்கவேண்டும் எனவும் குறிப்பிட்டிருந்தேன். ஆனால் எனது எதிர்வினைக்கு 2015 ஆகத்து 16-31 இதழில் மறுவினை புரிந்த தோழர் பெ. மணியரசன்

எனது கருத்தை மறுத்து, தமிழகப் பள்ளிகளில் தமிழ், ஆங்கிலம் இரண்டுமே கட்டாயப் பாடமாக இருக்கவேண்டுமென எழுதியிருந்தார். தோழர் பெ. மணியரசனின் இந்தக் கருத்தை மறுத்து ஒரு நீண்ட மடலை நான் தமிழ்த் தேசியத் தமிழர் கண்ணோட்டம் இதழுக்கு அனுப்பியிருந்தேன். ஆனால் என் மடல் ஏனோ இடம்பெறவில்லை. நான் அப்போது எழுதிய என் மடலையே நான் இங்கு பகிர்ந்து கொண்டால், முதல் பயில் மொழி, இரண்டாம் பயில் மொழி குறித்த புரிதலை ஏற்படுத்தும் என நம்புகிறேன்.

எங்களுக்குடன் நடைபெற்ற உரையாடலைக் கால வரிசைப்படி தருகிறேன் -

1. தமிழ்த் தேசியத் தமிழர் கண்ணோட்டம் 2015 ஆகத்து 16 - 31 இதழில் வெளியான என் எதிர்வினை

ஆங்கிலம் கட்டாய விருப்பப் பாடம் என்பது சரியா?

தமிழ்த் தேசியத் தமிழர் கண்ணோட்டம் 2015 ஆகத்து 1 - 15 இதழில் ஆசிரியர் உரை கண்டேன். அவ்வுரையில் ஓரிடத்தில் சொல்கிறீர்கள்: 'புதிதாக அரசுப் பள்ளிகளில் ஆங்கிலவழிப் பிரிவுகள் தொடங்காமல் தடுப்பதற்கும், அரசுத்துறை-தனியார் துறைப்

பள்ளிகளில் தமிழை முதல்நிலைக் கட்டாய மொழிப் பாடமாகச் செயல்படுத்துவதற்கும், தனியார் துறையை ஒழித்தால்தான் முடியும் என்று கருதுவது சரியல்ல.'

இந்தக் கருத்து எனக்கு உடன்பாடானதே. ஆனால் தமிழை முதல்நிலைக் கட்டாய மொழியாக்கத் தனியார் துறையை ஒழிக்க வேண்டிய கட்டாயமில்லை எனக் கூறுவது தவறான புரிதலை ஏற்படுத்துவதாய் உள்ளது. அதேபோல் 28.07.2015 அன்று சென்னை தியாகராய நகர் செ.தெ. நாயகம் மேனிலைப் பள்ளியில் நடைபெற்ற சிறப்புக் கருத்தரங்கத்தில் பேசிய முனைவர் வே. வசந்தி தேவி தமிழகத்தில் தமிழே படிக்காமல் பள்ளிக் கல்வி முடிக்கும் அவல நிலை இருப்பதாகக் குறைபட்டுப் பேசியதும் பிழையானதே.

ஏனெனில் தமிழகத்தில் சமச்சீர்க் கல்வித் திட்டத்தைப் பின்பற்றும் அனைத்து அரசு, தனியார்ப் பள்ளிகளிலும் பத்தாம் வகுப்பு வரை தமிழ் ஏற்கெனவே முதல்நிலைக் கட்டாயப் பாடமாகத்தான் உள்ளது. தமிழ் படிக்காது பள்ளிக் கல்வியை முடிக்கும் கொடுமை கடந்த கல்வியாண்டில் 10ஆம் வகுப்பு தேர்வு எழுதிய மாணவர் களுடன் முடிந்துவிட்டது. வரும் கல்வியாண்டில் சமச்சீர்க் கல்வியின் கீழ் பயிலும் எந்தப் பத்தாம் வகுப்பு மாணவரும் முதல்நிலை மொழிப் பாடமாகத் தமிழைக் கட்டாயம் படித்தே ஆக வேண்டும், எனவே தமிழகத்தில் மட்டுந்தான் தமிழ் தெரியாமலே ஒருவர் முனைவர் பட்டம் வரை வாங்கி விடலாம் என்னும் பழைய பேச்சு இனித் தேவையில்லை. ஆனால் இத்துடன் பயில்மொழிச் சிக்கல் முடிவடைந்து விடவில்லை என்பதில்தான் நமக்குத் தெளிவு தேவைப்படுகிறது.

முதலாவதாக, தமிழ்நாட்டில் அதன் தேசிய மொழி தமிழ் தமிழகப் பள்ளிகளில் முதல்நிலைப் பயில் மொழியாக இருப்பதே இயற்கை. ஆனால் இரண்டாம் நிலைப் பயில் மொழியாக ஆங்கிலமும் கட்டாயப் பாடமாக இருப்பதுதான் மொழிக் கல்விப் பயில்வில் அடிப்படை முரண்பாட்டை ஏற்படுத்துகிறது. தமிழ்நாட்டுக் கல்வித் திட்டத்தில் தாய்மொழி தமிழுக்குச் சமமாக அயல்மொழி ஆங்கிலமும் கட்டாயப் பயில்மொழியாகக் கோலோச்சுவது தமிழன்னைக்குப் பெரும் களங்கத்தை ஏற்படுத்துவதாகவே இருக்கும். அதுவும் மழலையர் வகுப்பிலிருந்தே தமிழும், ஆங்கிலமும் சமத் தகுநிலை வகிப்பது மொழிக் கல்வி அறிவியலுக்கே புறம்பானதாகும்.

அப்படியானால், சரியான பயில்மொழிக் கொள்கை என்ன? 5ஆம் வகுப்பு வரை பயில் மொழியாகவும், பயிற்று மொழியாகவும் தமிழ் மட்டுமே இருக்க முடியும். அங்கு வேறெந்த மொழிக்கும் இடமிருக்கக் கூடாது.

6ஆம் வகுப்பில் முதல் பயில்மொழியாகத் தமிழே தொடரும். தாய்மொழி தமிழை அடிப்படையாகக் கொண்டு 6ஆம் வகுப்பு மாணவர் ஏதோ ஓர் அயல்மொழியை இரண்டாவது பயில் மொழியாகப் படிக்கத் தொடங்குவார். ஆனால் அவர் இப்போது இருப்பது போல் ஆங்கிலம் போன்ற ஓர் அயல்மொழியைக் கட்டாயப் பாடமாகப் படிக்க மாட்டார். அது அவரது கட்டாய விருப்பப் பாடமாக மட்டுமே இருக்கும். அதாவது அவர் விரும்பித் தேர்ந்தெடுக்கும் மொழி ஆங்கிலம், ஸ்பானியம், பிரெஞ்சு, ஜெர்மன் என ஏதோ ஓர் ஐரோப்பிய மொழியாகவும் இருக்கலாம், அல்லது அராபியம், சீனம் போன்ற ஏதோ ஓர் ஆசிய மொழியாகவும் இருக்கலாம், அல்லது இந்தி, மலையாளம், தெலுங்கு, அசாமி, உருது போன்ற ஏதோ ஓர் இந்திய மொழியாகவும் இருக்கலாம். எனவே 6ஆம் வகுப்பு தொடங்கி கல்லூரிப் படிப்பு வரை அனைத்து மாணவர்களும் தமிழைக் கட்டாய மொழிப் பாடமாகவும், இந்தி, ஆங்கிலம், தெலுங்கு என ஏதோ ஓர் அயல்மொழியைக் கட்டாய விருப்பப் பாடமாகவும் படித்து வருவர். இதுவே சரியான பயில்மொழிக் கொள்கை.

மேலும், பொறியியல், மருத்துவம் என எந்த உயர் கல்விக்குச் சென்றாலும், அந்த உயர் கல்விகளில் முனைவர் பட்டப் படிப்பு வரையிலும் கூட, தமிழ் மொழியைக் கட்டாயம் படிக்கும் நிலை இருக்க வேண்டும். அப்போதுதான் அந்த மாணவர் வருங்காலத்தில் தமிழ் மக்களிடம் அவர்களுக்குத் தெரிந்த நல்ல தமிழில் நன்கு உரையாடவும், தொண்டாற்றவும் முடியும்.

2. தமிழ்த் தேசியத் தமிழர் கண்ணோட்டம் 2015 ஆகத்து 16 - 31 இதழில் வெளியான தோழர் பெ. மணியரசனின் மறுவினை

தமிழ்நாட்டில் அசாமி, அரபி, இந்தி,
செர்மன் போன்றதா ஆங்கிலம்?

கல்வியில் தனியார் துறையை ஒழித்தால்தான் அரசுப் பள்ளிகளில் ஆங்கிலவழிப் பிரிவுகள் தொடங்காமல் தடுக்க முடியும் என்று இடதுசாரித் தோழர்கள் கூறிவருவது சரியல்ல என்றும்; தனியார் துறை கோலோச்சும் சப்பான், தென் கொரியா, நார்வே,

டென்மார்க் போன்ற நாடுகளில் கூட அந்தந்த நாட்டின் தேசிய மொழி (தாய் மொழி) கல்வி மொழியாக, பயிற்று மொழியாக இருக்கிறது என்றும் நாம் ஆசிரியவுரை எழுதியது பற்றித் தோழர் நலங்கிள்ளி கருத்துக் கூறியுள்ளார்.

முதல் வரியில் இக்கருத்து சரியென்று கூறும் நலங்கிள்ளி அடுத்த வரியில் தமிழை முதல்நிலைக் கட்டாய மொழியாக்கிடத் தனியார் துறையை ஒழிக்க வேண்டிய கட்டாயமில்லை என்று கூறுவது தவறான புரிதலை ஏற்படுத்துவதாய் உள்ளது என்று கூறுகிறார். ஏன் இந்தத் தன் முரண்பாடு?

அடுத்து முனைவர் வசந்திதேவி தமிழ்வழிக் கல்விக் கூட்டியக்கம் சென்னையில் நடத்திய கருத்தரங்கில் (28.07.2015) தமிழே படிக்காமல் தமிழ்நாட்டில் பள்ளிக் கல்வி முடிக்கும் நிலை உள்ளது என்று கூறியதைப் பிழையான கருத்து என்கிறார் நலங்கிள்ளி. சமச்சீர்க் கல்வி செயல்படுத்தப்பட்ட பின், தமிழே படிக்காமல் பள்ளிக் கல்வி முடிக்கும் நிலை தமிழ்நாட்டில் இல்லை என்கிறார்.

தோழர் நலங்கிள்ளி கூறுவது சரியல்ல. முனைவர் வசந்தி தேவி நடைமுறை உண்மையைத்தான் பேசினார்.

2009இல் அவசரச் சட்டமாகவும் 2010இல் சட்டமாகவும் கொண்டு வரப்பட்ட சமச்சீர்க் கல்வி தமிழ் மொழிப் பாடத்தைக் கட்டாயமாக்கவில்லை. ஒரே சீரான பாடத் திட்டத்தைத்தான் (Uniform Syllabus) கட்டாயமாக்கியது. அதுவும் சிபிஎஸ்இ போன்ற நடுவண் இடைநிலைக் கல்வி வாரியப் பள்ளிகளுக்கு அந்தச் சமச்சீர்ப் பாடத்திட்டமும் பொருந்தாது.

தமிழ்நாடு அரசு 2006இல் கொண்டுவந்த தமிழ் கற்கும் சட்டம்தான் பத்தாம் வகுப்பு வரை தமிழைக் கட்டாய மொழிப் பாடமாக்கியது. அதுவுங்கூட கடந்த ஆண்டுவரை நடுவண் வாரியப் பள்ளிகளுக்குப் பொருந்தாது. புதிய திருத்தத்தினால் இந்த ஆண்டுதான் நடுவண் வாரியப் பள்ளிகளுக்கும் பத்தாம் வகுப்பு வரை தமிழ் மொழிப் பாடம் கட்டாயம்.

ஆனால் பெரும்பாலான நடுவண் வாரியப் பள்ளிகள் தமிழை முதல்நிலை மொழிப் பாடமாக வைக்கவில்லை. பல பள்ளிகளில் முதல்நிலை மொழிப் பாடமாக ஆங்கிலம் இருக்கிறது. இரண்டாவது நிலை மொழிப் பாடமாக இந்தி அல்லது

சமற்கிருதம் இருக்கிறது. சில நடுவண் வாரியப் பள்ளிகள் மூன்றாம் நிலையில் தமிழை மொழிப் பாடமாக வைத்துள்ளன.

ஆனால் அவற்றில் பெரும்பாலானவற்றில் மூன்றாம் மொழியாகிய தமிழ்ப் பாடத்தை நடத்துவதே இல்லை என்றும், சில பள்ளிகளில் ஒரு வாரத்துக்கு 20 முதல் 40 நிமிடம் வரை மட்டுமே தமிழ் மொழிப் பாடம் நடத்துகிறார்கள் என்றும் இந்து ஆங்கில நாளேடு அண்மையில் ஒரு புள்ளி விவரம் தந்தது (தி இந்து, 27.07.2015).

பத்தாம் வகுப்புப் பொதுத் தேர்வில் தமிழ் மொழித் தேர்வு இவ்வாண்டு முதல் கட்டாயமாகிறது. இது வரை ஒன்பதாம் வகுப்பு வரை தமிழ் கற்காமல் மலையாளம், உருது போன்ற மொழிகளைக் கற்று வந்த மாணவர்களின் பெற்றோர்கள் இப்போது சென்னை உயர் நீதிமன்றத்திலும் அதன் மதுரைக் கிளையிலும் வழக்குகள் போட்டுள்ளார்கள். ‘எங்கள் பிள்ளைகள் இது வரை தமிழ் படிக்கவில்லை; இப்போது பத்தாம் வகுப்பு வரை தமிழைக் கட்டாயமாக்குவது கூடாது’ என்பதே அவர்களின் வாதம்.

எனவே முனைவர் வசந்தி தேவி தமிழ்நாட்டில் தமிழ் படிக்காமலே பள்ளிப் படிப்பை முடித்து விடலாம், பல்கலைக்கழகப் படிப்பை முடித்து விடலாம் என்று பேசியதில் தவறொன்றுமில்லை. நடைமுறை உண்மையைத்தான் கூறினார்.

‘தமிழ் படிக்காது பள்ளிக் கல்வியை முடிக்கும் கொடுமை கடந்த கல்வியாண்டில் 10ஆம் வகுப்புத் தேர்வு தேர்வு எழுதிய மாணவர்களுடன் முடிந்துவிட்டது’ என்று நலங்கிள்ளி கூறுவது நடைமுறை உண்மை இல்லை.

நடுவண் வாரியப் பள்ளிகளுக்கான தேர்வைத் தமிழ்நாடு அரசு நடத்த முடியாது.

அடுத்து, அவர் ஆங்கில மொழியைக் கட்டாய மொழிப் பாடமாக வைப்பதை எதிர்க்கிறார். ஆனால் ஓர் அயல் மொழியை இரண்டாவது கட்டாய மொழிப் பாடமாகக் கற்பதை ஏற்கிறார். அந்த இரண்டாவது கட்டாய மொழி ஆங்கிலம், ஸ்பானியம், பிரெஞ்சு, செர்மன், அராபியம், சீனம், இந்தி, மலையாளம், தெலுங்கு, உருது, அசாமி போன்ற மொழிகளில் ஒன்றாக இருக்கலாம் என்கிறார்.

இரண்டாவதாக ஓர் அயல் மொழியைக் கட்டாயமாக்குவதை ஏற்கும் அவர், அது இந்தியாவில், உலகில் உள்ள ஏதாவதொரு மொழியாக இருக்கட்டும் என்கிறார். அது மாணவரின் (பெற்றோரின்) விருப்பமாக இருக்கட்டும் என்கிறார். நடைமுறை உண்மையைப் பற்றிக் கவலைப்படாமல் ஒரு தருக்கத்திற்காகத் தருக்கம் செய்கிறார் நலங்கிள்ளி.

உலக நாடுகளில் எந்த நாட்டிலும் உலக மொழிகளில் மாணவர் விரும்பும் ஏதாவது ஒரு மொழி கற்கும் வாய்ப்பில்லை. அத்தனை மொழிகளையும் விருப்பத் தேர்வில் வைத்திருக்கும் நிலை ஐந்து கண்டங்களிலும் இல்லை. ஐரோப்பிய நாடுகளில் கூட, மிகச்சில அயல் மொழிகளைத்தான் கட்டாய விருப்பத் தேர்வில் வைத்துள்ளனர்.

எந்த நாட்டிலும், அந்த நாட்டின் சூழல், வரலாறு, நிகழ்கால-எதிர்காலத் தேவை போன்றவற்றைக் கணக்கில் கொண்டே கட்டாய விருப்பத் தேர்வு மொழிப் பட்டியல் இருக்கும். தமிழ்த் தேசியக் குடியரசில் கூட நலங்கிள்ளி கூறியுள்ள அத்தனை மொழி களையும் விருப்பத் தேர்வு மொழியாக வைத்து விட முடியாது.

தமிழ்வழிக் கல்விக் கூட்டியக்கம் இப்போதுள்ள நிலையில் இரண்டாவது மொழிப் பாடமாக ஆங்கிலம் கற்பதை ஏற்கிறது. அந்த ஆங்கில மொழியைத் தகுந்த ஆசிரியர்களைக் கொண்டு சிறப்பாகக் கற்பிக்க வேண்டும் எனக் கோருகிறது. இப்படிச் சொல்வதால் தமிழைத் தகுதியற்ற ஆசிரியர்களைக் கொண்டு ஏனோதானோ என்று கற்பிக்கலாம் என்று தமிழ்வழிக் கல்விக் கூட்டியக்கம் கூறவில்லை. தமிழையும் தகுந்த ஆசிரியர்களைக் கொண்டு சிறப்பாகக் கட்டாய மொழிப் பாடமாகக் கற்பிக்க வேண்டும் என்று வலியுறுத்துகிறது.

இந்தி அல்லது அரபி அல்லது அசாமி அல்லது உருது அல்லது பிரஞ்சு அல்லது ஆங்கிலம் என்றவாறு இவற்றுள் ஏதோ ஒரு மொழியைக் கற்கலாம் என்ற தேவையும் சூழலும் இன்று தமிழ்நாட்டில் உள்ளதா? இவற்றுள் ஆங்கில மொழியின் நடைமுறைத் தேவையும் மற்ற மொழிகளின் நடைமுறைத் தேவையும் சமமாக உள்ளதா? இல்லை. அத்துடன் நலங்கிள்ளி கூறுவதில் ஒரு பேராபத்தும் உள்ளது. ஆங்கிலத்துக்குச் சமமாக இந்தியையும் நிறுத்துவது எங்கே கொண்டு போய் விடும்? இந்திய ஏகாதிபத்திய அரசு இந்தியைத் திணிப்பதற்கு வசதியாகிப் போய்விடும்!

இரண்டாவது மொழிப் பாடமாக ஓர் அயல்மொழியைக் கட்டாயமாக்குவதை ஏற்கும் நலங்கிள்ளி அந்த இரண்டாவது மொழி உலகில் உள்ள எந்த மொழியாகவும் இருக்கலாம் என்று கற்பனாவாதம் செய்கிறார். இரண்டாவது மொழிப் பாடமாக ஓர் அயல் மொழியைக் கற்பது கட்டாயம் எனில் அதில் முன்னுரிமை பெறுவது ஆங்கிலமாகத்தான் இருக்கவேண்டும்.

தமிழ்நாட்டு வரலாறு, சூழல் மற்றும் தேவைகள் ஆகியவற்றிற்கு மற்ற அயல்மொழிகளை விடக் கூடுதல் பொருத்தம் உள்ளது ஆங்கிலம்!

தமிழே படிக்கா விட்டாலும் பரவாயில்லை, ஆங்கிலம், ஆங்கில வழியில் படித்தால் போதும் என்று பெற்றோர்கள் கருதும் காலத்தில், தமிழ்வழிக் கல்வியை வலியுறுத்தும் நாம் ஆங்கிலத்தை முற்றாகப் புறக்கணிக்கச் சொல்கிறோம் என்ற தவறான புரிதல் ஏற்படக்கூடாது. இந்நிலையில் அசாமி, அராபி, இந்தி, பிரஞ்சு போன்ற மொழிகளின் பட்டியலில் ஆங்கிலத்தையும் இணைத்து விடவேண்டும் என்று நலங்கிள்ளி கூறுவது இடம், காலம் இரண்டையும் கணக்கில் எடுக்காத கற்பனைவாதம்! இந்தக் கருத்தை நாம் முன் வைத்தால் நமது மொழிக் கொள்கை பெரும் குழப்பங்களைக் கொண்டதாகிவிடும்!

தமிழைக் கட்டாய முதல் மொழிப் பாடமாகவும், ஆங்கிலத்தை இரண்டாவது மொழிப் பாடமாகவும், எல்லையோரம் போன்ற இடங்களில் பிற மொழிகளின் தாய்மொழியை மூன்றாவது மொழிப் பாடமாகவும் கற்பதே சரி. பயிற்று மொழி தமிழாக மட்டுமே இருக்கவேண்டும்.

சில நகரங்களில் விதி விலக்காகச் சில பள்ளிகளில் மட்டும் செர்மன், பிரெஞ்சு, அரபி, உருது போன்ற மொழிகளில் ஒன்றைக் கற்க வாய்ப்பளிக்கலாம்.

3. தமிழ்த் தேசியத் தமிழர் கண்ணோட்டம் ஏட்டில் வெளிவராது போன என் மடலை அப்படியே தருகிறேன்:

தமிழுடன் ஆங்கிலத்துக்கும் சமப் பந்தியா?

பெருமதிப்பிற்குரிய திருமிகு ஆசிரியர் அவர்களுக்கு,

நீங்கள் 2015 ஆகத்து 1 - 15 இதழில் எழுதிய ஆசிரியர் உரை குறித்த என் எதிர்வினைக்கு நீங்கள் 2015 ஆகத்து 16 - 31 இதழில் அளித்துள்ள மறுவினை கண்டேன்.

மறுவினையின் இரண்டாம் பத்தியில் நான் தன் முரண்பாடாய் பேசுவதாய்க் கூறியுள்ளீர்கள்.

நீங்கள் 2015 ஆகத்து 1 - 15 இதழின் ஆசிரியர் உரையில் கூறியது:

'புதிதாக அரசுப் பள்ளிகளில் ஆங்கிலவழிப் பிரிவுகள் தொடங்காமல் தடுப்பதற்கும், அரசுத்துறை, தனியார் துறைப் பள்ளிகளில் தமிழை முதல்நிலைக் கட்டாய மொழிப் பாடமாகச் செயல்படுத்துவதற்கும் தனியார் துறையை ஒழித்தால்தான் முடியும் என்று கருதுவது சரியல்ல.'

இதற்கு 2015 ஆகஸ்ட் 16 - 31 இதழில் நான் அளித்திருந்த எதிர்வினையில் முதலில் உங்கள் கருத்து உடன்பாடனதே என்று நான் சொல்லும் அதே போது, தமிழை முதல்நிலைக் கட்டாய மொழியாக்கத் தனியார் துறையை ஒழிக்க வேண்டிய கட்டாய மில்லை என்பது தவறான புரிதலை ஏற்படுத்துவதாய் உள்ளது என்றும் நான் சொல்வது தன் முரண்பாடு எனக் கூறுகிறீர்கள்.

இதில் எந்தத் தன் முரண்பாடும் இல்லை. தமிழை முதல்நிலைக் கட்டாய மொழியாக்கத் தனியார் துறையை ஒழிக்கவேண்டிய கட்டாயமில்லை என்ற உங்கள் கருத்தில் எனக்கு இப்போதும் உடன்பாடே. ஆனால் ஏற்கெனவே இங்கு தமிழகப் பள்ளிகளில் முதல்நிலைக் கட்டாய மொழியாக இருக்கும் தமிழை இனிமேல்தான் நாம் அந்த நிலைக்கு உயர்த்தவேண்டும் என நீங்கள் கூறுவதுதான் தவறான புரிதலை ஏற்படுத்திவிடும் என நான் கூறினேன். இதில் என்ன தன் முரண்பாட்டைக் கண்டீர்கள்?

உள்ளபடியே, உங்கள் ஆகஸ்டு மாத முதல் இதழில் ஒன்றாகவும், இரண்டாம் இதழில் வேறொன்றாகவும் நீங்கள்தான் முரண்பட்டுப் பேசுகிறீர்கள். முதல் இதழில், ஏதோ, தமிழை இனிமேல்தான் தமிழகத்தில் முதல்நிலைக் கட்டாய மொழியாக்கவேண்டும் என்பது போலவும், அதற்குத் தனியார் பள்ளிகளை ஒழிக்க வேண்டிய கட்டாயம் எல்லாம் ஒன்றுமில்லை என்பதாகவும் சொன்னீர்கள். ஆனால் இரண்டாம் இதழில் தமிழ் ஏற்கெனவே தமிழகப் பள்ளிகளில் கட்டாய மொழியாகத்தான் உள்ளது என நான் சுட்டிக் காட்டியதும், நடுவண் வாரியப் பள்ளிகளில் தமிழ் கட்டாய மொழியா? எனக் கேட்கிறீர்கள். தமிழக அரசின் சமச்சீர்க் கல்விப் பாடத்தின் கீழ் இயங்கும் அரசு, தனியார் உள்ளிட்ட 99.5 விழுக்காடுப் பள்ளிகளில் தமிழ்தான் கட்டாய மொழியாக உள்ளது. நீங்கள் உங்கள் ஆசிரியர் உரையில் அரை விழுக்காடு நடுவண் வாரியப் பள்ளிகளில் தமிழின் நிலை பற்றித்தான்

உண்மையிலேயே பேசியிருந்தீர்கள் என்றால், தில்லிக்காரன் பள்ளிகளைத் தமிழ்த் தேசத்தில் இழுத்து மூடு என்றல்லவா நீங்கள் கோரிக்கை எழுப்பியிருப்பீர்கள்? நீங்கள் பொத்தாம் பொதுவாகத் தனியார் துறைப் பள்ளிகளின் இருப்பைப் பற்றி மட்டுந்தானே ஆசிரியர் உரையில் பேசினீர்கள்? அப்படியானால் உங்கள் வாதப்படி உங்கள் எதிர்ப்பில் தனியார்துறை நடுவணரசுப் பள்ளிகள் மட்டுந்தான் அடங்குமா? நேரடியாக தில்லி அரசே நடத்தும் கேந்த்ரிய வித்யாலயா பள்ளிகள் அடங்க மாட்டாவா?

பேசியது நடுவணரசுப் பள்ளிகள் பற்றித்தான் என அடித்துக் கூறுகிறீர்களே? தமிழக அரசு 2015 செப்டம்பர் 18ஆம் நாள் வெளியிட்ட ஆணையின் அடிப்படையில் தற்போது 2015-16 கல்வியாண்டு முதல் நடுவணரசுப் பள்ளிகளிலும் மாணவர்கள் தமிழை ஒரு கட்டாய மொழிப் பாடமாகப் படிக்கத் தொடங்கியிருக்கும் செய்தியேனும் உங்களுக்குத் தெரியுமா?

இதற்கும் மேல் வசந்தி தேவிக்கும் சேர்த்து வாதம் செய்கிறீர்கள். அவரும் இந்த அரை விழுக்காட்டு நடுவண் வாரியப் பள்ளிகளைப் பற்றித்தான் மிகவும் கவலைப்பட்டுப் பேசியதாக எழுதுகிறீர்கள். அவர் கவலை இதுதான் என்றால், தமிழகத்தில் தமிழே படிக்காமல் பள்ளிப் படிப்பை முடித்துவிடக் கூடிய நிலைக்கு இரு திராவிடக் கட்சிகளையும் வசந்தி தேவி காரணங்காட்டிச் சாடியது ஏனோ? தமிழைக் கட்டாய மொழியாக்கிப் பள்ளிகள் நடத்தி வரும் தமிழகத்தில் தில்லிக்காரனுக்கு என்ன வேலை என்றல்லவா அவர் கேட்டிருக்க வேண்டும்?

மெய்யாலுமே நீங்கள் இருவரும் அரை விழுக்காடுத் தமிழகப் பள்ளிகளில் தமிழ் படிக்காது போன மாணவர்களைப் பற்றித்தான் பேசினீர்கள் என இப்போதும் நம்புபவர்கள் நம்பட்டும்.

இப்போது எனது மைய வினாவுக்கு வருகிறேன். நான் என் எதிர்வினைக்கு தலைப்பேதும் தரவில்லை. ஆனால் 'ஆங்கிலம் கட்டாய விருப்பப்பாடம் என்பது சரியா?' என நான் வினா தொடுப்பதாக என் எதிர்வினைக்கு நீங்களாகவே ஒரு தலைப்பு கொடுத்துள்ளீர்கள். இது என் வினா அன்று. ஆங்கிலம் கட்டாயப் பாடம் என்பது சரியா? என்பதே எனது நேரடி வினா. தமிழகத்தில் இப்போது ஓர் இரண்டாம் பயில் மொழி என்ற வகையில், ஆங்கிலம் தமிழக மாணவர்களால் கட்டாயப் பயில் மொழியாகப் படிக்கப்பட்டு வருவதே மெய்ந்நிலையாக இருக்கையில், நீங்கள்

எனது எதிர்வினைக்கு அளித்துள்ள தலைப்பு இரண்டாம் பயில் மொழிக்கு நான் அளிக்கும் வரையறையையே பிழையாக்குகிறது.

தமிழகப் பள்ளிகளில் தமிழ் மட்டுமே கட்டாய மொழிப் பாடமாக இருக்கவேண்டும் என்ற எனது எதிர்வினைக்கு மறுவினையாக, 'இல்லை, இல்லை, ஆங்கிலமும் ஒரு கட்டாயப் பாடமாக இருக்க வேண்டும்' என வாதிடுகிறீர்கள். அரசுத்துறை, நீதித்துறை, சமயத்துறை, தனியார்துறை எதுவானாலும் ஆங்கு தமிழ், தமிழுக்கு மட்டுமே கட்டாய மொழியாகும் தகுதி இருத்தல் வேண்டும். அந்தத் தகுதி ஆங்கிலம், இந்தி உள்ளிட்ட வேறெந்த மொழிக்கும் இருத்தல் கூடாது என்பதே என் கருத்து.

காட்டாகக் கோயில்களில் தமிழ், சமஸ்கிருதம் இரண்டும் சமத் தகுநிலையில் இருப்பதை நாம் ஏற்கிறோமா? அங்கு பக்தர்களின் கட்டாய வழிபாட்டு மொழியாகத் தமிழும் விருப்ப வழிபாட்டு மொழியாக சமஸ்கிருதமும் இருக்க வேண்டும் என்றுந்தானே கோருகிறோம்? இந்தத் தெளிவான ஒருமொழிக் கொள்கை கல்வித் துறைக்கும் பொருந்துந்தானே? அங்கு தமிழைத் தவிர வேறெந்த அயல்மொழியையும் கட்டாயமாக்குவது தமிழ்த் தேசியத்தின் ஒருமொழிக் கொள்கைக்கு மட்டுமன்று, மொழிக் கல்வியின் அறிவியலுக்கே புறம்பானது அல்லவா? ஒருமொழிக் கொள்கையே உன்னதக் கொள்கையென எங்கும் முழக்கமிடும் நீங்கள் பள்ளிகளில் மட்டும் தமிழுக்குச் சமமாக ஆங்கிலத்துக்கும் பந்தி போடத் துடிப்பதேன்?

> **ஒருமொழிக் கொள்கையே உன்னதக் கொள்கையென எங்கும் முழக்கமிடும் நீங்கள் பள்ளிகளில் மட்டும் தமிழுக்குச் சமமாக ஆங்கிலத்துக்கும் பந்தி போடத் துடிப்பதேன்?**

ஆங்கிலத்துக்கும் பந்தி போடுவதற்குக் காரணம் தமிழகப் பெற்றோர்கள் ஆங்கில விருந்தைத்தான் பெரிதும் விரும்புவதாகக் கூறுகிறீர்கள். எனவேதான் தமிழ்வழிக் கல்விக் கூட்டியக்கம் ஆங்கிலத்துக்கு 'முன்னுரிமை' கொடுப்பதாகக் கூறுகிறீர்கள். ஆங்கிலப் போதையில் திளைத்திருக்கும் பெற்றோர்களின் பிள்ளைகளுக்கு ஆங்கிலம் புகட்டுவதையே சனநாயகக் கடமை யெனக் கூட்டியக்கம் கருதுகிறது போலும். போகட்டும், இந்த ஆங்கிலப் போதை எங்களுக்குத் தேவையில்லை எனக் கருதும்

பெற்றோர்களின் பிள்ளைகளையும் கட்டாயம் ஆங்கிலம் படிக்கச் சொல்லும் கூட்டியக்கத்தின் நடவடிக்கை எந்த வகை சனநாயகம்?

இந்தியமய, உலகமய ஆதிக்கமே தமிழ்ப் பெற்றோர்களின் ஆங்கிலக் கவர்ச்சிக்கு அடிப்படை. உலகமயத்தின் ஒற்றை வணிகவெறிப் பொருளியலே முழு உலகையும் ஒற்றைக் கிராமமாக்குவோம் என உறுமுகிறது. இந்த ஆதிக்க வெறியை நிலைநிறுத்த ஒற்றை உலகப் பண்பாட்டைக் கட்டமைக்க முயல்கிறது. இந்தப் பண்பாட்டுப் படையெடுப்பின் நீட்சியாகவே ஒற்றை மொழிக் கொள்கையை நம் மேல் திணிக்கிறது. உலகமயம் இன்று நம் தேசத்தின் இண்டு இடுக்கெல்லாம் குருத்து விட்டு நிற்கிறது என்பதற்காக அதனை நாம் ஏற்றுக் கொண்டு விட்டோமா என்ன? உலகமயத்தை, இந்தியமயத்தை எதிர்ப்பது ஒரு முனை என்றால், அவற்றின் ஒற்றை மொழிக் கொள்கையை எதிர்ப்பது இன்னொரு முனை ஆகும். உலகமய எதிர்ப்பு போன்றே, ஒற்றை மொழி எதிர்ப்பும் கடினமான பணியே. உலகமய அச்சத்தில் அல்லது மோகத்தில் எளிய மக்கள் ஒற்றை மொழித் திணிப்புக்கு அடிபணியக் கூடும். ஆனால் போராட்ட ஆற்றல்களும் அதே ஆதிக்க மொழிக்கு அடிபணியக் கூடாது. என்றேனும் இந்த ஒற்றை மொழித் திணிப்பிலிருந்து நாம் விடுபடுவோம் என்னும் நம்பிக்கையை நம் தமிழ் மக்களுக்கு, குறைந்தது நமது தமிழியக்கத் தோழர்களுக்கேனும் விதைத்துக்கொண்டே இருக்கவேண்டும். நமக்கு மொழிக் கல்வி குறித்துத் தெளிவான அறிவியல் பார்வை வேண்டும்.

நான் நடைமுறை உண்மை பற்றித் தெரிந்துகொள்ளாமல் தருக்கத்திற்காகத் தருக்கம் செய்வதாகச் சாடுகிறீர்கள். கட்டாய விருப்பத் தேர்வு மொழியாக நான் பெரும் மொழிப் பட்டியலையே முன்வைப்பதாகச் சொல்கிறீர்கள். உலகில் எந்த நாட்டிலும் உலகின் எந்த மொழியையும் விருப்பமாகக் கற்றுக் கொள்ளும் வாய்ப்பில்லை எனக் கூறுகிறீர்கள். எங்கும் போக வேண்டாம், தமிழகத்திலேயே சில ஆண்டுகள் முன்பு வரை தமிழோடு சேர்ந்து இந்தி, சமஸ்கிருதம், பிரெஞ்சு, ஜெர்மன், தெலுங்கு, மலையாளம், கன்னடம், மராத்தி, உருது, அராபியம் எனப் பல பல மொழிகளும் கட்டாய விருப்பத் தேர்வு மொழிகளாக இருந்து வந்த கதை உங்களுக்கு இவ்வளவு சீக்கிரம் மறந்துவிட்டதா என்ன? எத்தனை மொழிகளும் தமிழுக்கு மாற்றாகலாம்? ஆங்கிலத்துக்குக் கூடாதா?

மொழிப் பட்டியலின் நீளந்தான் உங்களுக்குச் சிக்கல் என்றால் கட்டாய விருப்பத் தேர்வு மொழிகளின் எண்ணிக்கை குறித்து நாம் பேசலாம். ஆனால் ஆங்கிலத்தையே ஒற்றை மொழியாகத் திணிக்கக் கூட்டியக்கம் முடிவெடுத்து விட்டதாகக் கூறி விட்டு எண்ணிக்கை பற்றி எல்லாம் நீங்கள் அங்கலாய்ப்பது ஏன்?

'தமிழ்நாட்டின் வரலாறு, சூழல் மற்றும் தேவைகள் ஆகியவற்றுக்கு மற்ற அயல் மொழிகளை விடக் கூடுதல் பொருத்தம் உள்ளது ஆங்கிலம் மட்டுமே' என்கிறீர்கள். ஆங்கிலேயனின் மொழியைத் தமிழர்கள் ஏற்றுக் கொண்டே ஆக வேண்டும் என்ற அளவுக்கு அப்படி என்ன தமிழனுக்கு வரலாற்றுச் சூழலும் தேவையும் உள்ளதென நீங்கள் விளக்கியிருந்தால் நன்றாக இருந்திருக்கும். ஆங்கிலத்தைக் கட்டாய விருப்ப மொழியாக்கினால் நாம் ஆங்கிலத்தையே புறக்கணிக்கச் சொல்வதாகத் தமிழ்ப் பெற்றோர்கள் தவறாகப் புரிந்து கொண்டு விடுவார்கள் என்று வேறு அச்சப்படுகிறீர்கள். மக்களிடம் இல்லாத பீதியை நீங்களே கிளப்பி விடுவது போல் தோன்றுகிறது.

நம் தோழர்களுக்கு உள்ளபடியே அச்சம் இருக்குமானால், உத்திரப் பிரதேச அரசின் மொழிக் கொள்கையிலிருந்து பாடம் கற்கலாம். அங்கு 5ஆம் வகுப்பு வரை அவர்களின் தாய்மொழி இந்திதான் முதல் பயில்மொழி, பயிற்று மொழி. அவர்களுக்கு இரண்டாம் பயில் மொழி என்பதே 6ஆம் வகுப்பில்தான் அறிமுகமாகிறது. ஆனால் இப்போதும் உபி அரசு ஆங்கிலத்தைக் கட்டாயப் பயில் மொழியாக மாணவர்கள் மேல் திணிப்பதில்லை. உபி மாணவர்கள் ஆங்கிலம், பிரெஞ்சு, ஜெர்மன் என ஏதோ ஓர் ஐரோப்பிய மொழியை, அல்லது அராபியத்தை, அல்லது ஏதோ ஓர் இந்திய மொழியைக் கட்டாய விருப்ப மொழியாகத் தேர்ந்தெடுத்துக் கொள்ளலாம் எனப் பெரும் மொழிப் பட்டியலையே உபி கல்வித் துறை முன்வைக்கிறது. இந்த ஆண்டு 2015 ஏப்ரலில் உபி மாணவர்கள் இருவர் பெற்ற பத்தாம் வகுப்புச் சான்றிதழை நான் உங்களுக்கு இணைப்பாக அனுப்பியுள்ளேன். அதில் அந்த மாணவர்கள் தங்களின் கட்டாய விருப்ப மொழியாக சமஸ்கிருதத்தைத் தேர்ந்தெடுத்திருப்பதைக் காணலாம். இந்தி மக்களுக்கு இல்லாத பீதி தமிழர்களுக்கு மட்டும் எப்படி ஏற்படும் எனக் கருதுகிறீர்கள்.

தமிழகத்தில் கொஞ்சம் பகுத்தறிவோடு சிந்திக்கும் மாணவி ஐயத்தை வெளிப்படுத்துகிறாள், தமிழ் என் தாய்மொழி, எனவே கட்டாயம் படிக்கவேண்டும் என்பது சரி, அயல் மொழி

क्रमांक (Sr. No.)
0415754
32/1065/010234

माध्यमिक शिक्षा परिषद्, उत्तर प्रदेश
Board of High School and Intermediate Education U.P.

हाईस्कूल परीक्षा -२०१५
High School Examination - 2015
प्रमाणपत्र-सह-अंकपत्र (CERTIFICATE-CUM-MARKS SHEET)

अनुक्रमांक Roll No.	जनपद/केन्द्र/विद्यालय कोड Distt./Centre/School Code	संस्थागत/व्यक्तिगत Regular / Private	परीक्षा प्रवर्ग Exam. Type	प्रमाणपत्र क्रमांक Certificate No.
1082536	32/20186/1065	REGULAR	FULL EXAM	3210234

प्रमाणित किया जाता है कि (This is to certify that)
परिषद् के अभिलेखानुसार (according to the Board's record)- KAPILJEET HANS
आत्मज/आत्मजा श्रीमती (son/daughter of Mrs.)- SUNITA
एवं श्री (and Mr.)- ANIL KUMAR
जिनकी जन्मतिथि (whose date of birth is)-
15TH MAY NINETEEN HUNDRED NINETY EIGHT (15/05/1998) है,
ने फरवरी/मार्च 2015 की हाईस्कूल परीक्षा विद्यालय/केन्द्र (has passed High School Examination held in February/March 2015
from School/Centre)- GOVT HIGH S SCHOOL BEEHAT GAUR SITAPUR
से निम्न विवरणानुसार उत्तीर्ण की है (with the following details):-

विषय Subject	अधिकतम अंक Max. Marks	प्राप्तांक Obtained Marks सैद्धान्तिक (Theory)	प्रयोगात्मक (Practical)	योग Total	ग्रेड Grade	परीक्षाफल Result
HINDI	100	37	24	061	B2	
SANSKRIT	100	27	26	053	C1	PASSED
ELE MATHEMATICS	100	23	28	051	C1	
SCIENCE	100	38	27	065	B2	
SOCIAL SCIENCE	100	49	27	076	B1	
DRAWING	100	43	28	071	B1	

No divisions are awarded

Category of Moral, Sports and Physical Education- A

तिथि (Date)- 17TH MAY,2015
स्थान (Place)- Allahabad, Uttar Pradesh
Note : For important instructions see overleaf.

(अमर नाथ वर्मा)
(Amar Nath Verma)
सचिव (Secretary)

ஆங்கிலத்தையும் கட்டாயம் படிக்க வேண்டும் என்றால், தாய்மொழிப் பயில்வுக்கும் அயல்மொழிப் பயில்வுக்கும் என்ன வேறுபாடு எனக் கேட்பதாகக் கொள்வோம், அவளுக்கு அறிவியல் அடிப்படையில் என்ன பதில் அளிப்பீர்கள்?

தமிழ்ப் பெற்றோர்கள் ஆங்கிலத்தை மட்டுமல்ல, ஆங்கிலவழிக் கல்வியையுந்தான் விரும்புகிறார்கள். பயில் மொழிகளாகத் தமிழ், ஆங்கிலம் இரண்டுமே இருப்பது போல், பயிற்று மொழி களாகவும் இரண்டும் இருந்து விட்டுப் போவதில்

உங்களுக்கென்ன சிக்கல்? பயிற்று மொழியாக இரு மொழிகள் எப்படி கட்டாயமாக இருக்க முடியாதோ, அதேபோல் பயில் மொழியாகவும் இரு மொழிகள் கட்டாயமாக இருக்க முடியாது. ஆங்கிலவசப்பட்டுள்ள தமிழ்ப் பெற்றோர்களுக்குத் தங்கள் வீட்டுப் பிள்ளைகளின் ஆங்கிலப் புலமை பற்றி மட்டுந்தான் கவலைப்பட உரிமை உண்டே தவிர, ஊரான் வீட்டுப் பிள்ளைகள் படிக்க வேண்டிய மொழியைத் தீர்மானிக்கும் உரிமை எப்படி இருக்க முடியும்? அல்லது இந்த சர்வாதிகார உரிமையை நீங்கள் அவர்களுக்கு எப்படித் தர முடியும்?

நான் கூறுவது போல் ஆங்கிலத்துக்குச் சமமாக இந்தியை நிறுத்தினால், அது பேராபத்தாகிப் போய் விடும் என்றும், இந்திய ஏகாதிபத்திய அரசு இந்தியைத் திணிப்பதற்கு வசதியாகிப் போகும் என்றும் கூறுகிறீர்கள். இந்திப் பூச்சாண்டி காட்டி ஆங்கிலம் திணிக்கும் திராவிட மொழி அரசியலில் நீங்களும் இறங்குவது நியாயமா தோழரே? இந்தி ஒரு விருப்ப மொழிப் பாடமாக இருப்பதே இந்திய ஆதிக்கத்துக்கு வழிவகுத்து விடுமென்றால், ஆங்கிலம் ஒரு கட்டாய மொழிப் பாடமாக நம் மாணவர் நெஞ்சங்களில் இறங்குவது உலகமய ஆதிக்கத்தை உச்சாணிக் கொம்பில் கொண்டு போய் நிறுத்தி விடாதா? உள்ளபடியே இத்தனை ஆண்டுக் காலக் கட்டாய ஆங்கிலந்தான் இன்று தமிழர்களுக்கு இந்தியை விடப் பேராபத்தாக எழுந்து நிற்கிறது என்ற உண்மையை நீங்கள் உணரவில்லையா? இந்தக் கட்டாய ஆங்கிலத்தைக் காட்டித்தானே முதல்வர் ஜெ. ஜெயலலிதா உலகப் பன்னாட்டுக் குழுமங்களை எல்லாம் 'விஷன் 2023' மூலமாகத் தமிழகத்துக்குக் கூவி கூவி அழைக்கிறார்? ஆனாலும் நீங்கள் இந்தியை ஏற்பது பேராபத்து என்றும், ஆங்கிலத்தை ஏற்பது

'வரலாற்றுத் தேவை' என்றும் கருதுவதேன்?

> **பயிற்று மொழியாக இரு மொழிகள் எப்படி கட்டாய மாக இருக்க முடியாதோ, அதேபோல் பயில் மொழியாகவும் இரு மொழிகள் கட்டாயமாக இருக்க முடியாது.**

தமிழர்களுக்கு ஆங்கிலத்தை ஏற்பதில்தான் பெரு விருப்பம் இருப்பதாகக் கூறிக்கொண்டே அவர்கள் இந்தியைத் தேர்ந்தெடுத்து விடக் கூடுமென்ற அச்சத்தையும் வெளிப்படுத்துகிறீர்களே, இது தன் முரண்பாடல்லவா?

மெகாலேவுக்கு அடிமைப்பட்டுக் கிடக்கும் தேசங்களைத் தவிர உலகின் எந்தத் தேசமும் ஆங்கிலத்தைக் கட்டாய மொழிப் பாடமாகப் படிப்பதில்லை. இங்கிலாந்தின் அண்டை நாடு பிரான்சே ஆங்கிலத்தை 6ஆம் வகுப்பு முதல் கட்டாய விருப்பப் பாடமாக மட்டும் படித்து உலகில் தலை நிமிர்ந்து நிற்க முடியும் போது, தமிழ் மாணவர்கள் மட்டும் ஆங்கிலத்தைக் கட்டிக் கொண்டு அழும் அளவுக்குப் 'பொருத்தமான வரலாறும் சூழலும் தேவையும்' தமிழகத்துக்கு மட்டுமே இருப்பதாக நீங்கள் கருதுவது எப்படி? ஆங்கிலத்தை ஒதுக்க இந்திக்காரனால் முடியும், தமிழனால் முடியாதென்பது தமிழர்க்குத் தன்மான இழுக்கல்லவா? தமிழர்களின் மொழித் தன்மானத்துக்கு ஆதரவாக நான் குரல் கொடுப்பதுதான் உங்களுக்குத் தருக்கத்துக்குத் தருக்கம் செய்வதாகப் படுகிறதா?

எல்லாவற்றுக்கும் மேல், கட்டாய ஆங்கிலம் என்பது ஒடுக்கப் பட்ட மாணவர்களுக்கு எதிராகப் போய் முடியும் அபாயத்தை நாம் அன்றாடம் கண்டு வருகிறோம். இந்த அடித்தட்டு மாணவர்கள் அறிவியல், கணிதம் போன்ற பல கலைகளில் இயற்கைத் திறம் படைத்திருந்தாலும், ஆங்கிலம் ஒன்றில் உள்ள குறைபாட்டினால் கல்வியில் பெரும் பின்னடைவைச் சந்திக்கிறார்கள். அவர்கள் ஆங்கிலத்துக்குப் பதில் தமிழுக்கு நெருக்கமான மலையாளம் முதலிய எளிய மொழிகளைப் படித்துத் தேறுவது கல்வியில் விரைந்து முன்னேறிச் செல்வதற்குப் பெரும் வாய்ப்பாக அமையும். கணித மேதை ராமானுஜனே ஆங்கிலத்தில் தேர்ச்சி பெறாமல் போய் பெரும் பாடு பட்ட கதையை நமக்கு வரலாறுஉணர்த்துகிறது.

> **இந்திப் பூச்சாண்டி காட்டி ஆங்கிலம் திணிக்கும் திராவிட மொழி அரசியலில் நீங்களும் இறங்குவது நியாயமா தோழரே?**

கட்டாய ஆங்கிலம் உலகின் சாளரத்தை நமக்குத் திறந்துவிடுமென இன்று பல தமிழ் அறிஞர் பெருமக்களும் கருதுகின்றனர். உள்ளபடியே இந்த அப்பட்டமான ஆங்கிலத் திணிப்புதான் உலகின் வேறெந்த மொழியையும் அறியாத தற்குறிகளாகத் தமிழர்களை ஆக்கிவிட்டது. ஆங்கிலம் தாண்டி பல மொழிகளும் கற்ற பன்மொழிப் புலமை கொண்ட தமிழ்ச் சமுதாயந்தான் உலகச் சாளரங்களை எல்லாம் திறந்து பார்த்து உலகக் கலைச் செல்வங்கள்

அனைத்தையும் நுகர்ந்து சுவைத்துத் தமிழுக்கு நேரடியாகப் பெயர்த்துத் தர முடியும். பாரதியார் பன்னாட்டு அறிஞர் சாத்திரங் களைத் தமிழுக்குப் பெயர்க்கச் சொல்லிக் கட்டளையிட்டாரே தவிர, ஆங்கில நாட்டு அறிஞர் சாத்திரங்களை மட்டுமன்று.

இன்று உலகமயம் ஆங்கிலத்தைக் கட்டாயமாக ஏற்றுக்கொள்ளாத பல நாடுகளையுங்கூட ஆங்கிலத்தை நோக்கி நெட்டித் தள்ளிக் கொண்டிருப்பது உண்மைதான். ஆனால் இதற்கு எதிராக அந்த நாடுகளின் உழைக்கும் மக்கள் பெரும் எதிர்ப்புத் தெரிவித்து வருவதும் உண்மைதான். எனவே நமக்குக் குழப்பம் தேவையில்லை. நாம் கடந்த இரு பத்தாண்டுகளாய் முன்வைத்து வரும் ஒருமொழிக் கொள்கையில் ஊன்றி நிற்போம். நம் தேசிய மொழி தமிழ் ஒன்றைத் தவிர வேறெந்த மொழியும் இங்கு கட்டாய மொழியாகக் கோலாச்சக் கூடாது. இதனை நம் தமிழ்ப் பெற்றோர்களிடம் தொடர்ந்து எடுத்துரைப்போம். பெரும் பான்மை மக்கள் கட்டாயம் ஆங்கிலத்தையே விருப்பப் பாடமாகத் தேர்ந்தெடுக்கும் இன்றைய புற நிலைமையை மறுக்க வேண்டி யதில்லை. அவர்களுக்குரிய மொழி விருப்பத் தேர்வு உரிமையை நாம் தடுத்து விடுவோமோ என்ற அச்சமும் அவர்களுக்குத் தேவையில்லை. ஆனால் ஆங்கிலம் ஒரு கட்டாய விருப்பப் பாடம் என்ற நிலையில் நமது மொழிக் கொள்கை இருந்து வந்தால்தான், வருங்காலத்தில் என்றேனும் ஒரு நாள் நம் தமிழர்கள் ஆங்கிலத்தை விரும்ப மறுக்கிற காலம் கனிவதற்குரிய வாய்ப்பை நம்மால் அப்படியே திறந்து வைத்திருக்க முடியும்.

14

‘எங்களுக்கு ஆங்கிலம் தெரியாது’

தமிழகத்தின் கல்வித் தரத்தை உயர்த்துவதெனத் தமிழக அரசு முடிவெடுத்தது. மு. அனந்த கிருஷ்ணன் தலைமையில் ஒரு குழுவையும் போட்டது. அதில் பல்துறை அறிஞர் பெருமக்களும் இடம்பெற்றிருந்தனர். இதனால் இந்தப் பெரும் அறிஞர் குழுவின் கல்வித் திட்டம் தமிழர்க் கல்விக்கு விடியலாய் அமையும் என்பது பல கல்வி ஆர்வலர்களின் எதிர்பார்ப்பாய் இருந்தது. இப்போது கல்வி வரைவுத் திட்டம் ஒன்றை மக்களின் பார்வைக்கு அக்குழு முன்வைத்துள்ளது. ஒன்று முதல் பன்னிரண்டு வரையிலும் பாடங்கள் அனைத்துக்கும் தனித் தனியாக வரைவுக் கலைத் திட்டம், பாடத்திட்டம் இரண்டையும் முன்வைத்துள்ளனர்.

அவர்கள் திட்டங்கள் எதையும் தமிழில் தரவில்லை, ஆங்கிலத்தில் மட்டுமே தந்துள்ளனர். தமிழகக் கல்வியே ஆங்கிலத்தில் மூழ்கிக் கிடக்கும் நிலையில், பாடத்திட்ட வரைவுக்குத் தமிழ் எதற்கு எனக் குழுவினர் நினைத்து விட்டார்கள் போலும். தமிழ்நாட்டின் சமச்சீர்ப் பாடங்கள் உருவான கதை நமக்குத் தெரியுந்தானே! முதலில் ஆங்கிலத்திலேயே சிந்தித்து பாடங்கள் படைத்து, பின்னர் அதனைத் தமிழாக்கி நம் தமிழ்ப் பிள்ளைகளுக்குக் கொடுத்தார்கள். ஆங்கிலம் அசல்! தமிழ் அதன் நகல்! தமிழ் நாட்டில் சிறந்த ஆங்கிலக் கல்விச் சமுதாயத்தை உருவாக்காமல் பன்னாட்டுக் குழுமங்களில் எப்படி வேலைக்கு அமர்வது என்பதே இன்றைய கவலை.

தமிழ் நாட்டில் இப்படி ஆங்கிலக் கல்விப் பட்டாளத்தை உருவாக்கத்தான் திமுக, அதிமுக ஆட்சிகள் செயல்பட்டு

வருகின்றன. சென்ற திமுக ஆட்சியில் சென்னை மாநகராட்சித் தொடக்கப் பள்ளிகளில் அன்றைய மேயர் மா. சுப்பிரமணியன் ஆங்கிலவழி வகுப்புகளை அறிமுகப்படுத்தினார். அதனை இன்னும் தமிழ்நாடெங்கும் பேரளவில் கொண்டு சேர்த்தார் ஜெயலலிதா. தொலைநோக்குத் திட்டம் 2023 (விஷன் 2023) அறிவிப்பிலேயே தமிழ்நாட்டில் ஆங்கிலம் பேசும் இளைஞர்கள் பெருமளவில் இருப்பதால், பன்னாட்டுக் குழுமங்கள் தாராளமாக இங்கு கால் பதிக்கலாம் எனக் கூவி அழைத்தார்.

இன்று தலைநகர் சென்னையில் தமிழ்வழிக் கல்வி கொடுத்துக் கொண்டிருந்த அரசு உதவிபெறும் பள்ளிகளில் தமிழ் இல்லை, ஆங்கிலவழிக் கல்வி மட்டுமே. இன்று அரசுப் பள்ளிகளின் நிலையும் கிட்டத்தட்ட இதுதான்! சென்னை அசோக் நகரில் சுமார் 4000 பேர் படிக்கும் புகழ்பெற்ற பெண்கள் மேனிலைப் பள்ளியை எடுத்துக் கொள்வோம். எந்த வகுப்பை எடுத்துக் கொண்டாலும் பத்துக்கு மேற்பட்ட பிரிவுகள் ஆங்கிலத்தில், போனால் போகிற தென்று ஒரே ஒரு பிரிவு தமிழில்! இதுவுங்கூட எத்தனை நாளைக்கு? தமிழர் தலைநகரில் தமிழுக்குச் சவப்பெட்டி மூடப்பட்டு கடைசி ஆணிகள் அறையப்பட்டுக் கொண்டிருக்கின்றன!

தமிழ்க் கொடி இறங்கி ஆங்கிலக் கொடி பட்டொளி வீசிப் பறக்கும் இந்தப் பள்ளிகளில் ஆசிரியர்களின் ஆங்கிலப் புலமை தழைத்தோங்கி இருக்கும் என நாம் எதிர்பார்க்கலாம். ஆசிரியர்களும் மாணவர்களும் அறிவியல், கணிதவியல் கருத்துக்களை முழு ஆங்கிலத்தில் உரையாடிக் கொள்வார்கள் எனவும் எதிர்பார்க் கலாம்! தமிழில் உரையாடுவது வேண்டுமானால் அவர்களுக்குக் கடினமாக இருக்குமோ என்னவோ?

இந்த வலுவான ஆங்கிலக் கல்விச் சூழலில்தான் கல்விக்குழுவும் பாடத்திட்ட வரைவுகளை ஆங்கிலத்தில் மட்டுமே கொடுத்துள்ளதோ என்றே வெளிப் பார்வையாளருக்குத் தோன்றும். இது மட்டு மல்ல, பாடத் திட்ட வரைவுக்குழுவில் வரைவுகளை முன்வைத்தோர் முழுக்க ஆங்கிலத்திலேயே உரையாடியுள்ளனர், அங்கு பங்கெடுக்கச் சென்ற ஆசிரியர்களும் பாடத்திட்டம் குறித்து அவர்களுக்குள்ள கருத்துகளை ஆங்கிலத்தில்தான் பேச வேண்டும், எழுதித் தர வேண்டும் என்ற கட்டாய நிபந்தனை வேறு.

தமிழர்க் கல்வியில் எங்கும் எதிலும் ஆங்கிலமே நீக்கமற நிறைந்திருக்கும் சூழலில், ஆங்கில மொழிப் பாடம் கலைத்திட்ட வரைவு என்னவாயிருக்கும் என்ற ஆர்வம் மேலோங்காமல் இல்லை.

ஆங்கில மொழிக் கற்பித்தல் குறித்து குழு முன்வைத்துள்ள கலைத்திட்ட வரைவு சொல்வதென்ன? பார்ப்போம்.

தமிழகப் பள்ளி ஆசிரியர்களின், மாணவர்களின் ஆங்கில அறிவு முன்னே பின்னே உள்ளதாகக் கவலைப்படுகிறது வரைவு. அப்படியானால் அவர்களின் ஆங்கில அறிவு மோசம் என்றுதான் நாம் புரிந்து கொள்ள முடியும். இப்போது நமக்குச் சில வினாக்கள் எழுகின்றன.

ஒரு பக்கம் ஒரே நாளில் அரசுப் பள்ளி தமிழ்வழி வகுப்பறைகளை ஆங்கிலவழிக்கு மாற்றுகிறீர்கள்; அன்றிலிருந்தே ஆசிரியர்கள் மாணவரிடம் ஆங்கிலத்தில் உரையாட வேண்டும் என எதிர்பார்க்கிறீர்கள்; மறுபக்கம் நீங்களே ஆசிரியர்களின், மாணவர்களின் ஆங்கில அறிவு மோசமாக உள்ளதாகக் குறை பட்டுக் கொள்கிறீர்கள்; இந்த ஆசிரியர்கள் அவர்களின் பாடத் திட்டக் கருத்துகளை முன்வைக்கையில் ஆங்கிலத்திலேயே எழுதவும் பேசவும் வேண்டும் என்கிறீர்கள், ஏன் இந்த முரண்பாடு?

ஆசிரியர்களுக்கும் மாணவர்களுக்கும் ஆங்கில அறிவு அவ்வளவு போதாது என நீங்களே ஒத்துக் கொள்கிறீர்கள், மகிழ்ச்சி. ஆனால் இந்தத் தாழ்வுக்கு என்ன காரணம்? கடந்த பத்தாண்டாக மிக வேகமாக அரசுப் பள்ளிகளை ஆங்கிலக் கூடங்களாக மாற்றி வருகிறீர்களே? இதனால் மாணவர்களின் ஆங்கில அறிவில் பெரும் வளர்ச்சி ஏற்படும் என ஜெயலலிதா சட்டமன்றத்திலேயே அறிவித்தாரே? பின்னர் ஏன் இந்த நிலை? ஒருவேளை ஒரு பத்தாண்டு முன்பு தமிழ்நாடு ஆசிரியர்கள், மாணவர்களின் ஆங்கில அறிவு படு மோசமாக இருந்து, இப்போது ஆங்கிலப் பெருமுயற்சியின் விளைவாகக் கொஞ்சம் தேறி இந்த மோசமான நிலையை நோக்கி முன்னேறியுள்ளார்கள் என்று எடுத்துக் கொள்ளலாமா?

இது குறித்து அசர் கல்வி அறிக்கை வெளிச்சம் தருகிறது. ஒன்று முதல் எட்டாம் வகுப்பு வரையிலான இந்திய மாணவர்களின் தாய்மொழி அறிவை, கணித அறிவை, ஆங்கில அறிவை ஒவ்வோர் ஆண்டும் சோதித்துப் பார்க்கும் அறிக்கை இது. இந்த அறிக்கையின்படி, 2008, 2016 ஆண்டுகளில் தமிழ்நாட்டு மாணவர்களின் ஆங்கில அறிவு ஏதும் ஏற்றம் கண்டுள்ளதா எனப் பார்ப்போம். 8ஆம் வகுப்பு மாணவர்களை எடுத்துக் கொள்வோம். அவர்களில் ஆங்கிலச் சிற்றெழுத்துக்களை (small letters) படிக்கத் தெரிந்தோர் 2008இல் 14.2%, 2016இல் 11.8%. எளிய ஆங்கிலச்

சொற்களைப் படிக்கத் தெரிந்தோர் 2008இல் 34.3%. 2016இல் 26%. இச்சொற்களைப் படிக்கத் தெரிந்தாலும் அதற்கு அர்த்தம் கூறத் தெரிந்தோர் 2008இல் 69.2%, 2016இல் 61.4%. இந்த ஆங்கிலத் தரத் தாழ்வில் அரசுப் பள்ளி மாணவர்களுக்கும் தனியார் பள்ளி மாணவர்களுக்கும் பெரிய வேறுபாடில்லை என்கிறது அசர்.

கடந்த ஆட்சியாளர்கள் எடுத்துக் கொண்ட ஆங்கிலப் பெரு முயற்சியினால் மாணவர்களின் ஆங்கில அறிவு கடந்த 8 ஆண்டுகளில் குறைந்து வந்துள்ளது. ஆங்கில எழுத்துகளையும் சொற்களையும் படிக்கவே தத்தளிக்கும் மாணவர்களுக்கு அறிவியலையும் வரலாற்றையும் ஆங்கிலத்திலேயே சொல்லித் தருகிறேன் என்பது எவ்வளவு பெரிய கேலிக் கூத்து. வரைவே சொல்கிறது, மாணவர்களுக்கு மட்டுமல்ல, ஆசிரியர்களுக்கும் ஆங்கிலத் திறன் மோசமாக உள்ளது. அப்படியானால் ஆங்கிலம் தெரியாத ஆசிரியர்கள் ஆங்கிலம் தெரியாத மாணவர்களுக்கு ஆங்கிலத்தில் பாடங்கள் நடத்தினால் ஆங்கிலக் கல்வி வளரும் என்று தமிழகக் கல்வித் துறை நம்புகிறது. நம் அமைப்பில் மாணவர்கள் குரல்கொடுக்க முடியாது, ஆனால் சம்பள உயர்வுக் காகச் சாலையில் கூட உட்கார்ந்து போராடும் ஆசிரியர்கள், 'எங்களில் எவருக்கும், ஏன், தனியார் பள்ளி ஆசிரியர்களுக்குங்கூட ஆங்கிலம் தெரியாது, எங்களால் எப்படி ஆங்கிலத்தில் பாடம் எடுக்க முடியும்' என வெளிப்படையாக அறிவிக்கலாம் அல்லவா?

> **ஆங்கிலம் தெரியாத ஆசிரியர்கள் ஆங்கிலம் தெரியாத மாணவர்களுக்கு ஆங்கிலத்தில் பாடங்கள் நடத்தினால் ஆங்கிலக் கல்வி வளரும் என்று தமிழகக் கல்வித் துறை நம்புகிறது.**

இருக்கட்டும். தமிழகக் கல்விச் சூழலில் ஆங்கிலத் தரம் குன்றியிருப்பதாகக் கவலைப்படும் வரைவுக் குழு இந்த மோசமான நிலைக்கு என்ன காரணம் எனத்தானே முதலில் ஆய்ந்திருக்க வேண்டும்? சொல்லப் போனால், ஆங்கில அறிவு 2008இல் மோசமாக இருந்தது, இன்றோ படுமோசமான நிலைக்குச் சரிந்துள்ளது. தமிழர் ஆங்கிலம் பாதாளத்திலிருந்து அதல பாதாளத்துக்குப் போனது ஏன் எனக் குழு ஆய்வுக்கு எடுத்துக் கொண்டிருக்கும் என நாம் எதிர்பார்க்கலாந்தானே? ஆனால் வரைவுக் குழு செய்ததென்ன? பார்ப்போம்.

இந்த ஆங்கிலப் பாடக் கலைத்திட்ட வரைவிலேயே இருக்கும் ஆங்கில இலக்கணப் பிழைகளைச் சற்றே கண்டுகொள்ளாது, ஆங்கில அறிவு கொளுத்த வரைவு தரும் யோசனைகளைச் சற்று பார்ப்போம். தரங்கெட்டுக் கிடக்கும் ஆங்கில அறிவை மேம்படுத்த மேற்கொள்ள வேண்டிய புதிய நடவடிக்கைகள் குறித்து அவ்வரைவு சில கற்பித்தல் முறைகளை முன்வைக்கிறது.

வரைவு கூறுகிறது: 'ஒரு மொழியின் இலக்கண விதிகள் தெரிவதாலேயே அம்மொழியை நன்கு பயன்படுத்தும் திறன் கிடைத்து விடுவதில்லை. ஒரு மொழியைக் கேட்டும் வாசித்தும் தெரிந்து கொள்வதற்கு அல்லது அதனை நாமே எழுதியும் பேசியும் வெளிப்படுத்துவதற்குப் பயன்படுத்தும் போது நாம் அம்மொழியை உணர்கிறோம். இவ்வழியில் பேசும் மொழியின் சரியான அர்த்தத்தை வெளிப்படுத்துவதன் மூலமே நாம் அம்மொழியின் சொல்வளத்தைப் பெருக்கிக் கொள்கிறோம், அம்மொழியை அகவயப்படுத்துகிறோம்.'

அந்த வரைவு internalize எனச் சொல்வதன் தமிழாக்கமே அகவயப்படுத்துதல் ஆகும். Internalize என்ற சொல்லுக்கு ஆக்ஸ்ஃபோர்டு அகராதி தரும் பொருள் என்னவென்றால், ஒருவர் இன்னொருவரின் அல்லது இன்னொரு சமூகக் குழுவின் பண்புகளை அல்லது பண்பாடுகளைத் தனதாக்கிக் கொள்வதாகும். நமது வரைவின் கூற்றுப்படி, ஒருவர் இன்னொரு சமூகம் பேசும் மொழியைத் தனதாக்கிக் கொள்ளுதல் அல்லது தன் உறுப்பாக்கிக் கொள்ளுதல் என்பதாகப் புரிந்து கொள்ளலாம். இவ்வகையில் ஆங்கிலத்தைத் தமிழ் மாணவர் தனதாக்கிக் கொள்வதற்கு இலக்கண விதிகளைக் கற்க வேண்டியதில்லை என்கின்றனர் வரைவுக் குழுவினர். மாறாக அந்த மொழியைக் கேட்க வேண்டும், வாசிக்க வேண்டும், எழுதவும் பேசவும் வேண்டும் என்கின்றனர்.

மொழியைக் 'கேட்பது' என்றால் என்ன? அம்மொழி பயிலும் மாணவரைச் சுற்றிலும் அம்மொழி பேசுவோர் இருக்க வேண்டும். அப்போதுதான் அம்மொழியை அன்றாடம் அந்த மாணவர் 'கேட்டு' அம்மொழியில் தேர்ச்சி பெற முடியும். தமிழ்நாட்டில் 1 விழுக்காட்டுப் பெற்றோரின் குழந்தைகள் வேண்டுமானால் அன்றாடம் வீட்டிலும் பள்ளியிலும் ஓரளவு நல்ல ஆங்கிலம் 'கேட்டு' வளரும் சூழல் உள்ளது எனலாம். ஆனால் தமிழகத்தில் 99 விழுக்காட்டுக் குழந்தைகள் வீட்டிலும் வெளியிலும்

பள்ளியிலும் தமிழ் ஒன்றை மட்டுமே 'கேட்டு' வளர்கின்றனர். இந்த வரைவே கூறுவதன்படி, மாணவர்களுக்குப் பள்ளி வெளியே ஆங்கிலச் சூழல் இல்லை, பள்ளி ஆசிரியர்கள் இடையிலும் ஆங்கிலப் பேச்சில் தேர்ச்சியோ நம்பிக்கையோ நல்லபடியாக இல்லை. மாணவர்களுக்கு ஆங்கிலம் 'கேட்கும்' சூழல் இல்லை என்பதை ஏற்கும் வரைவு அப்படி ஒரு நிலையைப் பள்ளியில் மட்டுமேனும் ஏற்படுத்த நினைக்கிறது. உள்ளபடியே, அந்த மாணவர்களுக்கு ஆங்கிலம் கேட்கும் சூழல் உருவாக வேண்டுமானால் அவர்கள் இங்கிலாந்து, ஆஸ்திரேலியா, கனடா என ஏதேனும் ஆங்கிலம் பேசும் நாட்டுக்குப் போயாக வேண்டும். இது புரியாமல் இங்கிலாந்துப் பள்ளிச் சூழலை அப்படியே தமிழ்ப் பள்ளிகளுக்குள் இறக்குமதி செய்ய நினைக்கிறது வரைவுக் குழு. இது மொழிக் கல்வி அறிவியலுக்கே புறம்பானது. மொழிக் கல்விப் பயில்வில் தலைகீழ் முயற்சி இது.

தாய்மொழிப் பயில்வைப் பொறுத்த வரை, குழந்தைகளின் முதல் கல்விக்கூடமே அவர்கள் வாழும் சமுதாயந்தான். அவர்கள் வாழும் சமுதாயத்திடம் இலக்கணம் தெரியாமலே மொழி கற்கின்றனர். கற்ற மொழித் தேர்ச்சியுடன் பள்ளிக்குள் நுழைகிறார்கள். அந்த மொழிக் கல்வியை அப்படியே பள்ளியிலும் தொடர் கிறார்கள். இப்படித்தான் நம் தமிழ்நாட்டில் முதலில் பெற்றோரிடம் சமுதாயத்திடம் 'பேசும் தமிழ்' கற்றுக் கொண்ட குழந்தைகள் பள்ளியில் 'எழுதும் தமிழ்' கற்கத் தொடங்கு கிறார்கள். தமிழ் இலக்கணம் கற்கிறார்கள். இதுவே இயற்கை வழி மொழிக் கற்றல். இது தாய்மொழிப் பயில்வில் மட்டுமே சாத்தியம்.

> **தாய்மொழிப் பயில்வைப் பொறுத்த வரை, குழந்தைகளின் முதல் கல்விக்கூடமே அவர்கள் வாழும் சமுதாயந்தான்.**

அயல்மொழிப் பயில்வைப் பொறுத்த வரை, நிலைமை தலை கீழானது. முதலில் பள்ளிக்கூடத்தில் முதல் ஐந்து வகுப்பு களுக்கேனும் எழுத்திலும் பேச்சிலும் இலக்கணத்திலும் தாய்மொழியில் நல்ல தேர்ச்சி பெறும் குழந்தைகள், அந்த மொழி இலக்கணத்தை அடிப்படையாகக் கொண்டு ஓர் அயல் மொழியை எழுதக் கற்கிறார்கள், பிறகு தொடர்ச்சியாகப் பேசக் கற்கிறார்கள். இப்படித்தான் பிரான்சு, ஜெர்மனி நாடுகளில் முதல் ஐந்து வகுப்பு

வரை தாய்மொழியில் நல்ல தேர்ச்சி பெற்று விட்டு, ஆறிலிருந்து ஆங்கிலம் உள்ளிட்ட ஏதேனும் ஓர் அயல்மொழியைக் கற்கத் தொடங்குகின்றனர். இப்படி இலக்கண அடிப்படையிலான மொழிபெயர்ப்பு வழி மட்டுமே அயல்மொழிப் பயில்வில் சாத்தியம். தாய்மொழி போன்று இலக்கண உதவியின்றி இயற்கையாகப் பேசக் கற்கும் முறை அயல்மொழிப் பயில்வில் சாத்தியமே இல்லை.

இது தமிழ்நாட்டுக் கல்வித்துறைக்கு ஒன்றும் புதிதன்று. இதுதான் ஒரு காலத்தில் அயல்மொழிப் பயில்வில் கடைப்பிடிக்கப் பட்டது. 1960களில் தமிழ்நாட்டு மாணவர்கள் வகுப்பு 5 வரை தமிழில் நல்ல தேர்ச்சி பெற்று, பின்னர் தமிழ் இலக்கணத்தின் துணையுடன் ஆங்கிலத்தை முதலில் எழுதவும், பிறகு பேசவும் கற்றனர். ஆகவே தாய்மொழி தமிழ் எனும் போது முதலில் பேச வரும், பிறகுதான் எழுத வரும். அயல்மொழி ஆங்கிலம் எனும் போது முதலில் எழுத வரும், பிறகுதான் பேச வரும். இந்த வழியில் ஆங்கிலம் பயின்றவர்கள்தான் அப்துல்கலாம் உள்ளிட்ட நம் தமிழர்கள். சர்ச்சில் எழுத்திலேயே இலக்கணப் பிழை கண்டுபிடித்த 'சில்வர் டங்' சீனிவாச சாஸ்திரியும் இப்படி ஆங்கிலம் கற்றவர்தான். அந்தக் காலத்திலிருந்து இன்றைய தமிழர்களின் ஆங்கில அறிவு பெரும் சரிவைச் சந்தித்திருப்பதாக ஆங்கில இதழ்களே பல முறை எழுதியுள்ளன. ஒவ்வொரு பத்தாண்டிலும் தமிழ் மாணவர்களின் ஆங்கில அறிவு சரிந்து வருவதைப் பல கல்வி ஆய்வறிக்கைகளும் உறுதி செய்கின்றன. அதைத்தான் நடைமுறையும் நமக்கு உணர்த்துகிறது.

> **தாய்மொழி தமிழ் எனும் போது முதலில் பேச வரும், பிறகுதான் எழுத வரும். அயல்மொழி ஆங்கிலம் எனும் போது முதலில் எழுத வரும், பிறகுதான் பேச வரும்.**

ஆனால் நம் வரைவுக் குழுவோ இன்னும் ஒரு படி மேலே போய் கம்யூனிகேடிவ் ஸ்கில்லை உயர்த்தப் போவதாகக் கூறுகிறது. இதற்குக் 'கருத்தை நன்கு வெளிப்படுத்தும் திறன்' எனத்தான் உலகில் எவரும் புரிந்து கொள்வர். ஆனால் தமிழ்ச் சூழலில் நிலைமையே வேறு. ஒருவருக்கு அவரது தாய்மொழியில் அவர் நினைக்கும் கருத்துக்களை நன்கு வெளிப்படுத்தும் திறன் எவ்வளவு சிறப்பாக இருந்தாலும் சரி, அதனால் ஒரு பயனுமில்லை.

தமிழர்களுக்குக் கற்பிக்கப்பட்டிருப்பது என்னவென்றால், ஆங்கிலம் பேசுவதே கம்யூனிகேஷன் ஸ்கில். மக்களிடம் உள்ள இந்த மூடநம்பிக்கையை மூலதனமாக்கி தமிழகம் எங்கும் ஸ்போக்கன் இங்கிலீஷ் வணிகம் களைகட்டுகிறது. இந்த ஆங்கில மாய வலையை அறுக்க வேண்டிய இடத்தில் உள்ள கல்விக் குழு பள்ளிக் கூடங்களையே ஸ்போக்கன் இங்கிலீஷ் நிறுவனங் களாக்கப் பார்க்கிறது. ஆயிரமாயிரம் ஸ்போக்கன் இங்கிலீஷ் இன்ஸ்டிட்யூட் கற்றுத் தராத ஆங்கிலத்தையா நம் கல்விக் கூடங்கள் கற்றுக் கொடுத்து விட முடியும்? குழுவினர் சிந்தித்துப் பார்க்க வேண்டும்.

இன்னும் ஒன்றும் குறைந்து விடவில்லை. தமிழ்நாட்டுக் கல்வியில் ஆங்கிலப் பின்னடைவுக்கான காரணம் தலைகீழ் மொழிப் பயில்வே என்பதைக் குழு உணர வேண்டும். இந்தத் தலைகீழ் மொழிப் பயில்வை நேராக்கவே குழு முயல வேண்டும். அதை விடுத்து ஏற்கெனவே தலைகீழாக உள்ள மொழிப் பயில்வு முறையை இன்னும் நேர்ச் செங்குத்தாக்கக் குழு முயலுமானால், அது தமிழ் மாணவச் சமுதாயத்தின் ஆங்கில அறிவை மட்டுமல்ல, தமிழ் அறிவையும் சேர்த்து ஒழிக்கும் அவல நிலைக்கே வழிவகுக்கும்.

தமிழ்நாட்டு ஆசிரியர்களே இனியாவது துணிச்சலுடன் கூறுங்கள்: 'எங்களுக்கு ஆங்கிலம் தெரியாது, தமிழ் மட்டுமே தெரியும். எனவே எங்களுக்கு நன்கு தெரிந்த தமிழின் துணையுடன் அயல் மொழி பயிற்றுவிக்கும் பணிக்கு எங்களைத் தயாராக்குங்கள்.'

'எங்களுக்கு ஆங்கிலம் தெரியாது' என்ற முழக்கமே தமிழ்ப் பெற்றோர்களுக்கு ஆங்கிலக் கல்வியின் எதார்த்த நிலையை உணர்த்தும். இது 1950, 60கள் போன்று ஒரு சரியான அயல்மொழிப் பயில்வு முறை நோக்கி தமிழகக் கல்வித் துறையையும் நகர்த்தும்.

(இந்தக் கட்டுரை 8.12.2017 தமிழ் இந்து நாளேட்டில் சுருக்கமாக வெளியானது.)

15

தமிழ்த் தேசியத்தின் வரலாற்றுத் தேவை

தமிழ்த் தேசியம் என்பது எந்த ஒரு தனிப்பட்ட மனிதரோ, அமைப்போ, பிரிவினைவாதியோ, இனவெறியரோ வலிந்து முன்னிறுத்தும் கருத்து இல்லை. அது வரலாற்று வழிப்பட்டுப் புறநிலை மெய்ம்மையிலிருந்து விளைந்த சமூக அறிவியல் கருத்தாகும்.

'வட வேங்கடம் தென் குமரி வரை ஆயிடைத் தமிழ்கூறு நல்லுலகம்' என்ற தொல்காப்பிய வரியும், தொல்காப்பிய வரி ஒன்றுக்கு 'உன் நாடு எது? என்று கேட்டால் தமிழ்நாடு என்று சொல்' என்றளித்த விளக்கவுரையும், 'இமிழ்கடல் வேலியைத் தமிழ்நாடு ஆக்கிய' எனத் தொடங்கும் சிலப்பதிகார வரியும் தமிழ் நாட்டின் இருப்பையும் எல்லையையும் ஈராயிரம் மூவாயிரம் ஆண்டு முன்பே உறுதிசெய்கின்றன.

தொல்காப்பியரோ இளம்பூரணாரோ இளங்கோவடிகளோ பிரிவினைவாதிகள் இல்லை. அன்று தமிழ்நாடு என்ற ஒற்றைத் தேசக் கருத்தியல் வளராததற்கு முன்பே அது பின்பு படிமலர்ச்சி அடையவிருப்பதைக் கணித்துச் சொன்ன மேதைகள் அவர்கள்.

நாலாயிரம் ஆண்டாய்த் திருவேங்கடம் (இன்றைய திருப்பதி) முதல் குமரி வரையிலான எல்லையில் தமிழ் ஒன்றையே பேசி, ஒரே பண்பாட்டுத் தளத்தில் நாம் தமிழர்கள் என்ற உளவியல் உருவாக்கத்துடன் வாழ்ந்துவரும் மக்களைக் கொண்ட ஒரு புவிப் பரப்பு தேசம் என்னும் வரையறையில் அடங்காது என்றால், பிறகு உலகின் எந்தப் பரப்பும் தேசம் என்னும் தகுதியை அடையாது.

இதில் இன்றியமையாச் செய்தி என்னவென்றால், தமிழ் இலக்கியங்கள் தமிழ் நாடு என்றும், தமிழர்கள் என்றும் கூறி வந்துள்ளனவே தவிர, அவை எந்த ஓரிடத்திலும் இந்தியா என்றோ, பாரதம் என்றோ குறிப்பிட்டது இல்லை.

மாணிக்கவாசகப் பெருமான் கூட திருவாசகத்தில் 'தென்னாடுடைய சிவனே போற்றி' என்றுதான் பாடினார். 'பாரத நாட்டுடைய சிவனே போற்றி' எனப் பாடவில்லை.

ஆங்கிலேயர்கள் இந்திய நிலப் பரப்புக்குள் நுழைந்து அவர்களின் நிர்வாக வசதிக்காக இந்தியா என்னும் செயற்கைக் கட்டமைப்பை எழுப்பி நிறுத்திய பின்னர்தான் தமிழகம் தன் வரலாற்றில் முதல் முறையாக பாரத மாதா பஜனையைக் கேட்கத் தொடங்கியது. வெள்ளையர்களுக்கு எதிராகப் போராடிய காங்கிரஸ் உள்ளிட்ட பல இயக்கங்களைச் சேர்ந்த தலைவர்களும் தமிழ், மலையாளம், குஜராத்தி, அசாமி எனப் பல மொழி பேசும் தேசிய இனங்களை யும் இந்தியம் என்னும் ஒற்றை இந்துத்துவச் சிமிழுக்குள் அடைத்தனர் .

குறிப்பாக மாண்டேகு-செம்ஸ்ஃபோர்டு சீர்திருத்தத்தின்படி தில்லியில் மையப்படுத்தப்பட்ட நாடாளுமன்ற அமைப்பு உருவாகி, அதன் கீழ் பல அடிமை மாகாணங்கள் அமைக்கப்பட்டு, அங்கு அம்மக்கள் பேசும் மொழிகள் அனைத்தும் தேசிய மொழிகள் என்ற நிலையிலிருந்து வட்டார மொழிகளாகச் சுருக்கப்பட்ட நிலை உருவான பிறகு இந்தியம் இன்னும் கெட்டிப் பட்டது.

சமூக அறிவியலுக்குப் புறம்பான இந்தியா, இந்தியர்கள் என்னும் இந்தச் செயற்கைப் புனைவை அன்றைய இந்தியாவில் தோலுரித்துக் காட்டிய ஒரே தலைவர் பெரியார் ஈவெரா ஆவார். ராஜாஜி இந்திய ஒற்றுமை என்ற பெயரில் 1937இல் இந்தியைத் தமிழர் தலையில் அரைத்தபோது அதற்கு எதிராக வெகுண்டெழுந்து போராடினார் பெரியார். பட்டுக்கோட்டை அழகிரி தலைமையில் திருச்சிராப்பள்ளியில் இருந்து சென்னை நோக்கி இந்திக்கு எதிரான பெரும் நடைப்பயணம் நடைபெற்றது. பெரியார், தமிழறிஞர்கள் உள்ளிட்ட பெருந்தலைவர்கள் சிறைக் கொட்டடியில் அடைபட்டனர். தாலமுத்து, நடராசன் ஆகியோர் சிறைக் கொடுமையில் மாண்டு போயினர். இந்தித் திணிப்பைக் கண்டிக்கும் வகையில் சென்னைக் கடற்கரையில் 11.09.1938 அன்று ஒன்றரை லட்சத்துக்கு மேற்பட்டோர் கலந்துகொண்டு

நடைபெற்ற மாபெரும் கூட்டத்தில் 'தமிழ்நாடு தமிழருக்கே' என்ற முழக்கம் முதல் முறையாக முன்வைக்கப்பட்டது. இம்முழக்கத்தைப் பெரியார் தமிழக வீதிகள் எங்கும் கொண்டு சென்றார். தொல்காப்பியர், இளங்கோவடிகளின் தொடர்ச்சியைத் தமிழகம் பெரியாரிடம் கண்டது.

1947 ஆகஸ்டு 15ஆம் நாள் இந்தியா விடுதலை பெறும் என்ற அறிவிப்பு வெளியான போது அந்நாளை 'துக்க நாள்' என்று அறிவித்தார் பெரியார். இப்படிச் சொல்லி பெரியார் வெள்ளையருக்குத் தூபம் போடும் வேலையைச் செய்தார் என்று இன்று அவரது எதிரிகள் விமர்சனம் செய்கின்றனர். ஆனால் பெரியார் 'துக்க நாள்' இந்திய விடுதலையை அறிவித்ததற்கான காரணமே வேறு.

இது தமிழர்களுக்கான விடுதலை இல்லை, இந்தி வெறி பிடித்த பார்ப்பன-பனியா ஆதிக்கக் கூட்டத்துக்குக் கிடைத்த விடுதலை என்றார் பெரியார். டயர் போனான், பட்டேல் வந்தார் எனப் போட்டுடைத்தார்.

நீங்கள் வரும்போது நான் தில்லிக்காரன் கீழ் இல்லை, இப்போது போகும்போது எங்களை அவனிடம் ஒப்படைத்து விட்டுப் போவது என்ன நியாயம் என வெள்ளையனிடம் கேட்டார் பெரியார். வேண்டுமானால் தமிழ்நாட்டுக்கு லண்டன் தலைநகராக இருக்கட்டும். பிறகு எங்கள் விடுதலையை நாங்கள் பார்த்துக் கொள்கிறோம் என்றார்.

தமிழர்கள் இந்தியர்கள் இல்லை என்பதை அவர்களுக்குத் தெளிவாக உணர்த்தியது பெரியாரின் துணிச்சலான விடுதலை நாள் அறிவிப்பு.

தமிழர்களை இந்தியர்கள் என அழைப்பது பொருத்தமற்றது எனத் தெளிவாக உரைத்த பெரியார் அவர்களை திராவிடர் என்னும் பதத்தைக் கொண்டும் குறித்தார். அவர் விடுதலை கேட்ட அன்றைய காலக்கட்டத்தில் தமிழகமும் கேரளமும் ஆந்திரமும் கர்நாடகமும் அடங்கிய பகுதி சென்னை மாகாணத்துக்கு உட்பட்டதாக இருந்தது. இந்த மக்களையே திராவிடர்கள் என்று அவர் அழைத்தார். எனவே இந்தியாவுக்கு எதிரான அவர்களின் விடுதலையை திராவிட நாடு விடுதலை என்றே பல இடங்களிலும் குறிப்பிட்டார். மேலும் ஆரியப் பார்ப்பனர்களுக்கு எதிராகவும் பார்ப்பனர்களைத் தமது அரசியல் போராட்டங்களிலிருந்து விலக்கி வைக்கும் நோக்கிலும்

திராவிடர்கள் என்ற சொல்லைப் பயன்படுத்தினார். ஆனால் திராவிடர் என்ற சொல் இந்தியர் என்பது போன்றே தமிழர் களுக்குச் சூட்டப்பட்ட செயற்கையான சொல்லே என்பதையும், அது உள்ளபடியே தமிழர்களின் வீரியத்தை மழுங்கடிக்கக் கூடிய சொல் என்பதையும் பெரியார் உணரவில்லை.

பிற்பாடு 1956 நவம்பர் 1இல் மொழி அடிப்படையில் தமிழ் நாடு பிரிந்ததைத் தொடர்ந்து பெரியார் முன்வைத்த திராவிடர் விடுதலை என்பது தமிழர்களின் விடுதலை என்பதாகவே அமைந்தது.

வருணாசிரமம் காக்கும் இந்திய அரசமைப்புச் சட்டத்தைக் கொளுத்தும் மாபெரும் போராட்டத்தை 1957 நவம்பர் 27இல் நடத்தினார் பெரியார். தமிழ்நாடு இல்லாத இந்திய வரைபடத்தையும் 1960இல் கொளுத்தினார். பெரியாரின் இந்தத் தமிழர் விடுதலை நிலைப்பாடு அவர் சாகும் வரை தொடர்ந்தது.

பெரியார் 17.09.1973 அன்று வெளியிட்ட தமது 95ஆவது பிறந்த நாள் அறிவிப்பில் கூறினார்:

‘நாம் சட்டத்தைப் பற்றிப் பயப்படாமலும் பதவி கிடைக்காதே என்று கவலைப்படாமலும் ‘சுதந்தரத் தமிழ்நாடு’ பெற ஒவ்வொருவரும் முடிவு செய்து கொண்டு முன் வர வேண்டியது ஒவ்வொரு தமிழனுக்கும் அவசியமான காரியம் என்பதைப் பணிவோடு தெரிவித்துக் கொள்கிறேன். இதற்குப் பொது மக்களே! இளைஞர்களே! பள்ளி, கல்லூரி மாணவர்களே! மாணவிகளே! உறுதி கொள்ளுங்கள்! உறுதி கொள்ளுங்கள்! உறுதி கொள்ளுங்கள்!’

ஆக, பெரியார் முன் வைத்த தமிழர் விடுதலை அல்லது திராவிடர் விடுதலை என்னும் முழக்கத்தில் தமிழ்த் தேசியக் கருத்தியலுக் குரிய வித்து ஆழப் புதைந்திருப்பதில் ஐயமேதும் இல்லை. ஆனாலும் அவரது விடுதலை முழக்கத்தில் குறையில்லாமல் இல்லை. அவர் தமிழக விடுதலைக்குச் சாதி விடுதலை என்னும் ஒற்றைக் காரணத்தை மட்டுமே பெரிதும் முன்வைத்தார். வருணாசிரமத்துக்கு வால் பிடிக்கும் இந்திய அரசமைப்புச் சட்டத்தை ஒழிக்க வேண்டும் என அவர் கூறியது உண்மைதான். ஆனால் அதே சட்டம் தமிழை வட்டார மொழி எனச் சிறுமைப் படுத்தியதை அவர் கண்டுகொள்ளவில்லை. மாறாக இந்தியம் திணிக்கும் ஆங்கிலத்தைத் தமிழர்கள் படிப்பதே நலம் எனப் பிழையாகக் கருதினார். திமுக ஆட்சியில் கல்லூரியில் தமிழ்வழிக்

கல்வி அறிமுகப்படுத்தும் முயற்சி நடைபெற்ற போது, அதனை எதிர்த்தார். தமிழர்கள் அனைவரும் ஒருவருக்கொருவர் ஆங்கிலத்தில் பேசிக் கொண்டால் மகிழ்வேன் என்றளவுக்குச் சென்றார்.

பெரியாரின் தமிழினப் பார்வையில் குறைகள் இருந்தாலும், தமிழ்த் தேசியக் கருத்தியலின் மூல வித்து அவரிடமிருந்துதான் புறப்படுகிறது. அதுதான் இன்று ஆழ வேர் விட்டுத் தழைத் தோங்கி வளர்ந்து வருகிறது.

பெரியாரின் பார்வையில் இருந்த குறைகளைப் போக்கி இன்றைய தமிழ்த் தேசியக் கருத்தியல் தனது தெளிவான குறிக்கோளை முன்வைக்கிறது.

வரலாற்றுப் பாடம் கற்றுக் கொண்டு இன்று புதுப் பொலிவுடன் எழுந்து வரும் தமிழ்த் தேசியக் கருத்தியல் . . .

தமிழ் ஒரு வட்டார மொழியன்று, உள்ளபடியே அது தமிழர்களின் தேசிய இன மொழி எனக் கூறுகிறது. தமிழர்களின் கல்வி மொழியாக, நிர்வாக மொழியாக, நீதி மொழியாக, இறை மொழியாகத் தமிழ் திகழ்வது ஒன்றே தமிழர்களின் சனநாயகத்தை உறுதி செய்யும் என்றும், அயல்மொழிகளாம் ஆங்கிலமோ இந்தியோ தமிழர்களை ஆள்வது சமூக அநீதிக்கே வழிவகுக்கும் என்றும் தெளிவான ஒரு-மொழிக் கொள்கையை முன்வைக்கிறது.

நாம் இந்தியர்களும் அல்லர், திராவிடர்களும் அல்லர், நாம் தேசிய இனத்தாலும், மொழியாலும் தமிழர்களே என்ற சமூகவியல் உண்மையை விண்டுரைக்கிறது.

வள்ளுவர், சித்தர்கள் தொடங்கி அயோத்தி தாசர், பாரதியார், பாரதிதாசன், பெரியார் வரை முன் வைத்த சாதி மறுப்பே தமிழர்களின் மெய்ப் பண்பாடு என வரையறுக்கிறது.

கன்னடர்கள் தமிழர்களுக்குக் காவிரி நீர் தர மறுப்பதை, மலையாளிகள் முல்லைப் பெரியாறு அணையை உடைக்க முனைவதை, தமிழ்த் தேசிய இனத்தின் மீது அயல் தேசிய இனத்தவர் நடத்தும் நீர் முற்றுகை எனத் தமிழ்த் தேசியம் வர்ணிக்கிறது.

தமிழர் வரலாறு தொடங்கியது தொட்டே தமிழகத்தில் வாழ்ந்து வரும் பார்ப்பனர்களும், பல நூறு ஆண்டுகளுக்கு முன்பு தமிழகம் வந்து இங்கேயே காலூன்றித் தமிழர்களுள் தமிழர்களாகக் கலந்து

விட்ட தெலுங்கர்களும், கன்னடர்களும், மலையாளிகளும் தமிழர்களே என்பதுதான் தமிழ்த் தேசியத்தின் தெளிவான பார்வையாகும்.

ஆனாலும் எந்த ஒரு விடுதலை பெற்ற தேசத்துக்கும் உள்ள உரிமை போன்றே, தமிழகத்தில் எவர் நுழையலாம், எவர் வணிகம் செய்யலாம் என முடிவு செய்யும் உரிமை தமிழர்களுக்கே வேண்டும். இந்தியாவிலேயே கூட நாகலாந்துக்குள் நுழையும் எவரும் அம்மாநிலக் காவல்துறையிடம் எல்லை நுழைவு உரிமம் பெறுவது கட்டாயம் ஆகும். அப்படிப்பட்ட உரிமையேனும் தமிழகத்துக்கு வேண்டும்.

அதேபோது, காஷ்மீரிகளும், அசாமியர்களும், நாகர்களும் இந்திய ஆதிக்கத்துக்கு எதிராக நடத்தி வரும் விடுதலைப் போராட்டங்களுக்குத் தமிழ்த் தேசியம் முழு ஆதரவு நல்குகிறது. இந்தியாவின் எந்தத் தேசிய இன விடுதலைப் போராட்டத்தையும் தனது போராட்டத்தின் ஒரு பகுதியாகவே தமிழ்த் தேசியம் கருதுகிறது.

உலகமயம், இந்தியமயம் என்ற பெயரில் எந்தப் பகாசுரக் குழுமங்களும் தமிழகத்தில் நுழைந்து இயற்கை வளங்களைக் கொள்ளையடிப்பதைத் தமிழ்த் தேசியம் எதிர்க்கிறது. அது சுற்றுச்சூழலுக்கு ஏதுவான தற்சார்பான பொருளியல் கொள்கையை முன்வைக்கிறது. எனவே தமிழ்த் தேசியம் அதன் பிறப்பிலேயே உலகமயம் என்ற பெயரில் உலகத்தை ஒரு கிராமமாக்க முயலும் ஏகாதிபத்தியப் போக்கை மறுக்கிறது.

தமிழர்களைத் தமிழ் ஆள்வதற்கோ, தமிழக எல்லைகளைக் காப்பாற்றிக் கொடுப்பதற்கோ, தமிழகத்தில் சாதியொழிப்புக்கு வித்திடும் சட்டங்கள் இயற்றவோ, அயலார் நுழைவைக் கட்டுப்படுத்தவோ அதிகாரம் இல்லாத அமைப்பே தமிழகச் சட்ட மன்றம் ஆகும். 234 தமிழகச் சட்டமன்ற உறுப்பினர்கள் வாக்களித்தும் கச்சத் தீவைத் தூக்கி இலங்கைக்கு தில்லி கொடுத்தது இதற்கு நல்ல எடுத்துக்காட்டு. சாதியில் பின் தங்கியவர்களுக்குக் கல்வியிலும் வேலைவாய்ப்பிலும் ஒரு சில இடங்களைப் பெற்றுத் தரக் கூடிய 69% இடஒதுக்கீட்டைக் கூட காப்பாற்றித் தர முடியாத சட்டமன்றம் இது என்பதை நாம் அறிவோம். இஸ்லாமியர்களுக்கு நியாயமாகக் கிடைக்க வேண்டிய இடஒதுக்கீட்டை மறுக்கும் உச்ச நீதிமன்றத் தீர்ப்புகளை முறித்துப் போட முடியாத சட்டமன்றமிது.

ஏனென்றால் இதற்குச் சட்டமியற்றும் அதிகாரம் கிடையாது. இது இயற்றும் மசோதாக்களை இந்திய நாடாளுமன்றம் ஏற்றால்தான் அவை சட்டமாகும். எனவே இதனைத் தமிழ்நாடு மசோதா மன்றம் என்றும், அதன் உறுப்பினர்களை மசோதா மன்ற உறுப்பினர்கள் என்றும் கூறுவதே சாலப் பொருத்தம்.

ஆக, தங்கள் மொழியையும் பண்பாட்டையும் எல்லைகளையும் பொருளாதாரத்தையும் இன அடையாளத்தையும் காப்பாற்றிக் கொள்ளும் உரிமை தமிழர்களுக்கு வேண்டும் எனக் கேட்பது அடிப்படை சனநாயகக் கோரிக்கை ஆகும். உலகத் தேசங்கள் அனைத்து அனுபவித்து வரும் இந்த அடிப்படை உரிமையைக் கேட்கும் தமிழ்த் தேசியக் கருத்தியல் பிரிவினைவாதம் ஆகாது. உள்ளபடியே, காலங்காலமாய் வரலாற்று வழிப்பட்டு தனித்தியங்கி வந்த தமிழ்த் தேசத்தை இந்தியம் அதன் ஆக்கிரமிப்பில் வைத்து ஆள்கிறது என்பதே அடிப்படை உண்மையாகும்.

தமிழர்களின் இறைமையைக் காத்துத் தரும் தகுதியுடன் ஓர் உண்மையான தமிழகச் சட்டமன்றத்தை இந்தியா சமைத்துக் கொடுத்தால் பிரிவினை தேவையில்லை.

எனவே தமிழ்த் தேசியக் கருத்தியல் பிரிவினையை வலியுறுத்துகிறதா இல்லையா என்பது தமிழ்த் தேசியர்களின் கையில் இல்லை. இந்தியாவின் கையில்தான் உள்ளது!

(ஆழம் 2012 அக்டோபர் இதழில் எழுதிய கட்டுரை)

16

இறைக் கட்டளையா உச்ச நீதிமன்றத் தீர்ப்பு?

ராசீவ் காந்திக் கொலை வழக்கில் பேரறிவாளன், சாந்தன், முருகன் ஆகியோரைத் தூக்கிலிடக் கூடாது என்ற கோரிக்கை தமிழகமெங்கும் மென்மேலும் வலுப்பெற்று வரும் நிலையில், இப்போது காங்கிரசார் அவர்களைத் தூக்கிலிட்டே தீர வேண்டு மெனக் கூப்பாடு போடத் தொடங்கியுள்ளனர். ராசீவ் காந்தி கொலையுண்டபோது கூடவே இறந்தோர் குடும்பத்தினர் துன்பத்தில் வாடி வருவதாக ஒப்பாரி வைக்கத் தொடங்கியுள்ளனர். எனவே அவர்கள் வடு ஆறுவதற்கு இவர்கள் மூவரையும் கொன்றே தீர வேண்டுமெனத் துடிக்கிறார்கள். நாட்டில் உச்ச நீதிமன்றத் தீர்ப்புகளை ஏற்கத் தவறினால் பிறகு இங்கு சட்ட ஆட்சி நடைபெறாது, காட்டாட்சியே நடைபெறும் எனக் கூறுகிறார் ஈ. வெ. கி. ச. இளங்கோவன். மூவரையும் தூக்கிலிடா விட்டால் நாம் காட்டுமிராண்டிக் காலத்துக்கே சென்று விடுவோம் என்கிறார் கே. வி. தங்கபாலு. காங்கிரசார் கூறுகிறார்கள், சோ, சுப்பிரமணியன் சாமி போன்ற பார்ப்பன வெறியர்கள் சொல் கிறார்கள், உச்ச நீதிமன்றமே சொல்லி விட்ட பிறகு அது பற்றிக் கருத்துச் சொல்வதற்கு எவருக்கும் உரிமையில்லையாம். உச்ச நீதிமன்றக் கோயிலுக்கு இவர்கள் அர்ச்சகர்களாகி விட்டார்கள்.

இதுவரை உச்ச நீதிமன்றத் தீர்ப்பேதும் மாற்றப்பட்டதே இல்லையா? 1950இல் கல்வி வாய்ப்பில் பிற்படுத்தப்பட்டோர் இடஒதுக்கீட்டை நீக்கி உச்ச நீதிமன்றம் சமூகநீதிக்கு வேட்டு வைத்த போது, அதனைப் பெரியார் கடுமையாக எதிர்த்தார். இதற்காக இந்திய நாடாளுமன்றம் சட்டத்தில் முதல் முறையாகத் திருத்தம் செய்து பிற்படுத்தப்பட்டோர் இடஒதுக்கீட்டைப்

பாதுகாத்தது. எனவே இந்தியாவின் முதல் சட்டத் திருத்தமே உச்ச நீதிமன்றத் தீர்ப்புக்கு எதிரானதுதான் என்பதை மறந்து விட வேண்டாம்.

நீதிபதிகளும் சாதி, வர்க்க உணர்வுகளுக்கு உட்பட்டவர்களே என்பார் நீதியரசர் பி. என். பகவதி. எனவே ஒருவர் நீதிபதிப் பதவியில் உட்கார்ந்திருக்கும் காரணத்தினாலேயே புனிதராகி விட மாட்டார். அவரும் இந்த வருண, சாதி அழுக்கிலிருந்து உருவானவரே, வர்க்க பேதங்களுக்கு உட்பட்டவரே.

சென்ற அதிமுக ஆட்சி ஊதிய உயர்வு கேட்டுப் போராடிய ஒரு லட்சத்துக்கு மேற்பட்ட ஊழியர்களைக் கூண்டோடு பதவி நீக்கம் செய்த போது அதனை ஆதரித்தது உச்ச நீதிமன்றம். ஆனால் 2004இல் இந்திய அரசின் மருத்துவக் கல்லூரிகளில் பிற்படுத்தப் பட்டோர் இடஒதுக்கீட்டை மத்திய அரசு அறிவித்த போது, அதனை தில்லி எய்ம்ஸ் மருத்துவக் கல்லூரி மாணவர்கள் எதிர்த்து, மருத்துவச் சேவையில் கூட ஈடுபடாது சமூகநீதியைக் குழி தோண்டிப் புதைக்க வேண்டுமெனப் பட்டினிப் போராட்டம் நடத்திய போது அவர்களுக்குத் தட்டிக் கொடுத்தது உச்ச நீதிமன்றம்.

எனவே இந்தியக் கட்சிகளிடத்தும், நீதிமன்றங்களிடத்தும் சாதிய ஆதிக்க உணர்வு பரவிக் கிடப்பதே புற உண்மையாக இருக்க, அவர்கள் சொல்வதை அப்படியே நம்பி ஏற்பது என்பது அறிவுக்குப் பொருந்தாத ஒன்றாகும்.

ராசீவ் கொலை வழக்கில் உச்ச நீதிமன்றத் தீர்ப்பை மதிக்கச் சொல்லும் காங்கிரசார் என்ன சொல்கிறார்கள்? இந்தியாவுக்கே வழிகாட்டியாக இருந்த ஒரு மாபெரும் தலைவராகிய ராசீவ் காந்தியை விடுதலைப் புலிகள் தீர்த்துக் கட்டியது ஒரு கொடிய பயங்கரவாதச் செயல். எனவே இப்படிப்பட்ட பயங்கரவாதச் செயலைச் செய்யத் துணிந்த இந்த மூவரையும் தூக்கிலிட வேண்டும் என்கிறார்கள். காங்கிரசார் கூற்றுப்படி ராசீவ் காந்தி ஒரு மாபெரும் தலைவராகவே இருந்து விட்டுப் போகட்டும். ஆனால் உள்ளபடியே ராசீவ் காந்தி கொலை ஒரு பயங்கரவாதச் செயல் தானா? இது குறித்து இவர்கள் மதிக்கும் உச்ச நீதிமன்றம் என்ன சொல்கிறது எனப் பார்ப்போம்.

ராசீவ் காந்தியை விடுதலைப் புலிகள் கொன்றது ஏன்? என்பதற்கு உச்ச நீதிமன்றமே விடையளிக்கிறது. அது சொல்கிறது. ராசீவ் காந்தி இலங்கைத் தமிழர் பிரச்சினையைத் தீர்த்தும் வைக்கும் நல்ல நோக்கில் இலங்கையோடு உடன்பாடு கண்டார். அதன் அடிப்படையில் இந்திய அமைதிப் படையை இலங்கைக்கு அனுப்பி வைத்தார். அது அங்கு சென்று இலங்கைத் தமிழர்களுக்கு

எதிராக அத்துமீறிய வன்முறையைக் கட்டவிழ்த்து விட்டது எனத் தெளிவாகக் கூறுகிறது. இந்த வன்முறை நடந்ததாகக் 'கருதப்படுகிறது', 'நம்பப்படுகிறது' என்பன போன்ற சொற்களை உச்ச நீதிமன்றம் பயன்படுத்தவில்லை என்பதைக் கவனியுங்கள்.

அதாவது இலங்கைத் தமிழர்களுக்கு எதிரான இந்திய அமைதிப் படையின் அட்டூழியம் உண்மைதான் என உச்ச நீதிமன்றம் தனது தீர்ப்புரையிலேயே பதிவு செய்துள்ளது. ராசீவ் காந்தியின் இந்திய-இலங்கை ஒப்பந்தத்தைத் தூக்கி வைத்துக் கொண்டாடும் காங்கிரசார் இந்தத் தீர்ப்பையும் ஏற்பார்களா? சரி, மீண்டும் செய்திக்கு வருவோம். இந்த வகையில் இந்திய அமைதிப் படையின் அட்டூழியத்தால் தமிழர்கள் பாதிக்கப்பட்டதால், அதற்குக் காரணமாக இருந்த ராசீவ் காந்தியைப் பழிவாங்கு வதற்கு விடுதலைப் புலிகள் முடிவெடுத்தனர். அதன்படி அவரைக் கொலையும் செய்தனர். எனவே தமிழர்களுக்குப் பாதிப்பை ஏற்படுத்திய ராசீவ் காந்தியைப் பழிக்குப் பழி வாங்குவதுதான் விடுதலைப் புலிகளின் நோக்கமே தவிர, மற்றபடி இந்திய அரசை, இந்திய மக்களை அச்சுறுத்தும் நோக்கமேதும் அவர்களுக்குக் கிடையாது, எனவே ராசீவ் காந்திக் கொலை ஒரு பயங்கரவாதச் செயல் ஆகாது என உச்ச நீதிமன்றம் திட்டவட்டமாகத் தீர்ப்பளித்துள்ளது. இது அந்த வழக்கை விசாரித்த மூன்று நீதிபதிகளின் ஒருமித்தத் தீர்ப்பாகும்.

இந்தத் தீர்ப்பை காங்கிரசார் ஏற்பார்களா? இந்தத் தீர்ப்பை உள்ளபடியே அவர்கள் மதிப்பவர்கள் என்றால் என்ன செய்திருக்க வேண்டும்? ராசீவ் கொலை ஒரு பயங்கரவாதச் செயலே இல்லை எனும் போது, தடா என்னும் பயங்கரவாதத் தடுப்புச் சட்டத்தின் கீழ் நடத்தப்பட்ட அந்தக் கொலை வழக்கையே முற்று முழுதாகத் துடைத்தெறிந்து விட்டு, இந்தியத் தண்டனைச் சட்டங்களின் கீழ் விசாரணையை முதலிலிருந்து நடத்த உத்தரவிட்டிருக்க வேண்டும். ஏனென்றால் தடா சட்டம் குற்றம் சாட்டப்பட்டோர் ஒப்புதல் வாக்குமூலத்தை நீதிபதியிடம் அல்லாது காவல் துறை அதிகாரியிடம் தர வேண்டும் என்கிறது, குற்றம் சாட்டப் பட்டவர்கள் உயர் நீதிமன்றத்தில் மேல்முறையீடு செய்யும் வாய்ப்பை மறுக்கிறது. எனவே காங்கிரஸ் அரசு மூன்று தமிழர்களுக்கும் இந்தியத் தண்டனைச் சட்டங்களின் கீழ் விசாரிக்கப்படும் வாய்ப்பைத் தந்திருந்தால், அவர்களுக்குத் தங்களது ஒப்புதல் வாக்குமூலத்தைத் தங்களைக் கொடுவதைக் குள்ளாக்கிய காவல்துறை அதிகாரியிடமே தரும் கெடுவாய்ப்பு நேராமல், எவ்வித அச்சமுமின்றி நீதிபதிகளிடம் தரக் கூடிய நல்வாய்ப்பு கிடைத்திருக்கும்.

மேலும் அவர்களுக்கு உயர் நீதிமன்றம் சென்று தங்கள் மீது சுமத்தப்பட்டுள்ள குற்றங்குறைகளின் வெப்பத்தைத் தணித்துக் கொண்ட பிறகு உச்ச நீதிமன்றம் சென்று ஒரு நியாயமான தீர்ப்பைப் பெறும் வாய்ப்பும் கிடைத்திருக்கும். உள்ளபடியே அவர்களுக்கு இந்த வாய்ப்புகளை காங்கிரஸ் வழங்கியிருக்க வேண்டும். ஏனென்றால் தடா சட்டத்தை விடக் கடுமை குறைவானது எனக் கருதப்பட்ட பொடா சட்டத்தையே நீக்க வேண்டுமெனச் சொல்லி வாக்குக் கேட்டுத்தான் 2004இல் மத்திய ஆட்சியைப் பிடித்தது காங்கிரஸ். பொடா சட்டத்தைக் கொடுமை யானது எனச் சொல்லி நாடாளுமன்றத்தைக் கூட்டி நீக்கிய காங்கிரஸ் அதனினும் கொடிய தடா சட்டத்தின் கீழ் தரப்பட்ட மூவர் தூக்குத் தண்டனையை நிறைவேற்றக் கோரிப் போராடுவது அப்பட்டமான தன் முரண்பாடாகும்.

ராசீவ் காந்தி இந்தியாவின் பெரும் தலைவர் என்பதால் அவரது கொலை வழக்கை அரிதிலும் அரிதான வழக்காகக் கருத வேண்டும் என்கின்றனர் காங்கிரசார். உச்ச நீதிமன்றத்துக்கும் ராசீவ் காந்திக் கொலை வழக்கை அரிதிலும் அரிதான வழக்கு என மெய்ப்பித்துக் காட்ட வேண்டிய தேவை இருந்தது. இதற்கு நாம் சிறு வரலாறு ஒன்றைப் பார்த்து விட்டுத் திரும்புவோம்.

இந்தியாவில் 1956க்கு முன்பு கொலைக்குத் தூக்கு மட்டுமே ஒரே தண்டனையாக இருந்து வந்தது. ஆனால் 1956க்குப் பிறகு கொலைக்கு மரணத் தண்டனை என்பது விதியாகவும் ஆயுள் தண்டனை என்பது விதிவிலக்காகவும் ஆனது. ஆனால் 1973இல் இந்திய நாடாளுமன்றத்தில் இயற்றப்பட்ட புதிய குற்ற நடைமுறைச் சட்டத்தின்படி கொலைக்கு ஆயுள் தண்டனை என்பது விதியாகவும், மரணத் தண்டனை என்பது விதிவிலக்காகவும் ஆனது. பின்னர் 1980 பச்சன் சிங் வழக்குக்குப் பின்னர்தான் அரிதிலும் அரிதான கொலை வழக்குகளில் மட்டுமே மரணத் தண்டனை வழங்கப்பட வேண்டும் என்னும் நிலை உருவானது. பயங்கரவாதக் கொலைகளை அரிதிலும் அரிதான குற்றமாகக் கருதும் நிலை பின்னர் வந்த நீதிமன்றத் தீர்ப்புகள் மூலம் ஏற்பட்டது.

ஆனால் ராசீவ் காந்தி கொலை பயங்கரவாதச் செயலன்று என உச்ச நீதிமன்றமே கூறி விட்ட பிறகு அதனை மரணத் தண்டனை கொடுக்கும் அளவுக்கு ஓர் அரிதிலும் அரிதான வழக்கே என மெய்ப்பிக்க வேண்டிய தேவை உச்ச நீதிமன்றத்துக்கு இருந்தது. இதன் பொருட்டு நீதிபதிகள் மூவரும் எடுத்து வைக்கும் வாதுரைகளே இங்கு நம் கவனத்துக்கு உரியவை.

நீதிபதிகளின் வாதுரைகள்:

1. ராசீவ் காந்தி இந்திய மக்களின் நன்மதிப்பைப் பெற்ற ஒரு பெருந்தலைவர்.

2. இலங்கைத் தமிழர் சிக்கலைத் தீர்த்து வைக்கும் நோக்கில் தாம் உருவாக்கிய இந்திய-இலங்கை ஒப்பந்தத்தை இந்திய நாடாளுமன்றத்தில் வைத்து அதன் ஒப்புதலையும் பெற்றார்.

3. பிரபாகரனும் செயவர்த்தனாவும் புது தில்லி வந்து ராசீவ் காந்தியுடன் சேர்ந்து இந்திய-இலங்கை ஒப்பந்தத்தில் கைச்சாத்திட்டனர்.

4. இலங்கைத் தமிழர்களின் நலனைக் காக்கும் பொருட்டு இந்திய நாடாளுமன்றத்தின் ஒப்புதலையும், விடுதலைப் புலிகளின் ஒப்புதலையும் முறைப்படிப் பெற்று நல்ல நோக்கத்துடன் ஓர் ஒப்பந்தத்தைக் கொண்டு வந்த ஒரு பெரிய தலைவராகிய ராசீவ் காந்தியைக் கொன்ற கொலை வழக்கு என்பதால் இது அரிதிலும் அரிதான வழக்காகிறது.

இந்த வாதுரைகளின் மெய்ம்மைத் தன்மையை நாம் பார்ப்போம்.

ராசீவ் காந்தி எப்படிப்பட்ட தலைவர் என்பது அவரவர் தனிப்பட்ட கருத்து. 1985-89 காலகட்டங்களில் வாஜ்பாய், அர்கிஷன்சிங் சுர்ஜித், பரதன், ஜார்ஜ் ஃபெர்னான்டஸ், ராம்விலாஸ் பஸ்வான், வி. பி. சிங், என். டி. ராமாராவ், முலாயம்சிங் யாதவ், லல்லுபிரசாத் யாதவ், கருணாநிதி என இந்தியாவின் அன்றைய அனைத்துக் கட்சித் தலைவர்களும் போஃபர்ஸ் பீரங்கி ஊழலை முன்வைத்து ராசீவ் காந்தியின் முகத்திரையைக் கிழித்தனர், திருவாளர் பரிசுத்தம் (மிஸ்டர் க்ளீன்) என்னும் அவரது படிமத்தை உடைத்தனர். இலங்கையில் பிரபாகரனுடன் பேச்சுவார்த்தைக்குச் செல்லும் போது அவரைச் சுட்டுக் கொல்லும்படி ராசீவ் காந்தி தமக்கு உத்தரவிட்டதாக அன்றைய இந்திய அமைதிப் படையின் தலைவர் அர்கிரத் சிங் *இலங்கையில் தலையீடு* (Intervention in Sri Lanka) என்ற தமது நூலில் எழுதியுள்ளார். எனவே ராசீவ் காந்தி நல்லவரா? கெட்டவரா? என்பதெல்லாம் அந்தந்த மனிதரின் அரசியல் பார்வையைப் பொறுத்தது. ஆனால் விருப்பு வெறுப்பின்றித் துலாக்கோல் போல் செயல்பட வேண்டிய நீதிபதிகள் ராசீவ் காந்தி துதி பாடும் வேலையில் இறங்குவது என்பது அவர்கள் வகிக்கும் பதவிக்கு அழகன்று. இருக்கட்டும், நமக்கு இதை விட முக்கியமானது அடுத்த இரு செய்திகளாகும்.

ராசீவ் காந்தி இந்திய-இலங்கை ஒப்பந்தத்தை நாடாளுமன்றத்தின் ஒப்புதலுக்கு வைத்ததாக நீதிபதிகள் சொல்கிறார்கள் இல்லையா? ஆனால் அந்த ஒப்பந்ததுக்கு ராசீவ் காந்தி நாடாளுமன்ற ஒப்புதல் பெற்றார் என்பது உண்மைக்குப் புறம்பான செய்தியாகும். உள்ளபடியே அந்த ஒப்பந்தம் நாடாளுமன்றத்தின் ஒப்புதலுக்கு முன்வைக்கப்படக் கூட இல்லை என்பதே உண்மைச் செய்தியாகும்.

அடுத்து, பிரபாகரனும், செயவர்த்தனாவும் புது தில்லி வந்து அந்த ஒப்பந்தத்தில் கையெழுத்திட்டனர் என்பது இன்னுங்கூட வேடிக்கையான செய்தியாகும். பிரபாகரன் புது தில்லிக்கு வரவில்லை என்பது மட்டுமன்று, அவர் ஒருபோதும் அந்த ஒப்பந்தத்தில் கையெழுத்திடவும் இல்லை என்பதே உண்மை. இந்த ஒப்பந்தம் உண்மையிலேயே ராசீவ் காந்திக்கும் செய வர்த்தனாவுக்கும் இடையே கொழும்புவில் கையெழுத்தான ஒப்பந்தமாகும். இந்த ஒப்பந்தத்துக்கு விடுதலைப் புலிகளின் ஒப்புதலைப் பெறவே இல்லை என்பதுதான் இன்று வரை இருந்து வரும் குற்றச்சாட்டு ஆகும். இது தமிழகத்தில் ஓரளவுக்கு அரசியல் விழிப்புணர்வுள்ள எவருக்கும் தெரிந்த ஒரு சாதாரணச் செய்தியாகும். இது கூடத் தெரியாமல் நீதிபதிகள் தங்கள் தீர்ப்புரையிலேயே இப்படிப்பட்ட செய்தியைக் குறிப்பிடுவது நகைச்சுவைதான். இன்னுங்குறிப்பாக, அவர்கள் உண்மைக்குப் புறம்பான இந்தச் செய்திகளை ராசீவ் காந்தி கொலை வழக்கு அரிதிலும் அரிதான ஒரு வழக்கு என மெய்ப்பிப்பதற்காகப் பயன் படுத்திக் கொண்டிருப்பதுதான் கொடுமையிலும் கொடுமை.

ஆக, ராசீவ் காந்தி கொலை ஒரு பயங்கரவாதச் செயல் அன்று, அரிதிலும் அரிதான கொலையும் அன்று என உச்ச நீதிமன்றத் தீர்ப்பின் அடிப்படையிலேயே தெளிவாகத் தெரிந்து விட்ட பிறகு, இந்தத் தீர்ப்பை வேத வாக்காகக் கொண்டு பேரறிவாளன், சாந்தன், முருகன் ஆகிய மூவரையும் தூக்கிலிட வேண்டும் என்பதும், நளினியை வாழ்நாளெல்லாம் சிறையிலேயே அடைத்து வைத்திருக்க வேண்டும் என்பதும் அடாத செயலாகும், ஈவிரக்கமற்ற அநீதியாகும்.

காவிரிச் சிக்கலில் உச்ச நீதிமன்றத் தீர்ப்பை மதிக்கச் சொல்லி கர்நாடகக் காங்கிரசுக்கு ஆணையிட வக்கில்லாத தில்லி காங்கிரஸ் தலைமை, பெரியாற்று அணைச் சிக்கலில் உச்ச நீதிமன்றத் தீர்ப்பை மதிக்கச் சொல்லி கேரளக் காங்கிரஸ் தலைமைக்குக் கட்டளையிடத் துப்பற்ற தில்லி காங்கிரஸ் தலைமை இப்போது உப்புச் சப்பில்லாத ஓர் உச்ச நீதிமன்றத் தீர்ப்பை வைத்துக் கொண்டு மூன்று தமிழர் உயிரைக் குடிக்கத் துடிப்பதுதான் உண்மையி லேயே சட்டத்துக்குப் புறம்பான காட்டுமிராண்டிச் செயலாகும்.

இப்போது காங்கிரசார் ராசீவ் கொலையின் போது கூடவே இறந்து போனவர்களின் குடும்பத்தினரைக் கூட்டிக் கொண்டு வந்து ஒப்பாரி வைக்கிறார்கள். நாம் அவர்கள் குடும்பத்தினருக்குக் கூறிக் கொள்கிறோம், அன்புத் தமிழர்களே, உங்கள் குடும்பத் துயரத்தில் நாங்களும் பங்கெடுத்துக் கொள்கிறோம். ஆனால் அதற்காக இந்த மூவரின் சாவில்தான் உங்கள் துயரம் தணியும் என்பதில் எந்த நியாயமும் இல்லை. ஏனென்றால் தனு உட்பட இந்தக் கொலைச் சதியில் நேரடியாக ஈடுபட்ட 12 பேரும் கொலை செய்யப்பட்டுவிட்டனர், அல்லது தற்கொலை செய்து கொண்டு விட்டனர். நேரடிக் கொலையாளிகள் எவரும் கிடைக்காத நிலையில்தான் கையில் கிடைத்த 26 பேரையும் தூக்கிலிடுவோம் எனப் பூந்தமல்லி தடா சிறப்பு நீதிமன்றம் தீர்ப்பளித்தது, அவர்களில் நால்வரை உச்ச நீதிமன்றம் தூக்கிலிடச் சொன்னது. எனவே நேரடிக் கொலையாளிகள் யாரும் பிடிபடாத நிலையில் கிடைத்தவரையாவது தூக்கிலிட முயலும் ஒரு கொடூரப் பேரமே இந்த நீதிமன்றப் படிக்கட்டுகளில் அரங்கேறி முடிந்துள்ளது என்பதை ராசீவ் கொலையால் பாதிக்கப்பட்ட குடும்பத்தினர் அனைவரும் தயவுகூர்ந்து புரிந்து கொள்ள வேண்டும்.

மகாத்மா காந்திக் கொலை வழக்கு அனைவருக்கும் இன்னும் தெளிவான புரிதலைத் தரும். காந்தியாரைச் சுட்ட நாதுராம் கோட்சே தூக்கில் தொங்கிய கதை நாம் அனைவரும் அறிந்ததே. ஆனால் இந்தச் சதித் திட்டத்தில் நேரடியாக ஈடுபட்ட கோபால் கோட்சேக்கு ஆயுள் தண்டனை மட்டுமே வழங்கப்பட்டது என்பதை நாம் நினைவுகூர வேண்டும். சிறைத் தண்டனை முடிந்து வெளியே வந்த கோபால் கோட்சே பின்னர் அமெரிக்கப் பத்திரிகை ஒன்றுக்கு அளித்த பேட்டியில் தான் அந்தக் கொலைக்கு வருந்தவில்லை எனக் கூறினார். இந்தியாவின் தந்தை எனப்படும் காந்தியடிகளின் கொலைக்கே ஒருவருக்கு மட்டுந்தான் தூக்கு வழங்கப்பட்டது. எனவே ராசீவ் ஒரு பெரிய தலைவர் என்பதற்காகக் குற்றத்தில் நேரடியாகத் தொடர்பில்லாதவர்களும் தூக்கில் தொங்க வேண்டும் எனக் கோருவது எவ்வளவு முரணானது என்பதைப் புரிந்து கொள்ள வேண்டும். அல்லது காந்தியடிகளை விட ராசீவ் காந்தி இன்னும் உயர்ந்த தலைவர் எனக் கருதுகிறதா காங்கிரஸ்?

மேலும், கொலைக் குற்றங்களுக்கு மரணத் தண்டனைகள் மட்டுமே அளிக்கப்பட்டு வந்த ஒரு காலக்கட்டத்தில் காந்தியடிகள் போன்ற ஒரு பெருந்தலைவரின் கொலை வழக்கில் ஒரே ஒரு மரணத் தண்டனைதான் வழங்கப்பட்டது. ஆனால் அரிதிலும் அரிதான

கொலைக் குற்றங்களுக்கு மட்டுமே மரணத் தண்டனை வழங்கப்பட வேண்டும் என்னும் கருத்து நிலவுகிற இன்றைய காலச் சூழலில் ராசீவ் காந்தி போன்ற ஒரு பெருந்தலைவரின் (?) கொலைக்கு மூன்று மரணத் தண்டனைகள் வழங்கப்படுமானால் அது எந்தளவுக்குப் பெரிய வரலாற்று முரண் என்பதையும் ஒவ்வொரு மனித நேயரும் சிந்தித்துப் பார்க்க வேண்டும்.

பேரறிவாளன், முருகன், சாந்தன் ஆகிய மூவரும் தூக்குத் தண்டனைக்குக் கருணை மனு கேட்பதே கூட உச்ச நீதிமன்றத் தீர்ப்பை மதிக்காத செயல் போன்றும், சட்ட திட்டங்களுக்குப் புறம்பான குறுக்கு வழி போன்றும் ஒரு தோற்றத்தை காங்கிரசார் உருவாக்கி வருகின்றனர். இதே போன்ற கருத்துகளைக் கூறி சுப்ரமணியன் சாமி, வழக்குரைஞர் விஜயன் போன்றோர் பிதற்றி வருகின்றனர். நமது நீதிமன்றங்கள் எந்தச் சார்புமற்ற நடுநிலைத் தீர்ப்புகளை எல்லா நேரங்களிலும் வழங்கி விடுவதில்லை என நாம் தெளிவாகக் கண்டோம். இந்தியா போன்ற வருண சாதிப் பின்னணி கொண்ட, ஊழல்கள் மலிந்து போன ஒரு நாட்டில் எந்த ஒரு குற்றத்தையும் அய்யந்திரிபற மெய்ப்பிக்கவியலாது என்கிறார் பேராசிரியர் கிலானி. இந்தக் காரணங்களினால்தான் மக்கள் மன்றங்களுக்கு, அதாவது 161 உறுப்பின்படி சட்டமன்றத்துக்கும், 72 உறுப்பின்படி நாடாளுமன்றத்துக்கும் தண்டனைக் குறைப்பு அதிகாரத்தை இந்திய அரசமைப்புச் சட்டமே வழங்கியுள்ளது. இந்தச் சட்ட வழிமுறைகளின்படிதான் தமிழர் மூவரும் தூக்குத் தண்டனைக் குறைப்பு கேட்டுத் தமிழக ஆளுநரிடமும், இந்தியக் குடியரசுத் தலைவரிடமும் விண்ணப்பித்துள்ளனர். எனவே இது மிக நேர்மையான, நியாயமான, சனநாயக வழியாகும்; எவ்வகையிலும் குறுக்கு வழியன்று.

நாம் ஏற்கெனவே கண்டவாறு உச்ச நீதிமன்றத்தில் பேரறிவாளன், நளினி, முருகன், சாந்தன் ஆகிய நால்வரும் 1999இல் மரணத் தண்டனை பெற்றனர். இவர்களும் அதே ஆண்டு அன்றைய தமிழக ஆளுநர் பாத்திமா பீவியிடம் தண்டனைக் குறைப்பு கேட்டு விண்ணப்பித்தனர். இதன்படி அன்றைய கலைஞர் தலைமையிலான அமைச்சரவை நளினிக்கு மட்டும் தண்டனைக் குறைப்பு அளித்துவிட்டு மற்ற மூவர் விண்ணப்பங்களையும் நிராகரித்தது. இதைத் தொடர்ந்து அந்த மூவரும் குடியரசுத் தலைவரிடம் தண்டனைக் குறைப்புக் கேட்டு விண்ணப்பித்தனர். அந்த விண்ணப்பத்தைத்தான் இந்தியக் குடியரசுத் தலைவர் பிரதீபா பாட்டில் உள்துறை அமைச்சகத்தின் பரிந்துரைப்படி 2011 ஆகஸ்டு 12 அன்று நிராகரித்தார். இடையில் 12 ஆண்டுகள் கழிந்து விட்டன. எந்தக் காரணமுமற்ற இந்தக் காலத்தாழ்வால் மூவரும்

ஆயுள் தண்டனையை அனுபவித்துவிட்டனர். அவர்கள் கைதாகிய தேதியிலிருந்து கணக்கிட்டால் 20 ஆண்டுகளாக இந்தத் துயரத்தை அனுபவித்துவருகின்றனர்.

இந்தக் கால இடைவேளையில் இவர்கள் ஒரு நாள் கூட வெளியுலகைக் காணவில்லை. தூக்குக் கயிறு இன்று வருமா, நாளை வருமா எனச் சாவை ஒவ்வொரு நாளும் எதிர்நோக்கி வாடி வதங்கிவிட்டனர். ஆங்கிலத்தில் வெஜிடபிள் ஸ்டேட் என்பார்களே, அப்படியொரு காய்கறி நிலையை இவர்கள் அடைந்துவிட்டனர். காய்கறியாய் வாடிப் போன இந்த மூன்று உயிர்களையும் அறுக்க நினைப்பது மரணத் தண்டனையை விட இன்னும் கொடுமையானது. சொல்லப்போனால், இப்படி ஒரு காலத் தாழ்வைச் செய்து இவர்களை வாட்டி வதைத்ததற்கு தில்லி மத்திய அரசுதான் இந்த மூவரிடமும் மன்னிப்புக் கேட்க வேண்டும். ஆனால் இதற்கு நேர்மாறாக, எல்லா மனித அறங்களையும் காலில் போட்டு மிதித்து இந்தப் படுபாதகச் செயலைச் செய்வதற்கு ஐக்கிய முற்போக்குக் கூட்டணி அரசு துணிந்துள்ளது.

தில்லியின் இந்தக் கொடுநோக்குக்கு எதிராய்த் தமிழர் பெரும் எழுச்சி கண்டு, அதன் பின்னணியில் மூவர் உயிர் காக்கக் கோரி செங்கொடி என்ற பெண்மலர் தீக்குத் தன்னைத் தின்னக் கொடுத்து, அந்த அழுத்தத்தில் தமிழகச் சட்டமன்றம் மூவர் தூக்குக்கு எதிராகத் தீர்மானம் இயற்றிய பிறகு, சென்னை உயர் நீதிமன்றம் மூவரின் தூக்குக்கு இரு மாதத் தடை விதித்த பிறகு நாம் அடங்கிப் போய் விட்டோம் என்பதே உண்மை. ஏற்கெனவே வாடி வதங்கிப் போய் விட்ட அந்த இளைஞர்கள் இரு மாதமில்லை, இனி ஒரு வினாடி கூட சிறைக் கொட்டடியில் இருக்கக் கூடாது. இப்போதே அவர்களை விடுதலை செய்ய வேண்டும் என்பதே நமது உடனடிக் கோரிக்கையாக இருக்க வேண்டும். சரியாகச் சொன்னால், ராசீவ் கொலை வழக்கில் இருபதாண்டுக்கு மேலாகச் சிறைத் துயரத்தை அனுபவித்து வரும் பேரறிவாளன், முருகன், சாந்தன், நளினி, ராபர்ட் பயாஸ், ஜெயக்குமார், ரவிச்சந்திரன் ஆகிய எழுவருக்கும் உடனடி விடுதலை வேண்டும் என்னும் முழக்கமே இனித் தமிழக வீதிகளில் ஒலிக்க வேண்டும்.

(கீற்று இணைய இதழுக்காக எழுதி 2011 செப்டம்பர் 20ஆம் நாள் வெளியான கட்டுரை.)

17

தமிழ்வழிக் கல்வியும் சமூகநீதியும்

சமூகநீதி முரணகை

இன்றைய உலகமயச் சூழலில், அழைப்பு மையம் போன்ற வேலைவாய்ப்புகள் பெருகி வரும் நிலையில் ஒடுக்கப்பட்ட மக்கள் நல்ல முறையில் ஆங்கிலம் கற்றுக் கொள்வது அவர்கள் வளர்ச்சிக்கு நல்லது. இப்படி ஒரு கருத்தைத் *தினமணி* நாளிதழில் பேராசிரியர் அ. மார்க்ஸ் எழுதியிருந்தார்.

எங்களுக்கு வேலைவாய்ப்பிலும் கல்வியிலும் இடஒதுக்கீடு வழங்கினால் மட்டும் போதாது, மேல்சாதியினருக்குத் தருவது போல் எங்களுக்கும் ஆங்கிலவழிக் கல்வி தர வேண்டுமென என்.டி.டி.வி. தொலைக்காட்சி விவாதம் ஒன்றில் தலித் தலைவரான காஞ்சா ஏலையா சொன்னார்.

ஒடுக்கப்பட்ட மக்கள் உரிமைகளுக்காகக் குரல் கொடுக்கும் கெய்ல் ஓம்வெட் போன்ற சமூகச்சிந்தனையர்களும் கூட அம்மக்களின் வளர்ச்சிக்கு ஆங்கிலவழிக் கல்வியே தீர்வு என்கின்றனர்.

எல்லாவற்றுக்கும் மேல், கீழ்ச்சாதி என வெறுத்து ஒதுக்கப்பட்ட மக்களுக்காகவே வாழ்நாளெல்லாம் போராடி வந்துள்ள பெருந் தலைவர்களுங்கூட ஆங்கிலவழிக் கல்வியே பிற்படுத்தப்பட்டவர் கள், தாழ்த்தப்பட்டவர்கள் முன்னேற்றத்துக்கு இன்றியமையாதது என உறுதியாக நம்பி வருகின்றனர்.

ஆனால் இதில் பெரும் முரணகை என்னவென்றால், ஆங்கிலத்தில் அல்லாது தமிழில் படிப்பது தமிழகத்தைப் படுபாதாளத்தில் தள்ளி

விடும் எனும் கருத்தை சமூகஅநீதிக் காவலர் சோ. ராமசாமி தமது துக்ளக் ஏட்டில் விடாது எழுதி வருகிறார். இதே கருத்தைத்தான் இந்து, இந்தியன் எக்ஸ்பிரஸ், தெக்கான் கிரானிகிள் போன்ற சமூகநீதிக்கு எதிரான செய்தித் தாள்களும் கூறி வருகின்றன.

இதென்ன கலாட்டா? சமூகநீதி ஆதரவாளர்களின் குரலும் சமூகஅநீதி ஆதரவாளர்களின் குரலும் தமிழ்வழிக் கல்வி எதிர்ப்பில், அல்லது ஆங்கிலவழிக் கல்வி ஆதரவில் ஒன்றே போல் ஒலிக்கின்றனவே, ஏன்? எப்படி?

கல்வியிலும் வேலைவாய்ப்பிலும் ஒடுக்குண்டோர் ஒதுக்கப்படும் போதெல்லாம் ஆங்கு அவர்களுக்குரிய இடஒதுக்கீடு கேட்டு வெகுண்டெழுந்து போராடி வந்துள்ள பெரியோர் ஆங்கு அவர்களது மொழி ஒதுக்கப்படும் போது மட்டும் அதனை எதிர்த்துப் போராடாது அதனை ஆதரித்து நின்று வருவது ஏன்? அப்படி யானால் சமூகநீதிக் கொள்கையைப் புரிந்து கொள்வதில் ஏதும் கோளாறு உள்ளதா?

இதற்கு விடை காணுமுன் நாம் இன்னொரு வினாவுக்கு விடை காண வேண்டியுள்ளது. சமூகநீதிக் கருத்தியலின் திறவுகோல் கொள்கையாகிய இடஒதுக்கீட்டுக் கோரிக்கை உதித்தது எப்படி?

எதிர்வகை ஒதுக்கீடும் நேர்வகை ஒதுக்கீடும்

மக்களிடையே கிடையடுக்காக அமைந்திருந்த தொழில் பிரிவினையைப் பிறப்பின் அடிப்படையில் குத்தடுக்காக மாற்றியமைத்ததும், அதனையே இந்து மதத்தின் உயிர்நாடிக் கருத்தியல் ஆக்கியதும் வர்ண தர்மத்தின் நீண்ட கால வெற்றிக்கு அடித்தளமிட்டுக் கொடுத்தன. வர்ண தருமம் எனப்பட்ட இந்தக் கருத்தியல் இன்னார் இறை ஓத வேண்டும், கல்வி கற்க வேண்டும், இன்னார் போர் புரிய வேண்டும், இன்னார் கடை கண்ணி வைக்க வேண்டும், இன்னார் ஏரோட்ட வேண்டும், இன்னார் மலம் அள்ள வேண்டும் எனப் பிறப்பின் அடிப்படையில் மக்களைக் கூறு போட்டு, நூறு விழுக்காட்டு இடஒதுக்கீட்டு முறையைச் சமூகத்தில் நீக்கமற நிறைவேற்றியது.

நூற்றாண்டுக் காலமாய் நிலவிய சமூகஅநீதியை எதிர்த்துப் போரிட்ட சமூகநீதிப் போராளிகள் பலரும் வரலாற்றில் தோல்வி கண்டனர். காரணம், சாதியத்தின் ஆணிவேரை அறுத்தெறியும் சரியான அறிவியல் தீர்வை அவர்களால் தர முடியவில்லை.

ஆங்கிலேயர் நுழைந்து சமூக அறிவியல் வளர்ந்ததன் பின்னணியில் தோன்றிய சமூகநீதித் தலைவர்களால் சாதியப் புற்றுநோயின் ஆணிவேர்க் காரணம் வர்ண ஒதுக்கீடே என்பதைச் சரியாகக் கண்டுபிடிக்க முடிந்தது. வர்ணதர்ம இடஒதுக்கீட்டுச் சூதை முறியடிக்க அனைத்துத் துறையிலும் ஒடுக்குண்டோரின் சமூகநீதி இடஒதுக்கீட்டுக்குக் குரல் கொடுத்தனர். பார்ப்பனர் களின் வர்ண ஆயுதத்தை அவர்களுக்கு எதிராகவே திருப்பினர்.

இது பார்த்த மாத்திரத்தில் முள்ளை முள்ளால் எடுக்கும் செயல் போன்ற ஒரு தோற்றத்தைக் கொடுத்தாலும் உள்ளபடியே சமூகநீதிப் போராளிகள் பார்ப்பனர்களின் எதிர்வகை ஒதுக்கீட்டை ஒடுக்குண்டோரின் நேர்வகை ஒதுக்கீட்டால் முறியடித்தனர் என்பதே உண்மை. வர்ண தரும இடஒதுக்கீடு என்பது பெரும் பான்மை உழைக்கும் மக்களின் அறிவுழைப்பை ஒழித்துக் கட்டி சிறுபான்மைக் கூட்டத்தினர் மட்டும் வளர்ச்சியடைய வேண்டும் என்ற ஒரே நோக்கில் கட்டமைக்கப்பட்டது என்பதால் எதிர்வகை ஒதுக்கீடு ஆகிறது. ஆனால் சமூகநீதி இடஒதுக்கீடு என்பது ஒரு சிறு மக்கள் கூட்டத்தின் பலன்களை மட்டும் அடிப்படையாகக் கொள்ளாது ஒட்டு மொத்தச் சமுதாயத்தின், எனவே மொத்தத் தேசத்தின் வளர்ச்சியையும் அடித்தளமாகக் கொண்டது என்பதால் நேர்வகை ஒதுக்கீடு ஆகிறது. ஆக, பார்ப்பனர்கள் கல்வியிலும் வேலைவாய்ப்பிலும் சூதாகக் கைப்பற்றிக் கொண்ட இடங்களை ஒடுக்குண்டோர் சனநாயக வழியில் பிடிக்க வேண்டும் என்ற அறிவியல் அணுகுமுறை முழு நியாயமானது.

அதேபோது, ஆங்கிலேய ஒடுக்குமுறையின் கீழ் கல்வியிலும் வேலைவாய்ப்பிலும் இடம்பிடிக்கப் பார்ப்பனர்கள் தங்களை எப்படி அணியப்படுத்திக் கொண்டனரோ அவர்களைப் பார்த் தொழுகி ஒடுக்குண்டோரும் தங்களை அப்படியே அணியப் படுத்திக் கொள்ள வேண்டும் என அன்றைய சமூகநீதிப் போராட்டத் தலைவர்கள் கருதியதிலிருந்து கோளாறு தொடங்கியது எனலாம்.

அடக்குமுறைக் கருவியாய் ஆங்கிலம்

தமிழர்களைச் சுரண்ட வந்த ஆங்கிலேயர்களுக்கு ஒடுக்குண்ட மக்களின் முன்னேற்றத்தில் அக்கறை கொள்ள வேண்டிய தேவை இருந்திருக்க வாய்ப்பில்லை. அவர்களுக்குத் தேவைப்பட்ட தெல்லாம் தாங்கள் இட்ட பணிகளை ஓடியாடி முடிப்பதற்கு நல்ல வேலையாட்கள், நாட்டுச் செல்வங்களை விரைந்து சுரண்டுவதற்கு நிறுவப்பட்ட தங்களது தொழிலகங்களில் ஊழியம் செய்வதற்குச்

சில அறிவுக் கூலிகள், அவ்வளவுதான். இந்தக் கூலிகளுடன் தொடர்பு கொள்ள அவர்களுக்கு ஒரு மொழி தேவை. பெரும் பான்மைத் தமிழர்களின் மொழியை அவர்கள் கற்றுக் கொள்ள வில்லை. ஆதிக்கவாதிகள் அடிமை பேசும் மொழி கற்றதாய் வரலாறு ஏதுமில்லை. தங்கள் ஆங்கில மொழியை அடிமைத் தமிழர்கள் கற்கும்படிக் கட்டாயப்படுத்தினர். அதற்கேற்ற கல்வித் திட்டத்தையும் வேலைவாய்பபு முறையையும் உண்டாக்கினர்.

ஈராயிரம் ஆண்டுகளுக்கு மேலாய் தமிழை நீச பாசை எனச் சொல்லி அயல் மொழி சமஸ்கிருதத்தைத் தூக்கிப் பிடித்து வந்த பார்ப்பனர்கள் தங்களையே ஆதிக்கம் புரிந்த ஆண்டைகளின் ஆங்கிலத்தில் மோகம் கொண்டது இயல்பே. தலைமுறை தலை முறையாய்க் கல்வியைத் தங்கள் முற்றுரிமையாகக் கொண்டாடி வந்த கூட்டத்தினர் புதிய மொழி ஆங்கிலத்தை நன்குக் கற்றுத் தேர்ந்ததிலும் வியப்பில்லை. எந்த ஆதிக்க வர்க்கமும் தன் அடிமைகளின் மொழியிலிருந்தும் பண்பாட்டிலிருந்தும் தன்னை வேறுபடுத்திக் காட்டி அன்னியப்படுத்திக் கொள்வதில் முனைப் பாக இருக்கும். இதற்குப் பார்ப்பனர்களும் விதிவிலக்கல்ல. முன்பு சமஸ்கிருதத்தைச் சொல்லித் தங்களை வேறுபடுத்திக் காட்டிக் கொண்டு தங்கள் கல்வி முற்றுரிமையைத் தக்க வைத்துக் கொண்டவர்களுக்கு இப்போது புதிதாக வந்துள்ள ஆண்டைகளின் ஆங்கிலத்தைக் காட்டி தமிழக ஒடுக்கப்பட்டோரை ஒதுக்கித் தள்ளுவது இன்னும் எளிய செயலாயிற்று, எப்படி?

ஒடுக்குண்டோர் தங்களை ஒடுக்கிய பார்ப்பனர்களால் நூற்றாண்டுக் கணக்காகக் கல்வியுரிமை மறுக்கப் பெற்ற நிலையில், அவர்களுக்கு இணையாகப் புதிய மொழி கற்று முன்னேறி விட இயலாது. மாறாக, தாங்கள் அன்றாடம் பேசி வரும் தாய்த் தமிழிலேயே அறிவு பெறுவார்களானால் அவர்கள் உடனடியாகக் கல்வியில் மேம்பட்டவர்கள் ஆவர். பகுத்தறிவு பெறுவர். காரண காரியம் ஆராய்வர். தன்மானமும் மொழியுணர்வும் தேசவுணர்வும் பெறுவர். வர்ண சாதி ஒடுக்குமுறைகளுக்கு எதிராகக் கேள்வி கேட்பர். இதன் தொடர்ச்சியாகத் தங்களை ஆளும் ஆங்கிலேயர் களையும் எதிர்ப்பர். ஆக, இவர்களுக்குத் தமிழ் மறுத்தால் போதும், பிறகு இவர்களை ஒடுக்குவது ஆங்கிலேயர்களுக்கும் எளிது, பார்ப்பனர்களுக்கும் எளிதுதானே?

எனவே ஆங்கிலேயப் புற ஆதிக்க ஆற்றலும் பார்ப்பனிய அக ஆதிக்க ஆற்றலும் கீழ்ச்சாதியினரை ஒடுக்குவதில் கைகோர்த்துக் கொள்வதற்கு ஆங்கில மொழி சரியான கருவியாயிற்று.

அன்றைய நிலையில் கூட மருத்துவப் படிப்பைத் தங்கள் முற்றுரிமையாக்கிக் கொள்வதற்குப் பார்ப்பனர்கள் ஆங்கிலத் திணிப்பு தவிரவும் வேறொரு குறுக்குவழியும் வைத்திருந்தனர். மருத்துவப் பட்டம் பெற சமஸ்கிருதமும் படித்துத் தேற வேண்டும் என விதி வைத்திருந்தனர். ஆனால் சமூகநீதித் தலைவர்கள் இந்தச் சூதை எதிர்த்துப் போராடி முறியடித்தனர். அதேபோது, ஒடுக்குண்டோர் அயல்மொழி சமஸ்கிருதம் படித்து மருத்துவப் பட்டம் பெறுவதுங்கூட கடினம் என்பதைச் சரியாக அடையாளங்கண்ட சமூகநீதித் தலைவர்கள் அந்த மக்கள் அயல் மொழி ஆங்கிலத்திலேயே மருத்துவம் படித்துத் தேறுவது இன்னும் எந்தளவுக்குக் கடினமான செயல் என்பதை உணரத் தவறியது பெரும் வரலாற்றுப் பிழையாகிப் போயிற்று.

விடுதலை இந்தியாவில் அடிமைத் தமிழ்

15.08.1947 – இந்தியா விடுதலை அடைந்ததாக அறிவிப்பு வந்த நாள். இது விடுதலை நாளன்று, துக்க நாள் என அறிவித்தார் தந்தை பெரியார். வாலு போயு கத்தி வந்தது என்பது போல பழைய ஆண்டை ஆங்கிலேயர் போனார் என்றால் புதிதாய் இந்தித் தேச மார்வாரிகளும் தமிழகப் பார்ப்பனர்களும் வந்து சேர்ந்தனர். இதுவே பெரியாரின் அறிவிப்புக்குக் காரணமாயிற்று.

எலியடித்துத் தூக்கி எறிந்தாலும் விடாது வீச்சம் மூக்கைத் துளைப்பது போல் ஆங்கிலேயர்கள் போனார்களே தவிர ஆங்கிலம் வாடை ஒழிந்த பாடில்லை. போதாதென்று கூடவே இந்தியத்தின் இந்தியும் ஒட்டிக் கொண்டது. உடனடியாகவே பார்ப்பனர்கள் ஆங்கிலத்துடன் இந்தியும் படிக்க அணியமாயினர். ஆதிக்க வாதிகளுக்கு அவர்கள் பேசும் மொழி அழிந்தாலும் அவர்கள் ஆதிக்கம் அழிந்து விடக் கூடாது. அவ்வப்போது ஆங்கிலம் கூடாது, இந்தி வேண்டும், பிறகு இந்தி கூடாது, ஆங்கிலம் வேண்டும் எனும் முழக்கங்கள் வந்து போயின. ஆனால் எப்போதும் எந்நிலையிலும் தமிழ் வேண்டும் எனும் முழக்கம் இல்லை. கடைசியில் ஒருபோதும் இந்தி வேண்டாம், எப்போதும் ஆங்கிலமே வேண்டும் என்ற முடிவுக்கு சமூகஅநீதி ஆதரவாளர் கள், சமூகநீதி ஆதரவாளர்கள் இருவருமே வந்து சேர்ந்தனர்.

பார்ப்பனர்கள் தமிழர்களை இந்தி படிக்கச் சொல்வது தமிழர்கள் ஆங்கிலம் கற்று முன்னேறிச் செல்வதைத் தடுப்பதற்குச் செய்யும் சதி எனச் சமூகநீதித் தலைவர்கள் கருதினர். ஆனால் அதற்கு எதிர்ப்பு வலுத்த போது பார்ப்பனர்கள் உடனடியாகவே

இந்தியைக் கைவிட்டு மீண்டும் ஆங்கிலத்தைத் தூக்கிக் கொண்டது ஏன்? என்று அந்தத் தலைவர்கள் வினவவில்லை. ஆனால் பார்ப்பனர்களோ நாங்கள் சமஸ்கிருதம் படிப்போம், அல்லது ஆங்கிலம் படிப்போம், அல்லது இந்தி படிப்போம், ஆனால் மறந்தும் தமிழ் படிக்க மாட்டோம் என்பதில் எப்போதும் போல் தெளிவாகவும் உறுதியாகவும் இருந்தனர். அதே நிலையே இன்றும் தொடர்கிறது, இந்து நாளேடு தனது தலையங்கம் ஒன்றில் 'இந்தி இங்கிலீஷ் பாய் பாய்' (இந்தியும் ஆங்கிலமும் உடன்பிறப்புகள்) என்கிறது.

இப்போது நாம் சமூகநீதித் தலைவர்கள் செய்த கோளாறு என்ன? என்பதைச் சரியாகக் கண்டுபிடித்து விட்டோம்.

ஆங்கிலவழி - எதிர் - தமிழ்வழி

நாம் ஏற்கெனவே கண்டது போல், வர்ண-சாதி ஒதுக்கீட்டுக்கு மாற்றாகச் சமூகநீதி ஒதுக்கீட்டை ஏற்படுத்திய சமூகநீதிப் போராளிகளின் செயலை முள்ளை முள்ளால் எடுப்பது, நஞ்சை நஞ்சால் முறிப்பது என்பன போன்ற செயல்களுடன் ஒப்புநோக்கிச் சமூகநீதிப் பகைவர்கள் தவறான ஏரணப் பொருத்தத்தை முன்னிறுத்துவது போலவே, பார்ப்பனர்களின் ஆங்கில அறிவை ஒடுக்குண்டோரின் ஆங்கில அறிவால் வெல்ல வேண்டும் என்ற தவறான ஏரணப் பொருத்தத்தை அம்மக்களின் தலைவர்களே முன்வைத்தனர்.

பார்ப்பனர்களின் வர்ணஒதுக்கீடு என்னும் எதிர்வகைப் பாகு பாட்டுக்கு மாற்று என்பது சமூகநீதி ஒதுக்கீடு என்னும் நேர்வகைப் பாகுபாட்டை மேற்கொள்வதுதானே தவிர அவர்களைப் பார்த்தொழுகி மீண்டும் அதே எதிர்வகைப் பாகுபாட்டைச் செய்வதன்று என்ற முடிவுக்குத் தெளிவாகவே வந்து சேர்ந்தனர் சமூகநீதித் தலைவர்கள். இங்கு சமூகநீதி என்னும் நாணயத்தின் ஒரு பக்கம் சரியாகவே நிறைவு பெறுகிறது.

பார்ப்பனர்கள் வலியுறுத்தும் ஆங்கிலவழிக் கல்விக்கு மாற்று என வருகையில் அதற்கு எதிராக மக்கள் மொழியான தமிழை நிறுத்தாது பார்ப்பனர்களின் ஆங்கில மொழியைக் கொண்டுவந்து நிறுத்தியதே அனைத்து அக முரண்பாடுகளுக்கும் காரணமாயிற்று, இதுதான் பகைவர்களின் பக்கமே ஒடுக்குண்டோரையும் கொண்டு போய் நிறுத்தியது. நாணயத்தின் மறுபக்கம் கறுத்துப் போனது.

ஆக, சமூகநீதிப் போராட்டத்தில் வர்ண ஒதுக்கீடு-எதிர்-சமூகநீதி ஒதுக்கீடு என்பது நாணயத்தின் ஒரு பக்கம் என்றால் ஆங்கிலவழி-எதிர்-தமிழ்வழி என்பது நாணயத்தின் மற்றொரு பக்கமாகும்.

மீனும் தவளையும்

பார்ப்பனர்கள் தங்கள் ஆதிக்கநலன் காத்துக் கொள்வதிலேயே குறியாக இருப்பவர்கள், இதனால் பல்லாயிரம் ஆண்டுகளாய் சந்தர்ப்பத்துக்கு ஏற்ப எதையும் மாற்றிக் கொண்டே வந்துள்ளவர்கள், தங்கள் மொழியையே மறந்து சமஸ்கிருதம், ஆங்கிலம், இந்தி என மாற்றி மாற்றிக் கற்று வருபவர்கள், தங்கள் மண்ணை மறந்து தில்லிக்கும் அமெரிக்காவுக்கும் ஐரோப்பாவுக்கும் ஓடுபவர்கள், தங்கள் பண்பாடுகளை மறந்து கிண்டியையும் தர்ப்பைப் புல்லையும் தூக்கிப் போட்டுக் கத்தியும் சுத்தியும் பிடிக்கத் தயங்காதவர்கள்.

ஆனால் ஒடுக்குண்ட தமிழர்களோ பல்லாயிரம் ஆண்டுகளாய் ஒரே மொழி, ஒரே மண், ஒரே பண்பாடு என வாழ்ந்து வருபவர்கள். தங்கள் தாய்மொழியாகிய தமிழையும் தாய்மண்ணாகிய தமிழகத்தையும் தாய்ப்பண்பாடாகிய குறள்நெறியையும் உயிர்வளியாகக் கொண்டு வாழ்ந்து வருபவர்கள். ஆனால் இவற்றை மறந்து ஒடுக்குண்ட மக்களும் பார்ப்பனர்களைப் பார்த்து ஆங்கில வேடமிட்டால் அவர்களைப் போலவே இவர்களும் இந்த மண்ணை விட்டும் பண்பாட்டை விட்டும் அன்னியப்பட்டுப் போவார்கள்.

எனவே ஒடுக்குண்ட தமிழர்களைத் தமிழ் விடுத்து ஆங்கிலம் படிக்கச் சொல்வது சமூநீதிக் கோட்பாட்டுக்கே கல்லறை கட்டுவதற்குச் சமம். அவர்களது உயிர்வளியை நிறுத்துவதற்கு ஒப்பானது, மீனிடம் போய் நீயும் தவளை போல் வாழ்ந்து காட்டு எனச் சொல்வதற்கு ஒப்பானது என்பதைச் சமூகநீதிப் போராளிகள் உணரத் தலைப்பட வேண்டும்.

உலகமயமும் சமூகநீதியும்

ஆங்கிலேயர்களை விரட்டி விட்ட துள்ளலில் கொஞ்சக் காலம் பொதுத்துறை வளர்ச்சி, சுதேசி இயக்கம் என்றெல்லாம் நீட்டி முழக்கிக் கொண்டிருந்த இந்தியத் தேசியத் தலைவர்கள் பின்னர் பையப் பையத் தடம் மாறினர். குறிப்பாகக் கடந்த 20 ஆண்டுகளாகத் தனியார்மயம், உலகமயம் வெகு வேகமாக அதிகரித்து வருகின்றன. முன்பு பிரித்தானியம் தனது நேரடி ஆட்சி

நலன்களுக்கு ஆங்கிலம் திணித்தது என்றால், இன்று உலகமயம், குறிப்பாக அமெரிக்கமயம் தனது பொருளியல் ஆதிக்க நலன்களுக்கு ஆங்கில மொழித் திணிப்பை வேக வேகமாக அரங்கேற்றி வருகிறது. இதனால் ஏற்கெனவே ஆங்கிலமயத்தில் மிதந்து கொண்டிருந்த இந்தியம் இன்று அதில் முழுக்கவே மூழ்கித் திளைக்கிறது.

தமிழகத்தில் சமூகநீதிப் போராட்டங்களால் சற்றே கலங்கிப் போயிருந்த பார்ப்பனர்கள் இதனால் புத்துயிர் பெற்றுள்ளனர். இடஒதுக்கீட்டுச் சூட்டில் தாங்கள் வெந்து மடிவதாகக் கருவிக் கொண்டிருந்த பார்ப்பனர்கள் உலகமய வேர்கள் விரிந்து பரவ பரவ, கல்வியும், பொதுத்துறை நிறுவனங்களும் அரசிடமிருந்து தனியார் கைகளுக்கு மாற மாற வானத்துக்கும் பூமிக்குமாய்க் குதிக்கத் தொடங்கியுள்ளனர். இடஒதுக்கீட்டுச் சனியன் ஒழிந்தது எனப் புளகாங்கிதம் அடைகின்றனர். தமிழ் தமிழ் எனப் பேசிக் கொண்டிருந்த சிலரும் இனி காணாமல் போவார்கள் எனக் கும்மாளமிடுகின்றனர். புதிய உலகமயமும் இந்தியமயமும் ஆங்கிலத்துடன் கூடவே பழைய வர்ண ஒதுக்கீட்டையே மறுஅறிமுகம் செய்வதால் தாங்கள் வாழ்வது தமிழகம்தானா? அல்லது ஆரியபுரியா? எனத் தமக்குத் தாமே கிள்ளிப் பார்த்துக் கொள்கின்றனர். உலகமயமும் இந்தியமயமும் தமிழில் படிப்பதையன்று, தமிழ் படிப்பதையே கேலிக்கூத்து ஆக்கி வரும் நிலையில், இதுவரை தமிழை ஏளனம் மட்டுமே செய்து கொண்டிருந்த பார்ப்பனர்கள் இப்போது காலில் தூக்கிப் போட்டு மிதிக்கத் தொடங்கியுள்ளனர். இங்கும் அதே பழைய பாணி தொடர்கிறது, உலயமய, இந்தியமயப் புற ஆற்றல்களும் பார்ப்பனிய அக ஆற்றலும் கீழ்ச்சாதியினரை ஒடுக்குவதில் கைகோர்த்துக் கொள்வதற்கு ஆங்கிலம் சரியான கருவியாகிறது.

இந்தச் சூழலில் ஒடுக்குண்டோர் கொஞ்சக் காலம் ஒருசில இடங்களிலேனும் பெற்று வந்த தமிழ்வழிக் கல்வியையும், இடஒதுக்கீட்டையும் இழந்து மீண்டும் தொடங்கிய இடத்துக்கே வந்து சேர்ந்துள்ளனர்.

ஆனால் கொடுமை என்னவென்றால், சமூகநீதித் தளத்திலும் நிலைமை மாறவில்லை. உலகமயம் சாதியத்தை உடைக்கப் பயன்படும் எனச் சில தலித் தலைவர்களே நம்புகின்றனர். அதேபோது ஒடுக்குண்டோர் தனியார், பன்னாட்டுக் குழுமங்களில் இடம்பிடிப்பதற்கு ஆங்கிலம் கற்றுத் தேர்வதே ஒரே வழி எனச் சமூகநீதிக்குப் போராடுவோர் முன்னெப்போதையும் விட

உறுதியாக நம்பத் தொடங்கியுள்ளனர். அன்று போல் இன்றும் சோக்கூட்டமும் சமூகநீதிப் போராளிகளும் உலகமயம், தனியார் மயத்தை உச்சிமுகர்ந்து வரவேற்கின்றனர், நிகழ் உலகமயச் சூழலில் ஆங்கிலமே நாட்டுக்கு விடிவைத் தரும் என உரக்கச் சொல்கின்றனர்.

சமூகநீதிப் போராட்ட வரலாறு சற்றொப்ப ஒரு நூற்றாண்டை எட்டி விட்ட இன்றைய நிலையிலும் ஆங்கிலம் படிப்பதே தீர்வு எனச் சமூகநீதிக் கொள்கையர் நம்புவது கடவுள் நம்பிக்கையை விட பெரிய மூடநம்பிக்கையில்லையா?

தமிழியச் சிந்தனையர்கள் அடிப்படையில் புரிந்து கொள்ள வேண்டியது என்னவென்றால், துறைதோறும் துறைதோறும் இடஒதுக்கீட்டுக்காகப் போராடும் அதே வேளையில், தமிழகத்துக்குப் புறத்திலிருந்து வருகிற அமெரிக்க ஆதிக்கமும் மார்வாரி-குஜராத்தி ஆதிக்கமும், தமிழகத்தின் அகத்திலிருந்தே வருகிற பார்ப்பனிய ஆதிக்கமும் திணிக்கிற ஆங்கிலத்தை ஒழித்துக் கட்டி, துறைதோறும் துறைதோறும் தமிழை நிலைநாட்டினால் மட்டுமே சமூகநீதித் தமிழகம் காண முடியும். இதில் வெற்றியடைய ஆதிக்கப் பண்பாட்டை ஒழுகுவதோ ஆதிக்க மொழியைக் கற்றுத் தேர்வதோ ஒருக்காலும் பகுத்தறிவு வழியாக இருக்க முடியாது.

தன்னலவெறியும் குறள்நெறியும்

வாழ்க்கையில் வெல்வது எப்படி? நீங்களும் உலகப் பணக்காரர் ஆவது எப்படி? என்றெல்லாம் இன்று அடுக்கடுக்காகப் புத்தகங்கள் எழுதுகிற அயல் ஆதிக்கமும் பார்ப்பனிய ஆதிக்கமும் அறிவுரைகளை அள்ளி வீசுகின்றன. ''எதையும் செய், வெற்றி ஒன்றே குறி எனச் செயல்படு, மறந்தும் அடுத்தவர் பற்றிச் சிந்திக்காதே'' என்பதைத் தன்னம்பிக்கைச் சூத்திரமாக முன்வைக் கின்றன. இந்தக் கருத்தியல்தான் இளையராஜா போன்றவர் களிடத்துத் தெளிவாக வெளிப்படுகிறது. நான் நானாக முன்னேறினேன். எந்தச் சமூகநீதியும் எனக்கு வெற்றி பெற்றுக் கொடுக்கவில்லை. தலித் மக்கள் முன்னேற வேண்டுமானால் பார்ப்பனியம், சாதியம், இந்துத்துவம் என்றெல்லாம் குழம்பிக் கொண்டிருக்காமல் அவரவர்கள் வேலையைச் செய்தால். வெற்றி வீடு தேடி வரும். இதுதான் இளையராஜா ஐயர்களின் உபதேசம். இதற்கு மாற்றாகத் தமிழ்த் தேசியம் ஒப்புரவு என்னும் குறள்நெறியை முன்வைக்கிறது. நமது தமிழ்த் தேசியத்துக்கும் அதன் குறள்நெறிப் பண்பாட்டுக்குமான ஒரே ஊடகம் தமிழ்தான்

எனும் போது இதைத் தவிர வேறெந்த ஆயுதம் ஒடுக்குண்டோருக்கு வெற்றி பெற்றுக் கொடுத்து விட முடியும்?

தமிழ் என்னும் மறைதிறவு

லண்டனில் படித்து வளர்ந்த என் பார்ப்பன நண்பர் ஒருவர் சென்னை வரும்போதெல்லாம் என்னைச் சந்திப்பார். வரும் போதெல்லாம் ஆங்கிலத்தில் தான் படித்த நூல்களை எல்லாம் சிலாகித்துச் சொல்வார். நாங்கள் நூல்களின் கருத்துகள் பற்றி எல்லாம் நீண்ட நேரம் விவாதிப்போம். அப்போது அவர் ஒரு மெய்யியல் நூலை மட்டும் அடிக்கடிக் குறிப்பிட்டுப் பேசுவார். இதைச் சராசரித் தமிழர் எவரும் புரிந்து கொள்வது கடினம் என்பார். நான் எப்போதும் அவரைச் சென்னைப் புத்தகக் கடைகளுக்கு அழைத்துச் செல்வது வழக்கம். ஒரு முறை அவரைத் தியாகராய நகர் புத்தகக் கடை ஒன்றுக்கு அழைத்துச் சென்றேன். அங்கு அவர் தான் அடிக்கடிக் குறிப்பிடும் அந்த மெய்யியல் நூலைக் கண்டார் - தமிழில்! பார்த்த மாத்திரத்தில் அவர் சொன்னார், 'டேய், இது தமிழ்ல வந்துடுத்தா? அப்படின்னா வரவன் போரவன் எல்லாம் இதைப் படிச்சுடுவான். யாருக்கும் புரியாத விஷயத்தை எல்லாம் எனக்குத் தெரியுது பாருன்னு நான் இனிமே பெருமை பட்டுக்க முடியாதாடா?'

என் நண்பர் இதை உண்மையாகச் சொன்னாரா? கிண்டலாகச் சொன்னரா? என்பது இங்கு முக்கியமன்று. உண்மையில் இந்த நிகழ்விலிருந்து நமக்குத் தாய்மொழிக் கல்வி பற்றிப் பலருக்கும் உள்ள குழப்பங்களைத் தீர்த்து வைக்கும் மறைதிறவு கிடைக்கிறது.

உள்ளபடியே அனைத்தையும் தமிழ்ப்படுத்துவது என்பது ஒரு சிறு கூட்டத்தினரால் மட்டும் நுகரப்பட்டுக் கொண்டிருந்த அறிவுத் துறை அனைத்தையும் முழு மக்கள் திரளுக்கும் சொந்தமாக்குவதாகும்; ஒரு சிலருக்கு மட்டுமே பயன்பட்டுக் கொண்டிருந்த அறிவுத் தேக்கத்தின் ஆங்கில மதகுகளைத் தூக்கி விட்டு அறிவொளி வெள்ளத்தை மக்கள் திரளினர் அனைவரின் விளைச்சலுக்கும் பாய்ச்சுவதாகும்.

இவ்வகையில் எவரும் எதிலும் எளிதில் தெளிந்து விடக் கூடாது என்பதற்காகத்தானே பண்டைய பார்ப்பனர்கள் வேதங்களை மறைநூல்கள் என்றனர்? அதை மக்கள் மொழியில் சொல்லாமல் சமஸ்கிருதத்தில் உச்சாடனம் செய்தனர்? அவற்றைத் தமிழ்ப்படுத்தினால் அது சமஸ்கிருத உச்சரிப்பையே

கெடுத்து விடும், இதனால் பாவம்தான் வந்து சேரும் என்றெல்லாம் இன்றைய சோ கூட்டமும் கூக்குரலிடுவது இறையும் இறை அருள்கிற அறிவும் மக்களுக்கு வயப்படக் கூடாது என்பதற்குத்தானே? சமூகநீதிக் கொள்கையர் இதை உறுதியாகவும் கடுமையாகவும் எதிர்த்துப் போராடுவ தென்னவோ உண்மைதான். ஆனால் அறிவியலை ஆங்கிலத்தில் தான் படிக்க வேண்டும். தமிழில் படிப்பது அறிவை மக்கச் செய்து விடும் எனச் சொல்லி அறிவுக் கருவூலம் ஒடுக்குண்டோருக்குக் கிடைக்காதபடி மூடி மறைப்போரைக் கடுமையாக எதிர்ப்பதை விட்டு விட்டு, அவர்கள் சொல்வதையே சமூகநீதித் தலைவர் களும் திரும்பச் சொல்வதில் என்ன ஏரணம் இருக்க முடியும்?

இடஒதுக்கீடு என்பது வர்ணத்தின் பெயரால் கர்மயோகத்தின் பெயரால் ஒடுக்குண்ட மக்களிடமிருந்து ஒதுக்கி வைக்கப் பட்டிருந்த கல்வியை, அறிவியலை சனநாயகப்படுத்தி இதன்வழி அவர்களிடம் ஊனப்பட்டு ஒடுங்கிக் கிடக்கும் தகுதிகளையும் திறமைகளையும் வெளிக்கொணரும் கருவி என்றால், தமிழ்வழிக் கல்வி என்பது சமஸ்கிருதத்தின் பெயரால், ஆங்கிலத்தின் பெயரால் ஒடுக்குண்டவர்களுக்குப் புரியாது மறைக்கப்பட்டு வந்துள்ள அறிவுத் துறை அனைத்தையும் அம்மக்கள் யாவருக்கும் கொண்டுவந்து சேர்த்து இதன்வழி ஊனப்பட்டு ஒடுங்கிக் கிடந்த அவர்களது தகுதிகளையும் திறமைகளையும் வெளிக் கொணர்வதுடன் அவர்களுக்குத் தாய்மொழிப் பெருமிதமூட்டி அவர்களிடம் உட்கிடையாகப் பொதிந்திருக்கும் தேசிய உணர்வையும் தூண்டி விடும் பேராயுதமாகும். சமூகநீதிப் போராட்டத்தின் இதயம் இடஒதுக்கீடு என்றால் அதன் உயிர்வளியாகவே திகழ்வது தமிழ்வழிக் கல்வியாகும்.

தமிழால் முடியாதா?

தமிழர்களே, சமூகநீதிப் போராளிகளே, இனியும் ஐயமிருப்பின் ஆங்கிலம் என்றுமே அறிவியல் மொழியாக இருந்ததா என ஆராய்ந்து பாருங்கள், வரலாற்று ஏட்டைச் சற்றே புரட்டிப் பாருங்கள், உங்களுக்குத் தெளிவு பிறக்கும்.

இலத்தீனே இறைமொழி, இலத்தீனே அறிவியல் மொழி என்றெல்லாம் சொல்லப்பட்டு ஆங்கிலம், பிரெஞ்சு, இத்தாலியம் என அனைத்து மொழிகளும் ரோமானியப் பேரரசின் கீழ் வட்டார மொழிகளென ஒதுக்கி வைக்கப்பட்டிருந்த ஒரு காலம் இருந்தது. இதைப் பாவலர்களும் அறிஞர்களும் எதிர்த்தனர். எங்கள்

மொழியில் அனைத்தும் வேண்டும் எனக் குரல் கொடுத்தனர். இப்படி முதன்முதல் எழுந்த பல குரல்களில் ஒன்று கலிலியோ கலிலியிடமிருந்து வந்தது. நவீன அறிவியலின் தந்தை எனப் போற்றப்படும் இவர்தம் தாய்மொழி இத்தாலியம். நிலைமக் கோட்பாடு உட்பட பல அறிவியல் சாதனைகளுக்குச் சொந்தக் காரரான அவர் தாம் கண்டுபிடித்த இயற்கை விதிகளை அன்றைய அறிவியல் மொழியான இலத்தீனில் எழுத மறுத்தார், அவர்தம் தாய்மொழியாம் இத்தாலிய மொழியிலேயே எழுதினார். இதனால் அன்றுவரை மேட்டுக்குடியினருக்கு மட்டுமே தெரிந்திருந்த அறிவியல் சாதாரண இத்தாலியரையும் சென்றடைந்தது. இதேபோல் ஐரோப்பாவில் பல சான்றோர்களும் அறிஞர்களும் இலத்தீனை எதிர்த்துத் தத்தமது தாய்மொழிக்காகப் போராடினர். ஆங்கிலம், பிரெஞ்சு, இத்தாலியம் என அனைத்தும் அறிவியல் பேசும் மொழிகளாயின. 16ஆம் நூற்றாண்டிலேயே ஐரோப்பிய மொழிகளால் அறிவியல் ஊடகங்களாக வலம் வர முடிந்த போது இந்த 21ஆம் நூற்றாண்டில் தமிழால் ஓர் அறிவியல் ஊடகமாக ஏன் வெற்றி பெற முடியாது?

தமிழகத்தில் பெரியவர்கள் சிறியவர்களைப் பார்த்துச் சொல்வ துண்டு. 'டேய், நீ நேத்து மழையில இன்று முளைச்ச காளான், என்னையே எதிர்த்துப் பேசறயா?' என்பார்கள். அதே போல்தான் ஆங்கிலமும், அது நேற்று மழையில் இன்று முளைத்த காளான். சில நூற்றாண்டுகள் பின்னே சென்றால் அம்மொழியின் சுவடுகளைக் கூட நாம் காண முடியாது. ஆனால் நம் தமிழ்த்தாய் ஆயிரக்கணக்கான ஆண்டுகள் முன்பே தோன்றி இன்றளவும் வளர்ந்து செழித்துச் சீரிளமைத் திறத்துடன் மிளிர்ந்து நிற்கிறாள்.

எனவே தமிழர்களே, இனி ஒருபோதும் ஆங்கிலத்தால் முடிவது தமிழால் முடியுமா? எனக் கேட்காதீர்கள். தமிழால் முடிவது ஆங்கிலத்தால் முடியுமா? எனத் தலைநிமிர்ந்து கேளுங்கள். தமிழ்வழிக் கல்வி கற்றுச் சமூகநீதித் தமிழகம் காணுங்கள்.

(2005 வாக்கில் பொன்னி பொங்கல் மலரில் எழுதிய கட்டுரை)

---

www.ingramcontent.com/pod-product-compliance
Lightning Source LLC
LaVergne TN
LVHW090315051026
849518LV00005B/1790
9788184939002